பௌத்தமும் தமிழும்

மயிலை சீனி. வேங்கடசாமி

ரிதம்

ரிதம் வெளியீடு

பௌத்தமும் தமிழும்
மயிலை சீனி. வேங்கடசாமி ©

Bowthamum Thamizhum
Mayilai Seeni. Venkadasamy ©

1st Edition: Nov 2024
Pages: 240   Price: Rs. 250
ISBN: 978-81-963220-2-1

Published by:
Rhythm Veliyeedu
New No.58, Old No.26/1, 1st Floor,
Alandur Road, Saidapet,
Chennai - 600 015, Tamil Nadu, INDIA
Ph : (044) 2381 0888, 84285 12481
E-mail : senthil@rhythmbooks.in
Web : www.rhythmbooksonline.com

Book Layout & Cover Design
Visual Vinodh - 9500149822

படையல்

தமிழைக் கற்பதும் அதனைப் பல்லோர்க்குங் கற்பிப்பதும் தமிழ்த் தொண்டென்பதூஉம், அதனைக் கற்றுங் கற்பித்தும் வருகின்ற பெரியோரைப் போற்றுவது தமிழ்த் தாயை வழிபடுவதொக்கு மென்பதூஉம் வாய்மையாதலின், தமது வாழ்நாள் முழுவதும் தமிழை ஆராய்ந்து கற்றும் கற்பித்தும் வருகின்ற பெரியார், சென்னைக் கிறிஸ்துவக் கல்லூரித் தலைமை தமிழ்ப் பேராசிரியராய் விளங்கிய நற்குணச் செம்மல் உயர்திரு. ச.த. சற்குணர் அவர்களுக்கு இந்நூலாசிரியர் ஆர்வத்துடன் அணிவிக்கும் அன்புமலராக இந்நூல் இலங்குக.

சென்னை   மயிலை சீனி. வேங்கடசாமி
5-1-1940

முதலியார் ஏ.டி.எஸ்.ஜி. புஞ்சிஹேவா* அவர்கள் கூறிய அணிந்துரை

மும்மணிக்கு வந்தனம்

பண்டைக் காலத்தில் நிகழ்ந்து மறக்கப்பட்டுள்ள பழைய நாட்டுச் செய்திகளை முற்றாக நுணுகியாராய்ந்து பார்த்துத் திட்டமான முடிவுகளைச் சான்றுகளுடன் தற்கால உலகத்தாருடைய நன்மைக்காக வெளிப்படுத்தல் கற்றறிந்த மாந்தர் கடனாகும்.

"பௌத்தமும் தமிழும்" என்னும் புத்தகத்தின் ஆசிரியராகிய ஸ்ரீமயிலை சீனி. வேங்கடசாமி அவர்கள், மேற்படி கடமையை யறிந்து அவ்வாறு நடக்கும் கல்விமானாகத் தோன்றுகிறார். முற்காலத்தில் பௌத்த சமயம் தமிழ்நாட்டினுட் புகுந்து வளர்ந்து செல்வாக்கடைந்து அந்நாட்டுக்குச் சிறந்த நன்மையைச் செய்து, "பிறத்தலும் மூத்தலும் பிணிபட்டிரங்கலும் இறத்தலும்" என்னும் உலகவியல்பின் வசப்பட்டுள்ள பௌத்த சமயம் அந்நாட்டினின்று கடைசியாக அழிந்துபோன வரலாறு கூறும் இப்புத்தகம் இப்போதுள்ள தமிழருக்கும் பௌத்தருக்கும் தகுதியான நூலாகும்.

பாலி, தமிழ், சிங்களம், ஆங்கிலம் முதலிய மொழிகளிலுள்ள நூல்களையும் கல்வெட்டுச் சாசனங்களையும் பாழான புத்தராலயங்களையும் பிரதிமைகளையும் ஆதாரமாகக் கொண்டு இந்நூல், பல பல முயற்சிகளுடன் இயற்றப்பட்டதாகக் காணலாகும். இலங்கையைப் பற்றி இந்நூலிற் கூறப்பட்டுள்ள செய்திகள்

---

* இலங்கைவாசியும் சிங்களவருமாகிய திரு. முதலியார் ஏ. டி. எஸ்.ஜி. புஞ்சிஹேவா அவர்கள், தாய்மொழியாகிய சிங்களத்தையும், தமிழ், சமஸ்கிருதம், பாலி, ஆங்கிலம் என்னும் மொழிகளையும் கற்றவர்கள். தமிழ் இலக்கணத்தைச் சிங்கள மொழியில் சப்தாகர(ம்) என்னும் பெயருடன் எழுதியிருக்கிறார்கள். காளிதாசர் சமஸ்கிருதத்தில் எழுதிய இருது சங்காரம் என்னும் நூலின் முதற்சுருக்கத்தைதச் சிங்களம், தமிழ், ஆங்கிலம் என்னும் மொழிகளில் மொழிபெயர்த்திருக்கிறார்கள். இலங்கை அரசாங்கத்தில் சி.ஐ.டி. போலீஸ் பகுதியில் முதலியாராக இருந்து இப்போது இளைப்பாறியுள்ளார்கள். 30-10-1950

இங்கு வழங்குங் கிரந்தங்களில் காணப்படும் விவரங்களுடன் பொருத்தமுள்ளன. புத்ததத்ததேரர் முதலிய பாலி நூலாசிரியர்களைப் பற்றிய வரலாறுகளை இத்தனை விவரத்தோடே இலங்கை நூல்களில் காணவில்லை. தமிழ்ப் பௌத்த சமயாளிகள், பௌத்தக் கொள்கைகளையடக்கிக் கொண்டு தமிழ் மொழியிலியற்றிய நூல்களைப் பற்றிய செய்தியாதொன்றும் ஈண்டில்லை. அன்றியும், மகிந்தரின் தலைமையில் பௌத்த சமயம் தமிழ்நாட்டினுட் புகுந்த வரலாறும் காணப்படுகிறதில்லை. மகிந்தர், மணிமேகலையில் சொல்லிய அறவணவடிகளைப்போலவே, சித்தியுள்ளவராவர். அவர் தம்மைச் சேர்ந்த மற்றும் பிக்குகளுடன் ஆகாய வழியாக வந்து இலங்கையடைந்ததாக ஈண்டுள்ள நூல்கள் கூறுகின்றன.

ஆசாரிய தருமபாலதேரர், புத்ததத்ததேரர் முதலிய தேரர்கள் இயற்றிய அருமையான நூல்கள் ஒழுங்காக இலங்கையில் வழங்கி வருகின்றன. அந்நூல்கள் பௌத்தமதக் கொள்கையையும் பாலி மொழியையும் இலக்கணத்தையும் நன்கு தெரிந்துகொள்வதற்குப் பயன்படுகின்றன. இலங்கைப் பிக்குகள் முதலிய பௌத்தர்கள் மேற்சொல்லிய தேரர்கள் செய்த நன்மையைப் பாராட்டி அவர்களைக் கண்ணியமாக மதிக்கிறார்கள்.

பௌத்த சமயத்தைப் பற்றி இந்நூலில் சொல்லிய எல்லா விவரங்களும் பௌத்தர்களால் ஒப்புக்கொள்ளத்தக்க நிலையில் இருக்கின்றன.

இந்தியாவில் மறைந்தொளிந்திருந்த பௌத்த சமய விடயத்தைப் பற்றிய வரலாற்றை நன்கு ஆராய்ந்து வெளியிட்டதற்காக எமக்காகவும் பௌத்த உலகத்துக்காகவும் இந்நூல் ஆசிரியருக்கு நன்றியறிவு கூறுகின்றேன். இந்நூல் சிங்கள மொழியில் மொழிபெயர்த்து வெளியிடுவது சிங்கள பௌத்தருக்குப் பயன்படும்.*

கத்தலுவா
அகங்கமம்
இலங்கை, 26-10-40

இங்ஙனம்,
முதலியார், **ஏ.டி.எஸ்.ஜி. புஞ்சிஹேவா**

* முதலியார் புஞ்சிஹேவா அவர்கள், இந்நூலைச் சிங்களத்தில் மொழிபெயர்த்து வெளியிடுவது சிங்களவருக்கு பயன்படும் என்று 1940-இல் எழுதியதற்கேற்ப, இந்நூலை, எமது சம்மதம் பெற்று இப்போது சிங்கள மொழியில் மொழிபெயர்த்து எழுதி வருகிறார்கள். - நூலாசிரியர்

ஐந்தாம் பதிப்பின் முன்னுரை

இந்நூலின் நான்காம் பதிப்பு முடித்து இப்போது ஐந்தாம் பதிப்பு வெளிவருகிறது. இந்தப் பதிப்பில் சில மாற்றங்களும் புதிய சேர்க்கைகளும் இடம்பெற்றுள்ளன. இந்தப் பதிப்பையும் வெளியிட்ட திருநெல்வேலித் தென்னிந்திய சைவசித்தாந்த நூற்பதிப்புக் கழகத்தாருக்கு எனது நன்றி.

மயிலாப்பூர்,   மயிலை சீனி.வேங்கடசாமி
சென்னை-4.   30-10-1972

மூன்றாம் பதிப்பின் முன்னுரை

இந்நூலின் மூன்றாம் பதிப்பு இப்போது வெளிவருகிறது. இப்பதிப்பில் இடையிடையே சில செய்திகள் புதிதாகச் சேர்க்கப்பட்டுள்ளன. சிறப்பாக, இராஜராஜ சோழனும், குலோத்துங்க சோழனும், நாகைப்பட்டினத்து இராஜேந்திர சோழப் பெரும்பள்ளி, இராஜராஜப் பெரும்பள்ளி என்னும் பௌத்தக் கோயில்களுக்கு வழங்கிய ஆனைமங்கலச் செப்பேட்டுச் சாசனங்கள், இதில் புதிதாகச் சேர்க்கப்பட்டுள்ளன. புதிதாகச் சில படங்களும் சேர்க்கப்பட்டுள்ளன.

இம்மூன்றாம் பதிப்பை அச்சிட்டு வெளியிட்ட திருநெல்வேலித் தென்னிந்திய சைவசித்தாந்த நூற்பதிப்புக் கழகத்தார்க்கு எமது நன்றியுரியதாகும்.

மயிலாப்பூர்,	மயிலை சீனி.வேங்கடசாமி
சென்னை-4.	15-5-1957

இரண்டாம் பதிப்பின் முன்னுரை

"பௌத்தமும் தமிழும்" என்னும் இந்நூலின் முதற்பதிப்பு 1940-இல் வெளிவந்தது; இப்போது இந்நூல் இரண்டாம் பதிப்பாக வெளிவருகிறது. இப்பதிப்பில் பல செய்திகள் பபுதியனவாகச் சேர்க்கப்பட்டுள்ளன. முன்பு ஒன்பது அதிகாரங்களோடு இருந்த இந்நூல், இப்போது பதின்மூன்று அதிகாரங்களாக விரிவடைந்திருக்கிறது. வேண்டாத சில செய்திகள் தள்ளப்பட்டன. முதல் பதிப்பைவிட இப்பதிப்புப் பலவகையில் சிறப்புடையது.

இந்நூலுக்கு அணிந்துரை எழுதிய முதலியார் ஸ்ரீ ஏ.டி.எஸ்.ஜி. புஞ்சிஹேவா அவர்களுக்கு எனது நன்றியைத் தெரிவித்துக்கொள்கிறேன்.

இவ்விரண்டாம் பதிப்பை அழகுற வெளியிட்ட, தென்னிந்திய சைவசித்தாந்த நூற்பதிப்புக் கழகத்தாருக்கு எனது நன்றி உரியது.

மலரகம்,
மயிலாப்பூர்,
சென்னை-4.

மயிலை சீனி.வேங்கடசாமி
30-10-1950

முதற் பதிப்பின் முன்னுரை

ஒரு காலத்தில் பௌத்தமதம் தமிழ்நாட்டில் சிறப்புற்றிருந்தது. ஏறக்குறையக் கி.மு. இரண்டாம் நூற்றாண்டு முதல் கி.பி. பத்தாம் நூற்றாண்டு வரையில் இந்த மதம் தமிழ்நாட்டில் உயர்நிலை பெற்றிருந்தது. பிற்காலத்தில், பதின்மூன்றாம் நூற்றாண்டுக்குப் பின்னர், இந்த மதம் மறையத் தொடங்கி, இப்போது முழுவதும் தமிழ்நாட்டில் மறைந்துவிட்டது. இப்போதைய தமிழர், ஒரு காலத்தில் பௌத்த மதம் தமிழகத்தில் செல்வாக்குப் பெற்றிருந்ததென்பதை முற்றும் மறந்துவிட்டனர்; அஃது இவர்களுக்குப் பழங்கதையாய்க் கனவாய் மறைந்துவிட்டது.

எழுநூறு ஆண்டுகளுக்கு முன்னர், பல நூற்றாண்டாகத் தமிழகத்தில் பரவியிருந்த பௌத்த மதம், தமிழ்மொழியிலும் தன் செல்வாக்கைச் செலுத்தியிருக்க வேண்டுமன்றோ? பௌத்தர் தமிழ்மொழிக்குச் செய்த தொண்டுகள், அல்லது உதவிகள் யாவை? பௌத்தர் தமிழ்மொழியில் இயற்றிய நூல்கள் எவை? அவற்றின் வரலாறு என்ன? இவற்றை அறியக் கருதி யாம் செய்த ஆராய்ச்சியின் பயனே இந்நூலாகும். பௌத்தர் தமிழ்மொழிக்கு செய்த தொண்டினை மட்டும் ஆராய்வதே எனது முதல் நோக்கமாயிருந்தது. பின்னர், இந்த ஆராய்ச்சி, பௌத்தம் தமிழ்நாட்டில் வந்ததும், வளர்ந்ததும் மறைந்ததுமான வரலாறுகளையும் சுருக்கமாக எழுதும்படி செய்துவிட்டது. பௌத்தரால் தமிழருக்குண்டான நன்மையை ஆராய்வதே இந்நூலின் முதல் நோக்கமாகையாலும், இது தமிழ்மொழி வரலாற்றின் ஒரு பகுதியாகையாலும், இந்நூலுக்குப் 'பௌத்தமும் தமிழும்' என்னும் பெயர் சூட்டப்பட்டது.

வேறு வேலைகளுக்கிடையே, ஓய்வு நேரத்தில் மட்டும் இதனை ஆராய்ச்சி செய்ய வேண்டியிருந்தபடியினாலும், பல இன்னல்களுக்கிடையே இதனை எழுத வேண்டியிருந்தபடியினாலும் யாம் கருதிய அளவு இந்நூல் ஆக்கப்படவில்லை. ஆயினும்,

மயிலை சீனி. வேங்கடசாமி

எனது ஆற்றலுக்கு இயன்றவரையில் முயன்று, கிடைக்கக்கூடிய ஆதாரங்களை அடிப்படையாகக் கொண்டு இந்நூல் இயற்றப் பெற்றுள்ளது. தமிழ்நாட்டுப் பௌத்தமத வரலாற்றினைக் கூறுவதும் பௌத்தர் தமிழ்மொழிக்கு செய்த தொண்டுகளை ஒருங்காராய்ந்து விளக்குவதுமான நூல் தமிழ்மொழியில், யாம் அறிந்தவரையில் இதுவே முதலாவதாகும். இதுவரையில் மறைந்து கிடந்தனவும், மாய்ந்து போகுந்தறுவாயிலிருந்தனவுமான வரலாறுகளும் செய்திகளும், இவ்வாராய்ச்சியால் உயிர்ப்பிக்கப்பட்டு வெளிப்படுத்தப்படுகின்றன.

இந்த ஆராய்ச்சியைத் தொடங்கிய பின்னர், பாலி என்னும் மாகதி மொழியில் உள்ள பௌத்த நூல்களை நேரே படித்தறிந்தாலன்றித் தமிழ்நாட்டுப் பௌத்தமத வரலாற்றின் ஆராய்ச்சி முற்றுப்பெறாதென்பதை உணர்ந்தோம். ஏனென்றால், பௌத்தரால் போற்றப்படுகின்ற பாலிமொழி நூல்களில் சிலவற்றை இயற்றியவர்களும், பாலிமொழியில் உள்ள நூல்களுக்குச் சிறந்த உரைகளைப் பாலிமொழியில் இயற்றியவர்களும், தமிழ்நாட்டில் வாழ்ந்திருந்த தமிழ்ப் பௌத்தர்களாவர். அன்றியும், தமிழ்நாட்டில் பௌத்தமதம் நிலைப்பெற்றிருந்த காலங்களில், பாலிமொழி தமிழ்நாட்டுப் பௌத்தர்களின் 'தெய்வ பாஷை'யாக இருந்தது. இக்காரணங்களினால், தமிழ்நாட்டுப் பௌத்தமத ஆராய்ச்சிக்குப் பாலிமொழியறிவு பெரிதும் வேண்டற்பாலது. பாலிமொழியறியாதகுறை எமக்குண்டு; ஆயினும், ஆங்கிலத்தில் மொழி பெயர்க்கப்பட்டுள்ள பாலிமொழி நூல்களினால் இக்குறை ஒருவாறு நீக்கப்பட்டது. சென்னைப் பிரம்பூரில் உள்ள மகாபோதி ஆஸ்ரமத்தைச் சேர்ந்த ஸ்ரீசத்தர்மாசாரிய சோமாநந்தஸ்தவிரர் அவர்கள், பாலிமொழி நூல்களில் சில பகுதிகளை மொழிபெயர்த்துச் சொன்னார்கள். இந்த உதவிக்காக எனது நன்றி அவருக்குரியதாகும். ஆயினும் நேர்முகமாகப் பாலிமொழியை அறிந்திருக்க வேண்டுவது தமிழ்நாட்டுப் பௌத்தமத ஆராய்ச்சிக்கு இன்றியமையாததாகும்.

ஆராய்ச்சி செய்வோர் உவத்தல் வெறுத்தல் இன்றி, சான்றுகள் காட்டும் ஆராய்ச்சி முடிவுகளை உள்ளது உள்ளவாறு கூறுதல் வேண்டும்; தமது கொள்கைக்கு முரண்பட்டதாக இருப்பினும், உண்மையையே நடுநின்று கூறுதல் வேண்டும். தமது கொள்கைக்கு முரண்பட்டதாகத் தோன்றுவதாலோ அல்லது உண்மையைக் கூறினால் உலகம் சீறுமென்னும் அச்சத்தாலோ, உண்மை கூறாமல் விடுவோர் தமக்கும் நாட்டுக்கும் தீங்கு செய்தோராவர். இந்தக்

கொள்கையை மனதிற்கொண்டுதான் யாம் எமது ஆராய்ச்சியிற் கண்ட முடிவுகளை இந்நூலுள் கூறியுள்ளோம். வாசகர் இந்நூலுள் தம் கொள்கைக்கு மாறுபட்ட கருத்தைக் கண்டால், அதன்பொருட்டு எம்மீது சீற்றங்கொள்ளாமல், அஃது எம் ஆராய்ச்சி காட்டிய முடிபு எனக் கொள்வாராக. எந்த மதத்தையாவது குறை கூறவேண்டுமென்பதோ அல்லது போற்றவேண்டுமென்பதோ எமது கருத்தன்று. உண்மையுணர வேண்டும் என்பதொன்றே எம் கருத்து. இந்நூல் எழுதப்பட்டதும் அக்கருத்துடையார்க்கே.

இந்நூலுள் ஓரிருவிடங்களில் சில செய்திகள் மீண்டும் கூறப்படும். அவற்றைக் 'கூறியது கூறல்' என்னும் குற்றமாகக் கொள்ளாமல், இஃது ஆராய்ச்சி நூலாதலின், தெளிவு பற்றி அநுவாதமாக அவ்வாறு கூறப்பட்டதெனக்கொள்க. இந்நூலினைத் தமிழுலகும் ஏற்றுக்கொண்டு, இதுபோன்ற தமிழ்த் தொண்டினை மென்மேலும் இயற்றப் பெரிதும் ஊக்குவிக்கும் எனப் பெரிதும் நம்புகின்றோம்.

மயிலாப்பூர் **மயிலை சீனி. வேங்கடசாமி**
சென்னை *5-01-1940*

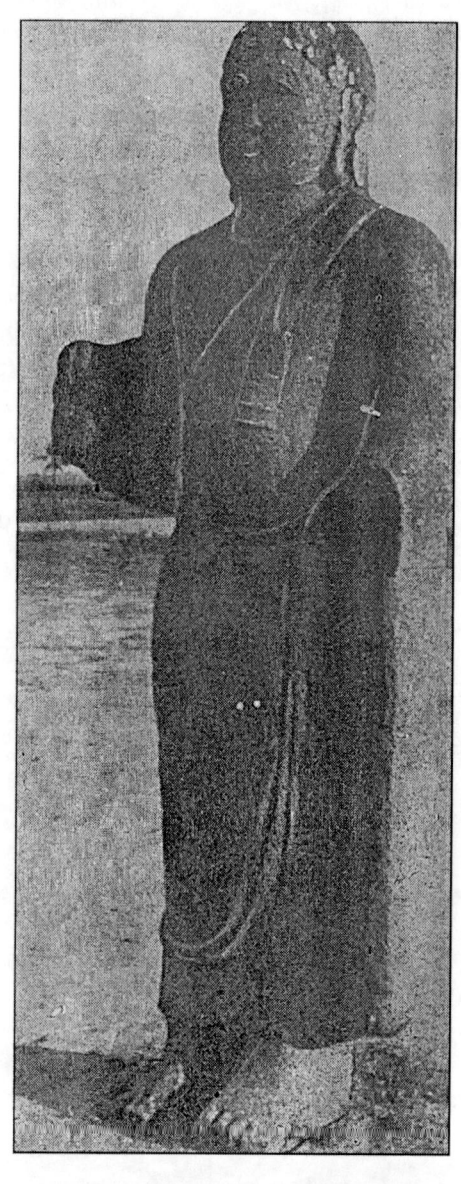

கூவம் (திருவிற்கோலம்) கிராமத்தில்
ஒரு வயலின் களத்துமேட்டில் உள்ள புத்தர் உருவச்சிலை

தஞ்சாவூர் மாவட்டம் திருவலஞ்சுழி சிவன் கோவிலுக்கு
வெளியில் உள்ள புத்தர் உருவச்சிலை

வட ஆர்க்காடு மாவட்டம் பள்ளூரில் உள்ள
புத்தர் உருவச்சிலை

காஞ்சிபுரத்து ஏகாம்பரேசுவரர் கோவில் மதிற்சுவரில் வைத்துக் கட்டப்பட்டுள்ள புத்தர் பரிநிர்வாண உருவச்சிலை

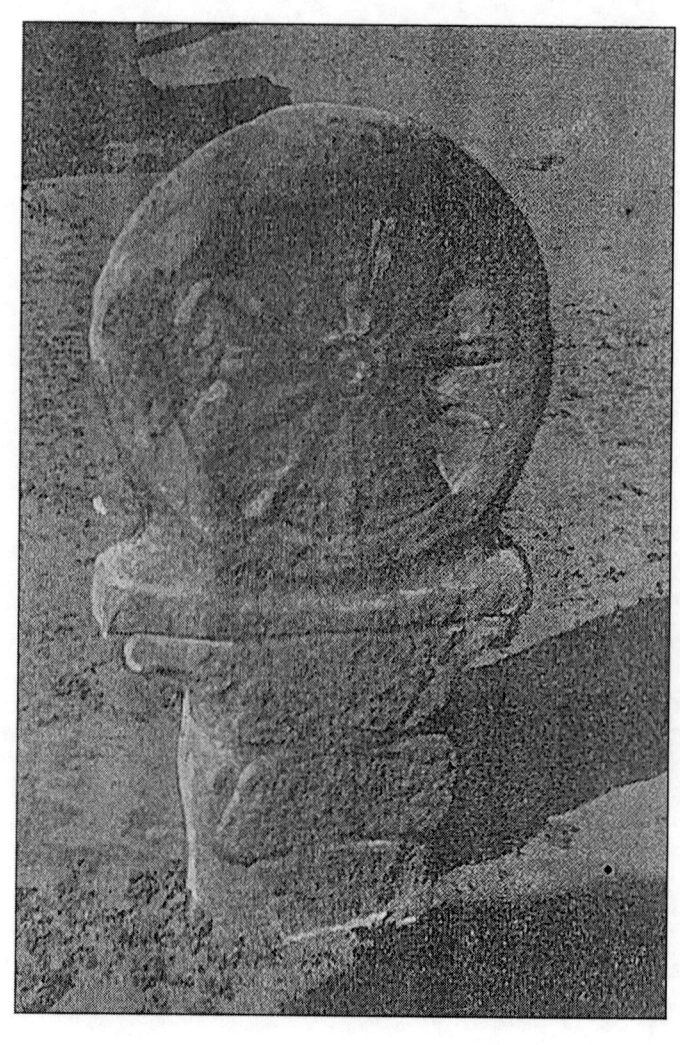

கூவம் பெருமாள் கோவிலுக்கு எதிரில் உள்ள
புத்தர் தருமச்சக்கரம் (கற்சிலை)

திருச்சி மாவட்டம் செயங்கொண்ட சோழபுரத்தில் உள்ள
புத்தர் உருவச்சிலை

சேலம் மாவட்டம் ஆத்தூர் தாலுகா தியாகனூரில் உள்ள
புத்தர் உருவச்சிலை

உள்ளே...

1.	கௌதமபுத்தர் வாழ்க்கை வரலாறு	21
2.	திரிபிடக வரலாறு	25
3.	பௌத்தமதத் தத்துவம்	31
4.	பௌத்தமதம் தமிழ்நாடு வந்த வரலாறு	39
5.	பௌத்தமதம் தமிழ்நாட்டில் வளர்ச்சிபெற்ற வரலாறு	48
6.	பௌத்தமதம் மறைந்த வரலாறு	51
7.	பௌத்த திருப்பதிகள்	56
8.	இந்து மதத்தில் பௌத்தமதக் கொள்கைகள்	88
9.	பௌத்தரும் தமிழும்	94
10.	மணிப்பிரவாள உரைநடை	101
11.	தமிழ்நாட்டுப் பௌத்தப் பெரியார்	106
12.	பௌத்தர் இயற்றிய தமிழ் நூல்கள்	138
13.	தமிழில் பாலிமொழிச் சொற்கள்	157
14.	பின்னிணைப்பு	163
	1. புத்தர் தோத்திரப் பாக்கள்	163
	2. சாத்தனார் - ஐயனார்	171
	3. பௌத்தமதத் தெய்வங்கள்	176
	4. ஆசீவக மதம்	190
	5. மணிமேகலை நூலின் காலம்	195
	6. ஆனைமங்கலச் செப்பேட்டுச் சாசனங்கள்	204

கௌதமபுத்தர் வாழ்க்கை வரலாறு

உலகத்திலே அறம் குன்றி மறம் வளர்ந்து மக்கள் அல்லறுங் காலங்களிலெல்லாம் புத்தர்கள் தோன்றி அறவழியைப் புகட்டி மக்களை நல்வழிப்படுத்துகிறார்கள் என்பதும், பற்பல கற்ப காலங்களில் கணக்கற்ற புத்தர்கள் தோன்றி அறநெறியை நாட்டிச் சென்றார்கள் என்பதும், இப்போது நடைபெறுகிற இந்தக் கற்ப காலத்திலே இருபத்தைந்து புத்தர்கள் தோன்றினார்கள் என்பதும், அவர்களுள் கடைசியாக வந்தவர் கௌதமபுத்தர் என்பதும் பௌத்த சமயக் கொள்கைகள். இனி வரப்போகிற புத்தரது பெயர் மயித்ரேய புத்தர் என்பதும், அவர் இப்போது துடிதலோகம் என்னும் தெய்வலோகத்திலே நாததேவர் என்னும் பெயருடன் இருக்கிறார் என்பதும் அந்த மதக் கொள்கைகளாம்.

பல புத்தர்கள் இருந்தார்கள் என்று பௌத்த சமய நூல்கள் கூறினாலும், சரித்திர நூலோர், கௌதமபுத்தரை மட்டும் சரித்திரகாலப் புத்தர் என்று கொள்கிறார்கள். கௌதம புத்தருடைய வரலாறு தனி நூல்களாக எழுதப்பட்டுள்ளன வாகையினாலே, ஈண்டு அவரது வரலாற்றை மிகச் சுருக்கமாகக் கூறுகிறோம்.

சாக்கிய குலத்திலே கௌதம குடும்பத்தைச் சேர்ந்த சுத்தோதனர் என்னும் அரசர் கபிலவத்து என்னும் ஊரை அரசாண்டு வந்தார். கபிலவத்து, இமயமலை அடிவாரத்திலே இப்போதைய நேபாள நாட்டில் இருந்தது. சுத்தோதன அரசருக்கும் அவர் மனைவியாராகிய மாயாதேவிக்கும் ஓர் ஆண் குழந்தை

பிறந்தது. கி.மு. ஆறாம் நூற்றாண்டிலே, அஃதாவது ஏறக்குறைய கி.மு. 563-இல் இந்தக் குழந்தை பிறந்ததாகச் சரித்திர நூலோர் கூறுவர். இக்குழவிக்குச் சித்தார்த்தர் என்று பெயர் சூட்டினார்கள். இக்குழந்தைதான் பிற்காலத்திலே புத்தர் பெருமானாக விளங்கியது.

சித்தார்த்தர் பெரியவனானால் துறவியாய் விடுவார் என்று நிமித்திகர் கூறியதைக் கேட்டு, அரசன் மனம் வருந்தி, அக்குழந்தைக்கு துறவு பூணும் எண்ணம் தோன்றாமலிருக்கும் பொருட்டு அதனைச் செல்வத்திலும் சுகபோகங்களிலும் திளைத்துவரச் செய்தார். உலக வாழ்க்கையில் வெறுப்புத் தோன்றாதபடி இன்ப சுகங்களைக் கொடுத்துவந்தார். குழந்தை வளர்ந்து பதினாறு வயதுள்ள குமாரனானபோது அவருக்கு விருப்பமுள்ள ஓர் அரசிளங்குமரியை மணம் செய்துவைத்தார். சித்தார்த்த குமாரனுடைய இருபத்தொன்பதாவது ஆண்டிலே, அவருக்கு இராகுலன் என்னும் ஓர் ஆண் குழந்தை பிறந்தது. குழந்தை பிறந்த அன்றைக்கே, சித்தார்த்தர் துறவு கொள்வதற்குக் காரணமான நிகழ்ச்சிகள் ஏற்பட்டன.

வயது முதிர்ந்த "தொண்டு" கிழவர், கடும்பிணியினால் வருந்தும் நோயாளிகள், இறந்துபட்ட உடலாகிய பிணம் முதலிய துன்பக் காட்சிகளைச் சித்தார்த்தர் காண்பதற்கு வாய்ப்பில்லாதபடி அவரின் தந்தையார் ஏற்பாடு செய்திருந்தும், இக்காட்சிகளையெல்லாம் அவர் காணும்படி நேரிட்டது. மிகவும் வயது முதிர்ந்த தள்ளாத கிழவர் ஒருவரை அவர் கண்டார். பிறகு, கொடிய நோயினால் வருந்தி வாய்விட்டலறிய ஒரு நோயாளியையும், உயிர் நீங்கிப் பிணமாகக் கிடந்த ஒரு மனித உடலினையும் அவர்காண நேரிட்டது. பின்னர், துறவி ஒருவரைக் காணும் வாய்ப்பு ஏற்பட்டது. துறவற வாழ்க்கை கவலையற்ற இன்ப வாழ்க்கை என்று அவர் கண்டார். மேலே கூறிய காட்சிகளை எல்லாம் காணப்பெற்ற சித்தார்த்தருக்கு, மனித வாழ்க்கை துன்பத்தினால் சூழப்பட்டது என்றும், துன்ப வாழ்க்கையிலிருந்து நீங்கி நிலைத்த இன்பநெறியைக் கண்டுபிடித்து உலகத்தாரை உய்விக்க வேண்டும் என்றும் பேரவா உண்டாயிற்று. ஆகவே, அவர், அன்று நள்ளிரவிலே தம் ஒரே மகனையும், மனைவியையும், தாய் தந்தையரையும், இன்ப சுகங்களையும், அரச உரிமையையும், செல்வங்களையும் சுகபோகங்களையும் துறந்து காட்டிற்குச் சென்றார்.

முதலில், ஆளார காலாமர் என்பவர் இடத்திலும், பிறகு, உத்தகராமபுத்திரர் என்பவர் இடத்திலும் சீடராக அமர்ந்து அவர்கள் காட்டிய வழியில் ஒழுகினார். விரைவிலே, அவர்கள் காட்டிய நெறி

மக்களை உய்விக்கும் நெறியன்றென்று கண்டு, அவர்களைவிட்டு உருவேல் என்னும் இடத்திற்கு சென்று, உண்ணாவிரதம் பூண்டு கடுந் தபசு செய்தார். அப்போது ஐந்து துறவிகள் இவரையடுத்து இவருடன் இருந்தார்கள். உணவுகொள்ளாமல் உடலை வாட்டி ஒடுக்கிக் கடுந் தபசு செய்தமையினாலே, குருதியும் தசையும் வற்றி, எலும்பும் நரம்பும் தெரியும்படி உடல் நலிந்து வலிவு இல்லாமல் மயங்கி விழுந்தார். அதன்பிறகு, அளவுக்கு மிஞ்சி உடம்பைப் பட்டினியால் வாட்டுவது தவறு என்றும், அது மெய்ஞானம் பெற வழியன்றென்றும் கண்டு, அன்று முதல் சிறிதளவு உணவு கொள்ளத் துணிந்தார். இதனைக் கண்ட இவருடன் இருந்த பிக்குகள் இவரைவிட்டுப் போய்விட்டார்கள். கடைசியாகப் போதி (அரச) மரத்தின் அடியில் அமர்ந்து தியானத்தில் இருந்தபோது மெய்ஞ்ஞான ஒளியைக் காணப்பெற்றார். மெய்ஞ்ஞான ஒளியைக் கண்ட சித்தார்த்தர் புத்தர் ஆனார். ஞானமாகிய போதி கைவரப்பெற்று, பிறவித் துன்பத்தைத் கடந்து பிறவாமையாகிய இன்பநெறியைக் கண்டார். அப்போது அவருக்கு வயது முப்பத்தைந்து.

பிறகு, புத்தர் தம்மைவிட்டுச் சென்ற ஐந்து பிக்குகளைத் தேடிச்சென்று, அவர்களுக்குத் தாம் கண்ட உண்மைகளை போதித்தார். அவர்கள் இவர்தம் உபதேசங்களைக் கேட்டு இவருக்குச் சீடர் ஆனார்கள். பிறகு, பல துறவிகள் இவருக்கு சீடர் ஆயினர். அறுபதுபேர் சீடரானவுடன், அவர்களை ஊரெங்கும் அனுப்பித் தமது பௌத்தமதத்தைப் போதிக்கச் செய்தார். தாமும் பல இடங்களுக்குச் சென்று போதித்தார். இவரது புதிய உபதேசத்தைக் கேட்டு, வேறு மதத்துறவிகளும் கூட்டங்கூட்டமாகப் பௌத்த மதத்தில் சேர்ந்தார்கள். துறவிகள் மட்டும் அன்று; இல்லறத்தாராகிய அரசர்களும், நிலக்கிழார்களும், வணிகரும், செல்வந்தரும், பாமரமக்களும் பௌத்த மதத்தை மேற்கொண்டார்கள். நாற்பத்தைந்து ஆண்டுகள் நாடெங்கும் சுற்றித் திரிந்து புத்தர் தமது கொள்கையைப் போதித்தார்.

துறவிகளாவிய பிக்குகளும் பிக்குணிகளும் ஒழுக வேண்டிய முறைகளை வகுத்தார். பிக்கு சங்கத்தை ஏற்படுத்தினார்.

அரசர்களும், பிரபுக்களும் பிக்குகள் தங்குவதற்கு விகாரைகளையும் பள்ளிகளையும் அமைத்துக் கொடுத்து நிலபுலங்களைத் தானம் வழங்கினார்கள்.

இவரது முதுமைக்காலத்தில் இவருக்கு மாறாகச் சிலர் கிளம்பி இவர் உண்டாக்கிய பௌத்த மதத்தில் பிளவு உண்டாக்க முயன்றனர். ஆனால், இவர் பிளவு ஏற்படாதபடி செய்தார்.

புத்தர்பெருமான் தமது எண்பதாவது ஆண்டில் கி.மு. 483-இல் ருசி நகரத்தில் நிர்வாண மோட்சம் அடைந்தார். ருசி நகரத்தார் இவர் உடலுக்கு இறுதிக் கடமைகளைச் செய்தார்கள். கொளுத்தப்பட்டு எஞ்சிய இவரது உடம்பின் சாம்பலும் எலும்பும் எட்டுப் பகுதியாகப் பகுக்கப்பட்டு எட்டு ஊர்களில் புதைக்கப்பட்டு அவற்றின்மேல் சைத்தியாலயங்கள் கட்டப்பட்டன.

புத்தருக்கு ஆயிரக்கணக்கான சீடர்கள் இருந்தார்கள். அவர்களுள் குறிப்பிடத்தக்கவர் சாரிபுத்திரர், மொக்கல்லானர் (மௌத்தல்யானர்), மகாகாசிபர், உபாலி, ஆநந்தர், அனுருத்தர், காத்யானர் முதலானவர். மகதநாட்டரசர் பிம்பசாரரும், கோசல நாட்டரசர் பசேனதி (பிரசேனஜித்) என்பவரும் இவருடைய சீடர்களாயிருந்து இவரது மதம் பரவுவதற்கு வேண்டிய உதவிகளைச் செய்தார்கள்.

புத்தர் பெருமான் உயிர் வாழ்ந்திருந்த காலத்திலே பல மதங்கள் இருந்தன. சைன மதத்தின் கடைசி தீர்த்தங்கரரான வர்த்தமான மகாவீரர் (நிகந்தநாதபுத்த) என்பவர், இவர் காலத்தில் இருந்த சைனமதத் தலைவர். மகாவீரர், வயதினால் புத்தருக்கு மூத்தவர், சைனமதத் துறவிகள் உடலை வாட்டி ஒடுக்கி உண்ணாவிரதமிருந்து கடுநோன்பு நோற்றுவந்தனர். கோசாலிமக்கலி என்பவர் உண்டாக்கிய ஆசீவக மதமும் புத்தர் காலத்தில் செல்வாக்குப் பெற்றிருந்தது. ஆசீவக மதத்தையுண்டாக்கிய மற்கலி (மக்கலி)யும் புத்தர் காலத்திலே உயிர்வாழ்ந்திருந்தவர். (ஆசீவக மதத்தைப் பற்றி இந்நூல் இணைப்பில் காண்க.) ஆசீவக மதத் துறவிகளும், நிகண்ட (சைன) மதத் துறவிகளும் உடையின்றி அம்மணமாகத் திரிந்தார்கள். அக்காலத்தில் இருந்த இன்னொரு முக்கியமான மதம் பிராமண மதம் எனப்படும் வைதீக மதமாகும். பிராமணர்கள் ஆடு மாடு குதிரை முதலிய மிருகங்களைக் கொன்று கொலை வேள்வி செய்து வந்ததோடு சாதிப் பிரிவையும் வளர்த்து வந்தார்கள். இன்னும் சில மதங்கள் அக்காலத்தில் இருந்தனவாயினும், குறிப்பிடத்தக்கவை சைனம், ஆசீவகம், வைதீகம் என்னும் மூன்று மதங்களாம். இந்த மூன்று மதங்களும் பௌத்த மதத்தோடு ஆதி முதல் போரிட்டுக் கொண்டிருந்தன.

❋

திரிபிடக வரலாறு

பௌத்த வேதத்திற்குத் திரிபிடகம் என்பது பெயர். பாலி மொழியிலே இது திபிடகம் என்று கூறப்படும். திரிபிடகம் என்பதற்கு மூன்று கூடை என்பது பொருள். அஃதாவது மூன்று வகுப்பு என்பது பொருள். பிடகத்தை பிடக்கு என்று தேவாரம் கூறுகிறது. வட இந்தியாவிலே அக்காலத்தில் பெரும்பான்மையோர் வழங்கி வந்த அர்த்தமாகதி எனப்படும் பாலிமொழியிலே புத்தர் பெருமான் தம் கருத்துக்களை வெளியிட்டார். நாற்பத்தைந்து ஆண்டுகளாகப் புத்தர் பெருமான் தம் கொள்கைகளை நாடெங்கும் போதித்துவந்த போதிலும், அவர் அக்கொள்கைகளை நூல் வடிவமாக எழுதி வைக்கவில்லை. ஆனால், அவருடைய சீடர்கள், அவருடைய போதனைகள் இரண்டு சம்ஹிதை (தொகுப்பு) களாகத் தொகுத்துப் பாராயணம் செய்துவந்தனர். அத்தொகுப்புகளில், பிக்குகளும் பிக்குணிகளும் ஒழுக வேண்டிய ஒழுக்கங்களைக் கூறுகிற விநயம் என்பது ஒன்று ; தர்மம் (அறநெறி) என்பது மற்றொன்று.

புத்தர்பெருமான் நிர்வாணமோட்சம் அடைந்த சில திங்களுக்குப் பின்னர், மகத நாட்டுத் தலைநகரமான ராஜகிருஹ நகரத்திற்கு அண்மையில் இருந்த சத்தபணி என்னும் மலைக்குகையிலே கார்காலத்தைக் கழிக்கும் பொருட்டு ஐந்நூறு தேரர்கள் (வயது முதிர்ந்த பிக்குகள்) ஒருங்கு கூடினார்கள். இதுவே பிக்கு சங்கத்தார் கூடிய முதல் மாநாடு ஆகும். புத்தருடைய முக்கிய சீடர்களில் ஒருவராகிய மகாகாசிபர் இந்த மாநாட்டிற்குத் தலைமை

தாங்கினார். புத்தர் பெருமான் அருளிய விநய போதனைகளை அவருடைய மற்றொரு முக்கிய சீடராகிய உபாலி என்பவர் ஓதினார். இன்னொரு முக்கிய சீடராகிய ஆநந்தர், புத்தர் அருளிய தம்ம போதனைகளை ஓதினார். இவ்வாறு, இந்த முதல் சங்கத்திலே விநயபிடகம், தம்ம (அபிதம்ம) பிடகம் என்னும் இரண்டு பிடகங்கள் மட்டும் தொகுக்கப்பட்டன. (சூத்திரபிடகம் என்னும் மூன்றாவது பிடகம், அபிதம்ம பிடகத்திலிருந்து பிற்காலத்தில் பிரித்துத் தொகுக்கப்பட்டது). இவ்வாறு ஆதியில் இரண்டு பிடகங்களாக இருந்தவை பிற்காலத்திலே, மூன்று பிடகங்களாகத் தொகுக்கப்பட்டன. ஆகவே, முதலில் கூறியபடி இவற்றிற்குத் திரிபிடகம் என்று பெயர் உண்டாயிற்று.

திரிபிடகம் தொகுக்கப்பட்ட பிறகும், அவை எழுதா மறையாகவே இருந்தன. பிடகங்களைப் பிக்குகள் நாள்தோறும் ஓதி பாராயணம் செய்துவந்ததோடு அவற்றைத் தன் சீடர்களான பிக்குகளுக்கும் கற்பித்து ஓதுவித்து வந்தனர். இவ்வாறு, புத்தருடைய அருள்வாக்குகள், எழுதப்படாமல் எழுதாமறையாக இருந்து, ஆசிரிய மாணவர் வழிமுறையாக நெடுங்காலம் ஓதப்பட்டன.

விநய பிடகத்தை ஓதிய பிக்குகள் விநயதரர் என்றும், சூத்திரப்பிடகத்தை ஓதிவந்தவர் சூத்ராந்திகர் என்றும், அபிதம்ம பிடகத்தை ஓதிவந்தவர் அபிதம்மிகர் என்றும் பெயர் வழங்கப்பட்டனர்.[1] அன்றியும், இப்பிடகங்களை ஓதிய பிக்குகளில் பல உட்பிரிவினரும் இருந்தனர். அவ்வுட்பிரிவினர், பிடகங்களின் உட்பிரிவுகளை மட்டும் ஓதிவந்தனர். உதாரணமாகக் கூறுவாம்: புத்தருடைய சீடர்களில் ஒருவராகிய ஆநந்தரைத் தலைவராகக் கொண்ட பிக்குகள், சூத்திர பிரகடனத்தின் ஒரு பிரிவாகிய தீகநிகாயப் பகுதியை ஓதிப் பாராயணம் செய்துவந்தனர். மற்றொரு சீடராகிய சாரிபுத்தரைத் தலைவராகக் கொண்ட பிக்குகள் மஜ்ஜிம நிகாயப் பகுதியை ஓதிவந்தனர். மகாகாசிபரைத் தலைவராகக் கொண்ட பிக்குகள் சம்யுக்த நிகாயப் பகுதியையும், அநுருத்தரைத் தலைவராகக் கொண்ட பிக்குகள் அங்குத்தர நிகாயப் பகுதியையும் பாராயணம் செய்து வந்தார்கள்.

பௌத்த மதத்தில், பிற்காலத்திலே பிளவுகள் ஏற்பட்டுப் பிரிவுகள் உண்டாயின. புத்தர் வீடுபேறடைந்து நூற்றுப் பத்து ஆண்டுகளுக்குப் பின்னர், பிக்கு சங்கத்தில் புதிதாகத் தோன்றிய சில பழக்கவழக்கங்களைக் கண்டிக்கும் பொருட்டு, வைசாலி நகரத்தில் 700 பிக்குகள் மாநாடு கூடி எட்டுத் திங்கள் வரை ஆராய்ந்து, புதிய வழக்கங்களைக் கூடாதென்று தடுத்தார்கள். கண்டிக்கப்பட்ட 10,000

பிக்குகள் ஒருங்கு சேர்ந்து தனிப் பிரிவாகப் பிரிந்து போயினர் என்று தீபவம்சம் என்னும் நூல் கூறுகிறது. புத்தருடைய பழைய கொள்கைகளைப் பின்பற்றிவரும் பௌத்தமதத்துக்குத் தேரவாத பௌத்தம் என்றும், (இதற்கு ஹீனயானம் என்று தவறாகப் பெயர் வழங்குகிறது.) புத்தர் காலத்தில் இல்லாத புதிய கொள்கைகளைக் கொண்ட பௌத்த மதத்திற்கு மகாயான பௌத்தம் என்றும் பெயர்கள் வழங்குகின்றன. இவ்விரு பெரும்பிரிவுகளிலும் அநேக உட்பிரிவுகள் உண்டு.

இலங்கைத் தீவிலே, கி.மு. மூன்றாம் நூற்றாண்டு முதல் நாளது வரையில், பழைய தேரவாத பௌத்தம் நிலைபெற்றுள்ளது. இத்தீவிலேயும் கி.மு. முதல் நூற்றாண்டிலே புதிய கொள்கைகள் பௌத்தமதத்தில் புகத் தொடங்கின. ஆகவே, தேரவாத, பௌத்த பிக்குகள் ஒருங்குகூடி, ஆதிக்கொள்கைக்குப் புறம்பான புதிய கொள்கைகள் திரிபிடகத்தில் நுழையாதபடி, போற்ற வேண்டும் என்னும் கருத்தோடு, அதுவரையும் எழுதாமறையாக இருந்த திரிபிடகத்தை நூல் வடிவமாக எழுதினார்கள். இலங்கைத் தீவை கி.மு. 29 முதல் 17 வரையில் அரசாண்ட வட்ட காமினி அபயன் என்னும் அரசன் காலத்தில் திரிபிடகம் முதல் முதல் நூல் வடிவமாக எழுதப்பட்டது என்று மகாவம்சம் என்னும் நூல் (*xxxiii 100-101*) கூறுகிறது. இலங்கைத் தீவிலுள்ள மலைய நாட்டிலே, மாத்தளை என்னும் ஊருக்கருகிலிருந்த ஆலோக (அலு) விகாரை என்னும் பௌத்தப் பள்ளியிலே திரிபிடகம் பொற்றகட்டில் எழுதப்பட்ட அவ்விகாரையில் ஒரு கற்பாறையின் கீழ்ச் சேமித்து வைக்கப்பட்டதென்று கூறப்படுகிறது.

திரிபிடகம், நூல் வடிவாக எழுதப்பட்ட பிறகும், நெடுநாள் வரையில் வாய்மொழியாக ஓதும் பழக்கம் வழக்காற்றில் இருந்து வந்தது. பின்னர் அவ்வழக்கம் கைவிடப்பட்டது.

பிடகம் என்றால் கூடை என்பது பொருள். எனவே, திரிபிடகம் என்றால், மூன்று கூடை என்று பொருள்படும். அஃதாவது மூன்று தொகுப்பு என்பது கருத்து. பிடகத்தைப் பிடக்கு என்று தேவாரம் கூறுகிறது. திரிபிடகம் பாலிமொழியில் எழுதப்பட்டிருக்கிறது. தொன்றுதொட்டுப் புத்தரைப் பின்பற்றி வருகிற தேரவாத பௌத்த நூல்கள் எல்லாம் பாலிமொழியிலே எழுதப்பட்டுள்ளன. (பிற்காலத்தில் உண்டான மகாயான பௌத்த நூல்கள் சமஸ்கிருத மொழியில் எழுதப்பட்டவை). பிடகங்களும் அவற்றின் பிரிவுகளும் வருமாறு.

1. விநய பிடகம்:

இரண்டு பிரிவுகளையுடையது. அவை:

1.விநயபிடகம் 2. பாதிமோக்கம் என்பன.

2. சூத்திர பிடகம்:

ஐந்து பிரிவுகளுடையது. அவை :

1. தீக நிகாய, 2. மஜ்ஜிம நிகாய, 3. சம்யுக்த நிகாய, 4. அங்குதர நிகாய 5. குட்டக நிகாய என்பன.

ஐந்தாவது பிரிவாகிய குட்டக நிகாயம் பதினைந்து உட் பிரிவுகளையுடையது. அவ்வுட்பிரிவுகளாவன:

1. குட்டக பாதம், 2. தம்ம பதம், 3. உதானம், 4. இதிவுத் தகம், 5. ஸத்தநி பாதம், 6. விமான வத்து, 7. பேதவத்து, 8. தேரகாதை, 9. தேரிகாதை, 10. ஜாதகம். 11. (மகா) நித்தேசம், 12. படிசம்ஹித மக்கா, 13. அபதானம், 14. புத்தவம்சம், 15. சரியா பிடகம் என்பன.

3. அபிதம்ம பிடகம்:

ஏழு பிரிவுகளையுடையது. அவை:

1. தம்மசங்கணீ, 2. விபங்கம், 3. கதாவத்து, 4. பஞ்ஞத்தி அல்லது பண்ணத்தி (புக்கலபஞ்ஞத்தி) 5. தாதுகதை, 6. யமகம், 7. பட்டானம் என்பன.

திரிபிடக நூல்களுக்குப் பிற்காலத்திலே உரையாசிரியர்கள் பாலிமொழியிலே உரைகளை எழுதியிருக்கிறார்கள். அவ்வுரைகள் நாளதுவரையில் தேரவாத பௌத்தர்களால் பயிலப்பட்டு வருகின்றன. அவ்வுரைகளாவன:-

பிடக நூலின் பெயர்	உரைநூலின் பெயரும் உரையாசிரியர் பெயரும்
I. விநயபிடகம்	
1.விநயபிடகம்	ஆசாரிய புத்தகோஷர், சமந்தபாசாதிக என்னும் உரையை எழுதினார்.
2.பாதிமோக்கம்	ஆசாரிய புத்தகோஷர், கங்கா விதரணீ என்னும் உரையை எழுதினார்.

II. சூத்திரபிடகம்:	
1. தீக நிகாய - ஸுமங்கள விலாஸினீ	ஆசாரிய புத்த கோஷர் உரை
2. மஜ்ஜிம நிகாய - பபஞ்சஸூடனீ	

3. ஸம்யுக்த நிகாய - ஸாரத்த பகாஸினீ	ஆசாரிய புத்த கோஷர் உரை
4. அங்குத்தர நிகாய - மனோரதபூரணீ	
5. குட்டக நிகாயம்	
1. குட்டகபாதம் - பரமார்த்தஜோதிகா	ஆசாரிய புத்த கோஷர்
2. தம்மபதம் - தம்மபதாட்டகதா	
3. உதான - பரமாத்த தீபனீ	ஆசாரிய தர்ம பால மகாதேரர் (தமிழர்)
4. இதிவுத்தக - பரமாத்த தீபனீ	
5. சுத்தநிபாத - பரமாத்தஜோதிகா	ஆசாரிய புத்தகோஷர்
6. விமானவத்து - பரமாத்ததீபனீ	ஆசாரிய தம்ம பால மகா தேரர் (தமிழர்)
7. பேதவத்து - பரமாத்ததீபனீ	
8. தேரகாதா - பரமாத்ததீபனீ	
9. தேரிகாதா - பரமாத்ததீபனீ	
10. ஜாதக - ஜாதகாத்தகதா	ஆசாரிய புத்தகோஷர்.
11. நித்தேச - ஸத்தம பஜ்ஜோதிகா என்னும் உரையை உபசேனர் இயற்றினார்.	
12. படிஸம்பிதாமக்கா - ஸத்தம்ம பகாஸினீ என்னும் உரையை மகாநாமர் என்பவர் இயற்றினார்.	
13. அபதான - விஸுத்தஜன விலாஸினீ. இவ்வுரையாசிரியர் பெயர் தெரியவில்லை.	
14. புத்தவம்சம் - மதுராத்த விலாஸினீ என்னும் உரையை ஆசாரிய புத்ததத்தேரர் இயற்றினார். (இவர் சோழ நாட்டு தமிழர்).	
15. சரியாபிடக - பரமார்த்த தீபனீ. ஆசாரிய தம்மபால மகாதேரர். (தமிழர்)	

III. அபிதம்ம பிடகம்		
1. தம்ம ஸங்கனீ - அத்தஸாலினீ		ஆசாரிய புத்த கோஷர்
2. விபங்க - ஸம்மோஹ விநோதனீ		
3. கதாவத்து	பஞ்சப்பகரண அட்டகதா	
4. புக்கல பஞ்ஞத்தி		
5. தாதுகதா		
6. யமகம்		
7. பட்டானம்		

இதுகாறும் கூறப்பட்டவை பழைய பௌத்தமாகிய தேரவாத பௌத்த நூல்கள். இவையன்றி, இன்னும் சில நூல்கள் தேரவாத பௌத்தத்தில் உள்ளன. விரிவஞ்சி அவற்றை இங்குக் கூறாமல் விடுகின்றோம். தேரவாத பௌத்த நூல்கள் எல்லாம் பாலி மொழியிலே எழுதப்பட்டவை. பழைய தேரவாத பௌத்தத்தை, ஈனயானம் என்றும் கூறுவர்.

தேரவாத பௌத்தத்திலிருந்து, பிற்காலத்தில் பிரிவுண்டது மகாயான பௌத்தம், மகாயான பௌத்தர்கள், திரிபிடகத்தில் உள்ள சில பகுதிகளைத் தள்ளியும், கௌதம புத்தர் கூறாத வேறு சில கருத்துக்களைப் புகுத்தியும் தமது மதநூல்களை அமைத்துக் கொண்டனர். மகாயான பௌத்தர்கள் தம் மதநூல்களை வடமொழியில் எழுதி வைத்தனர். அந்நூல்களின் பெயர்களை, விரிவஞ்சி ஈண்டுக் குறிக்காமல் விடுகின்றோம்.

தமிழிலே, சிவஞான சித்தியார் (பரபக்கம்), நீலகேசி (2 முதல் 5 ஆவது சருக்கம் வரையில்) என்னும் நூல்களில் பௌத்த மதத்தத்துவங்கள் கூறப்பட்டு மறுக்கப்படுகின்றன. இவை முறையே சைவ சைன மதத்தவரால் எழுதப்பட்டவை. மணிமேகலை 30 ஆவது காதையிலே தேரவாத பௌத்த தத்துவங்கள் விரிவாகக் கூறப்படுகின்றன. மணிமேகலையைத் தவிர, ஏனைய குண்டலகேசி முதலிய பௌத்தத் தமிழ் நூல்கள் இறந்துவிட்டன.

அடிக்குறிப்பு:

1. இவ்வாறு திரிபிடகங்களைப் பாராயணம் செய்துவந்த பிக்குகளுக்கு பாணகர் (Bhanaka) என்பது பெயர். தீகபாணகர், மஜ்ஜிம பாணகர், சம்யுத்த பாணகர், அங்குத்தர பாணகர், ஜாதக பாணகர், தம்மபதப்பாணகர் முதலிய பெயர்களைப் பௌத்தமத உரை நூல்களில் காணலாம். (திரிபடக நூலைப் பாராயணம் செய்த பௌத்த பிக்குகளாகிய இந்தப் பாணகரையும், தமிழ்நாட்டிலே பண்டைக்காலத்தில் யாழ்வாசித்து இசை பயின்ற பாணர் என்பவர்களையும் பெயர் ஒற்றுமை கொண்டு, இருவரும் ஒருவரே என மயங்கக் கூடாது.) தலைவராகக் கொண்ட பிக்குகள் சம்யுத்த நிகாயப் பகுதியையும், அநுருத்தரைத் தலைவராகக் கொண்ட பிக்குகள் அங்குத்தர நிகாயப் பகுதியையும் பாராயணம் செய்து வந்தார்கள்

பௌத்தமதத் தத்துவம்

"பேதைமை செய்கை உணர்வே அருவுரு
வாயில் ஊறே நுகர்வே வேட்கை
பற்றே பவமே தோற்றம் வினைப்பயன்
இற்றென வகுத்த இயல்பீ ராறும்
பிறிந்தோர் அறியின் பெரும்பேறு அறிகுவர்
அறியார் ஆயின் ஆழ்நர கறிகுவர்." *(மணிமேகலை)*
(24-ஆம் காதை 105-110. 30-ஆம் காதை 45-50)

பௌத்தமதத் தத்துவம் பன்னிரண்டு நிதானங்களையுடையது. (நிதானம் = காரணம்) பன்னிரண்டு நிதானங்களைத் தமிழில் பன்னிரு சார்பு என்பர். அவையாவன;

1. அவிஜ்ஜை, 2. ஸங்க்காரம், 3. விஞ்ஞானம், 4. நாமரூபம், 5. ஸளாயதனா, 6. பஸ்ஸ, 7. வேதனா, 8. தண்ஹா, 9. உபாதானம், 10. பவம், 11. ஜாதி, 12. ஜராமரணம்.

பாலிமொழிப் பெயர்களாகிய இவற்றைச் சீத்தலைச் சாத்தனார் தமது மணிமேகலை என்னும் நூலிலே கீழ்க்கண்டவாறு தமிழ்ப் பெயரால் கூறுகிறார்:-

1.பேதைமை. 2. செய்கை. 3. உணர்வு. 4. அருவுரு. 5.வாயில்.6. ஊறு. 7. நுகர்வு. 8. வேட்கை. 9. பற்று. 10. பவம். 11. தோற்றம். 12. வினைப்பயன்.

இப்பன்னிரு சார்புகளின் தன்மைகளைச் சாத்தனார் மணிமேகலை 30ஆம் காதையில் விளக்கியுள்ளார். இச்சார்புகளினாலே பிறப்பு இறப்பு உண்டாகின்றன.

சார்புகளை அறுத்தால், பிறப்பு இறப்பு நீங்கி நிர்வாண மோட்சம் எனப்படும் வீடுபேற்றினை அடையலாம். இவற்றைப் பாலி மொழியில் உள்ள பிடக நூல்களில் கூறியுள்ளபடியே சாத்தனார் மொழிபெயர்த்துக் கூறியுள்ளார். விநயபிடகத்தின் மகாவக்கம் என்னும் பிரிவில் முதல் காண்டத்தில் கீழ்க்கண்டபடி கூறப்பட்டுள்ளது:

"அவிஜ்ஜா பச்சயா ஸங்க்காரா
ஸங்க்கார பச்சயா விஞ்ஞானம்
விஞ்ஞான பச்சயா நாமரூபம்
நாமரூப பச்சயா ஸளாயதனம்
ஸளாயதன பச்சயா பஸ்ஸோ
பஸ்ஸ பச்சயா தண்ஹா
தண்ஹா பச்சயா உபாதானம்
உபாதான பச்சயா பவோ
பவ பச்சயா ஜாதி
ஜாதி பச்சயா ஜராமரணம்
ஸோக பரிதேவ துக்க தோமஸ் ஸூபாயாஸா ஸம்பவந்தி"

இத்திரிபிடக வாக்கியத்தைச் சொல்லுக்குச் சொல் மொழிபெயர்த்து, சாத்தனார் மணிமேகலையில் கூறுவது காண்க:

"பேதைமை சார்வாச் செய்கை யாகும்
செய்கை சார்வா உணர்ச்சி யாகும்
உணர்ச்சி சார்வா அருவுரு வாகும்
அருவுரு சார்வா வாயிலாகும்
வாயில் சார்வா ஊறா கும்மே
ஊறு சார்ந்து நுகர்ச்சி யாகும்
நுகர்ச்சி சார்ந்து வேட்கை யாகும்
வேட்கை சார்ந்து பற்றா கும்மே
பற்றிற் றோன்றும் கருமத் தொகுதி
கருமத் தொகுதி காரண மாக
வருமே ஏனை வழிமுறைத் தோற்றம்
தோற்றஞ் சார்பின் மூப்புப்பிணி சாக்காடு
அவலம் அரற்றுக் கவலைகை யாறெனத்
தவலில் துன்பந் தலைவரும் என்ப." (மணி.30: 104-117)

இவ்வாறு துன்பத்திற்கு (பிறப்பிற்கு)க் காரணமான பன்னிரண்டு சார்புகளையும் கூறியபின்னர், பிறவாமையாகிய இப்பத்திற்குக காரணத்தை விநயபிடகம், மகாவக்கம், முதற்காண்டம் மேலும் கீழ்வருமாறு கூறுகிறது.

"அவிஜ்ஜா யதுவேவ அஸேஸ
விராக நிரோதா ஸங்க்கார நிரோதோ

ஊழ்வட்டம்

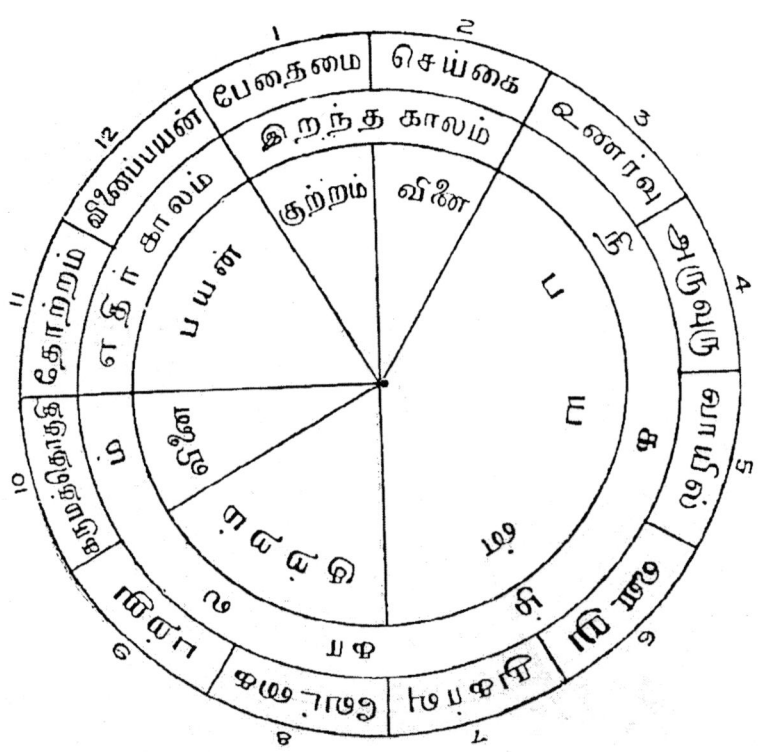

இதில் பன்னிருசார்பு (நிதானம்), நான்கு கண்டம், மூன்று சந்தி,
நோய், காரணம் இவை காட்டப்பட்டுள்ளன.

ஊழ்வட்டம் (தொடர்ச்சி)

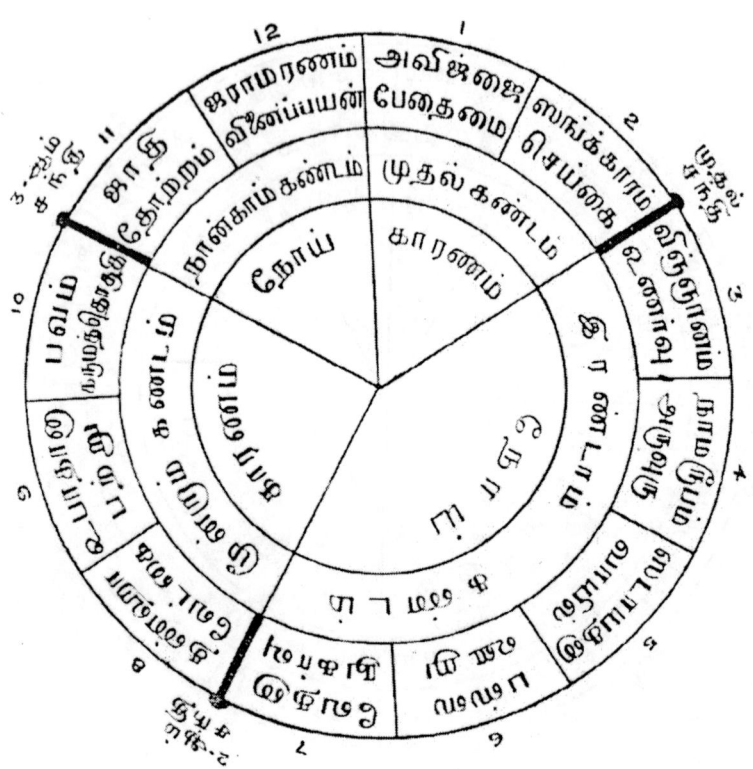

இதில் மூன்று காலம், குற்றம், வினை, பயன் காட்டப்பட்டுள்ளன.

ஸங்க்கார நிரோதா விஞ்ஞான நிரோதோ
விஞ்ஞான நிரோதா நாமரூப நிரோதோ
நாமரூப நிரோதா ஸளாயதன நிரோதோ
ஸளாயதன நிரோதா பஸ்ஸ நிரோதோ
பஸ்ஸ நிரோதா வேதனா நிரோதோ
வேதனா நிரோதா தண்ஹா நிரோதோ
தண்ஹா நிரோதா உபாதான நிரோதோ
உபாதான நிரோதா பவ நிரோதோ
பவ நிரோதா ஜாதி நிரோதோ
ஜாதி நிரோதா ஜராமரணம் ஸோக
பரிதேவ துக்க தோமஸ்ஸூ பாயாஸா நிருஜ்ஜந்தி"

இதனை மொழிபெயர்த்துச் சாத்தனார் மணிமேகலையில் கூறுவது காண்க:

"பேதைமை மீளச் செய்கை மீளும்
செய்கை மீள உணர்ச்சி மீளும்
உணர்ச்சி மீள அருவுரு மீளும்
அருவுரு மீள வாயில் மீளும்
வாயில் மீள ஊறு மீளும்
ஊறு மீள நுகர்ச்சி மீளும்
நுகர்ச்சி மீள வேட்கை மீளும்
வேட்கை மீளப் பற்று மீளும்
பற்று மீளக் கருமத் தொகுதி
மீளும், கருமத் தொகுதி மீளத்
தோற்றம் மீளும், தோற்றம் மீளப்
பிறப்பு மீளும், பிறப்புப் பிணிமூப்புச்
சாக்கா டவலம் அரற்றுக் கவலை
கையா றென்றிக் கடையில் துன்பம்
எல்லாம் மீளும்" (மணிமேகலை 30: 119-133)

இந்தச் சார்புகளை (நிதானங்களை) ஊழின் வட்டம் அல்லது ஊழ்மண்டிலம் என்பர். இவ்வூழ்வட்டம் சந்தி, கண்டம், காலம், குற்றம், வினை, பயன், நோய் காரணம் என்னும் உறுப்புகளையுடையது. (படம் காண்க)

"சார்புணர்ந்து சார்புகெட ஒழுகின் மற்றழித்துச்
சார்தரா சார்தரும் நோய்"

என்றபடி இச்சார்புகளை அறுத்து வீடு பெறுவதே பௌத்தர்களின் நிர்வாண மோட்சமாகும். வீடு பேறடைவதற்கு நான்கு உயர்ந்த உண்மைகளை (சத்தியங்களை) அறிய வேண்டும். நான்கு உண்மைகளாவன: 1. நோய் (துக்கம்) 2. நோய் காரணம்

(துக்கோற்பத்தி) 3. நோய் நீங்கும் வாய் (துக்க நிவாரணம்), 4. நோய் நீங்கும் வழி (துக்க நிவாரண மார்க்கம்) என்பன. இவற்றைச் சற்று விளக்குவோம்.

1. நோய்: பிறத்தல் துன்பம். பிணி, மூப்பு, சாக்காட்டைவது துன்பம். அரற்று. கவலை, கையாறு இவை எல்லாம் துன்பந் தருவன. சுருங்கக்கூறின், புலன்களால் உண்டாகும் பற்றுகள் எல்லாம் துன்பம் தருவன என்று அறிதல் முதல் உண்மை.

"உணர்வே அருவரு வாயில் ஊறே
நுகர்வே பிறப்பே பிணிமூப்புச் சாவே
அவலம் அரற்றுக் கவலை கையாறென
நுவலப் படுவன நோயா கும்மே."   (மணி 30. 179-182)

2. நோய் காரணம்: துன்பம் விளைவதற்குக் காரணமாக இருப்பவைகளை உணர்வது இரண்டாவது உண்மை.

"அந்நோய் தனக்குப்
பேதைமை செய்கை அவாவே பற்றுக்
கரும வீட்டமிவை காரணம் ஆகும்"   (மணி 30. 183-185)

3. நோய் நீக்கும் வாய்: நோயையும் நோய்க்குக் காரணமாக இருப்பவற்றையும் நன்கறிந்து இவற்றிற்கு ஆசை (அவா)தான் காரணம் என்பதை நன்குணர்ந்து நோயினின்று விடுதலையடையும் வாயிலை அறிவது மூன்றாவது உண்மை.

"துன்பம் தோற்றம், பற்றே காரணம்
இன்பம் வீடே, பற்றிலி காரணம்"   (மணி 30: 186-187)

என்னும் உண்மையை உறுதியாக உணர்தல் துக்க நிவாரணம் என்பது.

4. நோய் நீக்கும் வழி: துன்பத்தைப் போக்கி வீடுபேறாகிய நிர்வாண மோட்சத்தையடைவதற்குரிய வழியாது எனில், அட்டாங்க மார்க்கம் என்னும் எட்டுவித ஒழுக்கத்தை மேற்கொண்டு ஒழுகுவதாகும். அஷ்டாங்க மார்க்கமாவன: (1) நற்காட்சி (ஸம்பக்திருஷ்டி) (2) நல்லூற்றம், அஃதாவது நற்கருத்து (ஸம்யக் சங்கல்பம்) (3) நல்வாய்மை (ஸம்யக் வாக்கு) (4) நற்செய்கை (ஸம்யக் கர்மம்) (5) நல்வாழ்க்கை (ஸம்யக் ஆஜீவம்) (6) நல்லூக்கம்; அஃதாவது நன்முயற்சி (ஸம்யக் வியாயாமம்) (7) நற்கடைப்பிடி (ஸம்யக் ஸ்மிருதி) (8) நல்லமைதி (ஸம்யக் சமாதி) இவற்றின் விளக்கத்தை விரிந்த நூலிற் காண்க.

இந்த அஷ்டாங்க மார்க்கத்தில் சீலம் (ஒழுக்கம்), சமாதி (தியானம்), பஞ்ஞா (ஞானம்) என்னும் மூன்றும் அடங்கும். இவற்றைச் சிறிது விளக்குவோம்.

சீலம்: இது பஞ்ச சீலம், அஷ்டாங்க சீலம், தச சீலம் என மூன்று வகைப்படும். பஞ்ச சீலமாவது: (1) ஓருயிரையும் கொல்லாமலும் தீங்கு செய்யாமலும் இருத்தலோடு அவற்றினிடம் அன்பாக இருத்தல். (2) பிறர் பொருளை இச்சிக்காமலும் களவு செய்யாமலும் இருத்தல் (3) கற்பு நெறியில் சிற்றின்பம் துய்த்தல்; அஃதாவது, முறை தவறிய சிற்றின்பத்தை நீக்குதல். (4) உண்மை பேசுதல், பொய் பேசாதிருத்தல். (5) மயக்கத்தையும் சோம்பலையும் உண்டாக்குகிற மதுபானங்களை உட்கொள்ளாமை. இந்தப் பஞ்ச சீலங்கள் இல்லறத்தார்க்கு உரியன. இவற்றோடு, (6) இரவில் தூய்மையான உணவை மிதமாக உண்ணல், (7) பூ, சந்தனம், வாசனைச்சுண்ணம், எண்ணெய் முதலிய நறுமணங்களை நுகராமை, (8) பஞ்சணை முதலியவற்றை நீக்கித் தரையில் பாய்மேல் படுத்து உறங்குதல் என்னும் மூன்றையும் சேர்த்து அஷ்டசீலம் (எட்டு ஒழுக்கம்) என்பர். அஷ்டசீலம் இல்லத்தாரில் சற்று உயர்நிலையடைந்தவர் ஒழுகவேண்டிய ஒழுக்கங்களாகும். இவற்றோடு, (9) இசைப்பாட்டு, கூத்து, நாடகம் முதலிய காட்சிகளை காணாதிருத்தல், (10) பொன், வெள்ளி முதலியவற்றைத் தொடாதிருத்தல் ஆகிய இவை இரண்டும் சேர்ந்து தசசீலம் (பத்து ஒழுக்கம்) எனப்படும். தசசீலம் துறவிகள் ஒழுகவேண்டிய ஒழுக்கமாகும். தசசீலத்தில் ஒழுகும் துறவி, சிற்றின்பத்தை அறவே ஒழிக்கவேண்டும். தசசீலங்களை மேற்கொண்டு, அடக்கமான பேச்சையும் அடக்கமான செயலையும் உடையவராய், உலகப் பற்றுக்களை நீக்கித் துறவறத்தை மேற்கொண்டவரே பிக்கு ஆவர். பிறகு,

சமாதி (தியானம்) என்பது, துறவறம் மேற்கொண்டு தசசீலங்களில் ஒழுகுகிற துறவியானவர், கைக்கொள்ள வேண்டிய ஒழுக்கம். விலக்க வேண்டிய தீய எண்ணங்களை நீக்கி, மனத்தை ஒரு நிலையில் நிறுத்துவதே சமாதி அல்லது தியானம் என்பது. இதனால், ஐம்புலன்களினால் உண்டாகும் ஆசைகளும்; பகை, கோபம், மறதி, ஐயம், அடக்கமின்மை முதலிய தீய குணங்களும் தடுக்கப்படுகின்றன; மனம் சாந்தநிலையையடைகிறது. பிறகு,

பஞ்ஞா என்னும் ஞானநிலையில் ஒழுகவேண்டும். தியானமாகிய சமாதியொழுக்கத்தினாலே, தீய எண்ணங்களும் மனோவுணர்ச்சிகளும் அழிக்கப்படாமல், செயலற்று அடங்கிக்

கிடக்கின்றன, அவை திடீரென எழும்பிவிடவும் கூடும். அவ்வாறு அவை எழும்பிச் செயற்படாதவாறு, பஞ்ஞா அல்லது ஞானம் என்னும் நுண்ணறிவைக் கொண்டு அவற்றை அழிக்க வேண்டும். இந்த ஞானந்தான், பொருள்களை உள்ளது உள்ளவாறு உணரச் செய்து, மனோவுணர்ச்சிகளை அழியச் செய்கிறது. இந்த ஞான நிலையையடைந்தவர் உலகத்தின் உண்மையான நிலையைக் காண்கிறார். அதனால்,

"அநித்தம் துக்கம் அநான்மா அசுசி எனத்
தனித்துப் பார்த்துப் பற்றறுத் திடுதல்"   (மணி, 30: 254-255)

என்றபடி உலகம் நிலையாமையுள்ளது, துன்பம் உடையது, அநாத்மிகமானது. அசுத்தமானது என்றுணர்ந்து பற்றற்று வீடடைகின்றார்.

பௌத்தமதத் தத்துவம் ஒருவாறு சுருக்கமாகக் கூறப்பட்டது. இது, தேரவாத பௌத்த தத்துவமாகும்.

❊

பௌத்தமதம் தமிழ்நாடு வந்த வரலாறு

கி.மு. ஐந்தாம் நூற்றாண்டில் கௌதம புத்தரால் வட இந்தியாவில் தோன்றிய பௌத்தமதம், தென்இந்தியாவில் உள்ள தமிழ்நாட்டில் எப்போது வந்தது? இந்த மதத்தை முதல்முதல் இங்கு கொண்டு வந்தவர் யாவர்? இவற்றைப்பற்றி இங்கு ஆராய்வோம்.

கடைச்சங்க காலத்திற்குப் பின்னர்தான், அஃதாவது கி.பி. மூன்றாவது நூற்றாண்டுக்குப் பிறகுதான், பௌத்தமதம் தமிழ்நாட்டில் வந்திருக்கக்கூடும் என்று சிலர் கருதுகின்றனர். இவ்வாறு இவர்கள் கருதுவதற்குக் காரணம் யாதெனில், கடைச்சங்க நூல்களில் பௌத்தமதத்தைப் பற்றிக் கூறப்படாததுதான். ஆனால், இவர்கள் கருத்துத் தவறெனத் தெரிகின்றது. பௌத்தமதத்தைப் பற்றிய குறிப்புகள் கடைச்சங்கத் தொகை நூல்களுட் காணப்படவில்லையாயினும், அச்சங்க காலத்து நூல்களில் காணப்படுகின்றன. அஃதாவது, கடைச்சங்க காலத்து நூல்களாகிய மணிமேகலை, சிலப்பதிகாரம், மதுரைக்காஞ்சி என்னும் நூல்களில் இந்த மதத்தைப் பற்றிக் கூறப்பட்டுள்ளன. அன்றியும், பௌத்தமதப் புலவர்கள் இயற்றிய செய்யுள்கள் கடைச்சங்கத் தொகை நூல்களுட் காணப்படுகின்றன. மணிமேகலை என்னும் பௌத்த காவியத்தை இயற்றிய பௌத்தராகிய கூலவாணிகர் சாத்தனார் அருளிச்செய்த செய்யுள்கள் அகநானூறு, புறநானூறு, நற்றிணை, குறுந்தொகை என்னும் நூல்களுள் தொகுக்கப்பட்டுள்ளன. இளம்போதியார் என்பவரும் கடைச்சங்க காலத்திலிருந்தே

பௌத்தப் புலவர். இவரது பெயரே இவர் பௌத்தர் என்பதைத் தெரிவிக்கின்றது. (போதி = அரச மரம்: அரசமரத்தின் கீழே புத்தர் ஞானம் பெற்றபடியால், பௌத்தர் அரசமரத்தைத் தொழுவது வழக்கம்.) இந்த இளம்போதியார் இயற்றிய செய்யுள் ஒன்று நற்றிணை என்னும் கடைச்சங்க தொகை நூலில் 72-ஆம் பாட்டாகத் தொகுக்கப்பட்டிருக்கின்றது. ஆகவே, கடைச்சங்க நூல்களில் பௌத்த புலவர்களின் செய்யுள்கள் தொகுக்கப்பட்டிருக்கின்ற படியினால், அச்சங்க காலத்துக்குப் பிறகுதான் பௌத்த மதம் தமிழ்நாடு வந்திருக்ககூடும் என்பது தவறாகின்றது. கடைச்சங்க காலத்திலேயே, அஃதாவது, கி.பி. முதலாவது, அல்லது இரண்டாவது நூற்றாண்டிலேயே பௌத்தம் தமிழ்நாட்டில் இருந்தது என்பது நன்கு விளங்குகின்றது. ஆயினும், பௌத்தமதம் தமிழ்நாட்டிற்கு முதல்முதல் எப்போது வந்தது என்னும் கேள்விக்கு இது விடையன்று.

இக்கேள்விக்கு விடை தமிழ் நூல்களில் காணக் கிடைக்கவில்லை. ஆகையால், புறச்சான்றுகளைக் கொண்டு ஆராய்வோம். நற்காலமாக, அசோக சக்கரவர்த்தி எழுதுவித்துள்ள கல்வெட்டுச் சாசனங்களில் இரண்டு நமது ஆராய்ச்சிக்குப் பெரிதும் துணை செய்கின்றன. அசோக சக்கரவர்த்தி மௌரிய மன்னர்களுள் தலைசிறந்தவர். (கி.மு. மூன்றாம் நூற்றாண்டில் கி.மு. 273 முதல் 232 வரையில்) தமிழ் இந்தியாவைத் தவிர ஏனைய இந்தியா முழுவதையும் ஒரு குடைக்கீழ் வைத்துலகாண்ட ஒப்பற்ற மன்னர். அன்றியும், இவர், பௌத்தமதத்தை மேற்கொண்டு, இந்தியா தேசத்திலும் அதற்கப்பாற்பட்ட தேசங்களிலும் இந்தப் பௌத்தமதத்தைப் பரவச்செய்தார். இவர் பாரதநாட்டில் வெவ்வேறிடங்களில் எழுதுவித்துள்ள கல்வெட்டுச் சாசனங்களில் இரண்டு நமது ஆராய்ச்சிக்கு உதவி செய்கின்றன என்று சொன்னோம். சௌராஷ்டிர தேசத்திலுள்ள கிர்னார் நகரத்துக்கருகில் உள்ள பாறையொன்றில் எழுதப்பட்ட அசோக சாசனத்தில் (Edict ii) கீழ்க்கண்ட பகுதி காணப்படுகின்றது:-

> ‘காருண்யமுள்ள தேவனாம்பிரியராகிய அரசர் பெருமானுடைய (அசோகருடைய) ஆட்சிக்குட்பட்ட எல்லாவிடங்களிலும், இவ்வெல்லைக்கு அப்பாற்பட்ட சோழ பாண்டிய, சத்தியபுத்திர, கேரளபுத்திர தேசங்களிலும், தாமிரபரணியிலும் (இலங்கை), யவன அரசனாகிய அண்டியொகஸ் ஆட்சிசெய்யும் தேசத்திலும், அதற்கப்பாற்பட்ட தேசங்களிலும் காருண்யமும் மேன்மையும் பொருந்திய அரசரால் இரண்டுவித மருத்துவ சிகிச்சைகள்

ஏற்படுத்தப்பட்டன. அவை, மக்களுக்கு மருத்துவம், கால்நடைகளுக்கு மருத்துவம் என்னும் இருவகை மருத்துவ நிலையங்களாம்.'

இந்தச் சாசனத்தில், அசோக சக்கரவர்த்தி தமது நாட்டிலும், தமிழ்நாட்டிலும் ஏனைய நாடுகளிலும் மருத்துவ நிலையங்களை அமைத்தார் என்பது மட்டும் கூறப்படுகின்றது. ஆனால் கீழ்க்கண்ட இன்னொரு சாசனத்தில், இவர் தமிழ்நாட்டில் பௌத்தமதத்தைப் பரப்பிய செய்தி காணப்படுகின்றது. பிஷாவர் நகரத்துக்கு அருகில் காணப்படுகின்ற இந்தச் சாசனம் (Rock Edict iii), போர் செய்து பலரைக் கொன்று அதனால் பெறும் மறவெற்றியை விட, அறத்தைப் போதித்து அதனால் பெறும் அறவெற்றியே தமக்கு விருப்பமானது என்பதைத் தம் பிள்ளைக்கும் பேரப் பிள்ளைக்கும் அசோக மன்னர் தெரிவிக்கிற செய்தியைக் கூறுகின்றது. இவ்வாறு கூறுகின்ற இந்தச் சாசனத்தில் நமது ஆராய்ச்சிக்கு உதவி செய்கின்ற பகுதியும் காணப்படுகின்றது. அது வருமாறு:-

> "தரும விஜயம் (அறவெற்றி) என்னும் வெற்றியே மாட்சிமிக்க அரசரால் (அசோக மன்னரால்) முதல் தரமான வெற்றியென்று கருதப்படுகின்றது. இந்த வெற்றி இந்த இராச்சியத்திலும், இதற்கப்பாற்பட்ட அறநூறு யோசனை தூரத்திலுள்ள அண்டியொகஸ் என்னும் யவன அரசனுடைய தேசத்திலும் அதற்கும் அப்பால் டாலமி, அண்டிகொனஸ் மகஸ், அலெக்ஸாந்தர் என்னும் பெயருள்ள நான்கு அரசர்களின் தேசங்களிலும், இப்பால் தெற்கேயுள்ள சோழ பாண்டிய, தாம்பிரபரணி (இலங்கை) வரையிலும் இந்த (அற) வெற்றி அடிக்கடி அரசரால் கைப்பற்றப்பட்டது.

இந்த சாசனம் கி.மு. 258-இல் எழுதப்பட்டது. அசோக மன்னர், தமிழ் நாட்டிலும், இலங்கையிலும் தரும விஜயத்தை - அஃதாவது, பௌத்த தருமத்தைப் போதித்து அதனைப் பரவச் செய்வதால் வந்த அறவெற்றியை - கைப்பற்றினார் என்னும் செய்தியை இச்சாசனம் தெரிவிக்கின்றது. இதன் திரண்ட பொருள் என்னவென்றால், அசோக சக்கரவர்த்தி தூதர்களை (பிக்ஷுக்களை) அனுப்பிப் பௌத்த தருமத்தைத் தமிழ்நாட்டிலும் இலங்கையிலும் மற்றும் பல நாடுகளிலும் பரவச் செய்தார் என்பதே. சரித்திர ஆராய்ச்சியாளர் அனைவரும் இக்கருத்தையே இச்சாசனப்பகுதி விளக்குவதாகக் கூறுகின்றனர்.

அசோக மன்னர் காலத்தில்தான் பௌத்தமதம் தமிழ்நாட்டிற்கு வந்தது என்பதற்கு வேறுவிதமான புறச்சான்றும் கிடைக்கின்றது. 'மகாவம்சம்', 'தீபவம்சம்' என்னும் பௌத்த நூல்கள் இலங்கையில் பௌத்தமதம் வந்த வரலாற்றினையும், அந்த மதத்தை இலங்கை அரசர் எவ்வாறு போற்றிப் பாதுகாத்து வந்தனர் என்னும் வரலாற்றினையும் விரிவாகக் கூறுகின்றன. இலங்கைத் தீவு தமிழ்நாட்டையடுத்துள்ளதாகையாலும், தமிழ்நாட்டினைக் கடந்தே இலங்கைக்கு செல்ல வேண்டுமாகையாலும், இலங்கையில் பௌத்தமதம் வந்த அதே காலத்தில்தான் தமிழ்நாட்டிலும் பௌத்தமதம் வந்திருக்க வேண்டும் என்று துணியலாம். ஆகவே, தீபவம்சமும் மகாவம்சமும் என்ன கூறுகின்றன என்று பார்ப்போம். பாடலீபுரம் என்னும் நகரத்தில் அசோக சக்கரவர்த்தியின் ஆதரவில் மொக்கலபுத்த திஸ்ஸ என்னும் தேரரின் தலைமையில் மூன்றாவது பௌத்த மகாநாடு கூடியதென்றும், ஒன்பது திங்கள் வரையில் அந்த மகாநாட்டில் பௌத்தமத ஆராய்ச்சி நடைபெற்றதென்றும், மகாநாடு முடிந்த பின்னர்ப் பௌத்தமதத்தைப் பரப்புவதற்காகப் பல பிக்குகள் பல்வேறு நாடுகளுக்கு அனுப்பப்பட்டனர் என்றும், இந்த நூல்கள் கூறுகின்றன.

காஸ்மீரம், காந்தாரம் என்னும் நாடுகளுக்கு மஜ்ஜந்திகர் என்னும் தேரரும், மகிஷ மண்டலத்துக்கு மகாதேவர் என்னும் தேரரும் அனுப்பப்பட்டனர். வனவாசி நாட்டிற்கு ரக்கிதர் என்னும் தேரரும், அபரந்தக தேசத்திற்குத் தம்மரக்கிதர் என்னும் தேரரும் மகாராட்டிர தேசத்திற்குத் மகாதம்மரக்கதிர் என்னும் தேரரும், யோன தேசத்திற்கு மகாரக்கிதர் என்னும் தேரரும் அனுப்பப்பட்டனர். இமாலயத்தைச் சேர்ந்த நாட்டிற்கு மஜ்ஜிம என்னும் தேரரும் சுவன்னபூமி நாட்டிற்கு சோணர், உத்தரர், என்னும் தேரர்களும் அனுப்பப்பட்டனர். பெரிய தேரராகிய மகிந்தரும் அவரின் சீடர்களாகிய இட்டியர், உத்தியர், சம்பலர், பத்தசாலர் என்பவர்களும் இலங்கைத் தீவுக்கு பௌத்தமதத்தைப் பரவச் செய்ய அனுப்பப்பட்டனர். மகிந்தர் முதலியவர்கள், தாம் அடைந்திருந்த இருத்தியினாலே, ஆகாய வழியாகப் பறந்து இலங்கையையடைந்தனர் என்று மகாவம்சம் என்னும் நூல் (12-ஆம் அதிகாரம்.) கூறுகிறது.

[இதில் கூறப்படுகிற காந்தாரதேசம் என்பது பஞ்சாப் தேசத்து வடபுறத்தில் உள்ள பெஷாவர், ராவல் பிண்டி என்னும் நாடுகளாகும். காஸ்மீரம் என்பது இப்போதுள்ள காஸ்மீரதேசம். மகிஷமண்டலம் என்பது இப்போதைய மைசூர் நாடு என்று கருதுவர் சிலர்.

ஆனால், விந்தியமலைக்குத் தெற்கில் இருந்ததும் மகிஷ்மதி என்னும் தலைநகரைக் கொண்டிருந்ததுமான மகிஷ மண்டலம் என்னும் தேசமாகும் என்று ஆராய்ச்சியாளர் கூறுவர். வனவாசி என்பது இப்போதைய வடகன்னட ஜில்லாவைச் சேர்ந்த பகுதி. இங்கு இப்போதும் பனவாசி என்னும் பட்டினம் இருக்கிறது. அபராந்தக (மேற்குக் கோடி) தேசம் என்பது குஜராத்து, கத்தியவார், கச்சு, சிந்து என்னும் நாடுகளைச் சேர்ந்த பாகம். மகாராட்டிரம் என்பது இப்போது மராட்டி பாஷை பேசுகிற மகாராட்டிர தேசம் ஆகும், யோன தேசம் என்பது யவன நாடு. இஃது இந்தியா தேசத்துக்கப்பால் வடமேற்குப் பக்கத்தில் உள்ள தேசம். இமாலயம் என்பது இமயமலைச்சாரலைச் சேர்ந்த நாடுகள். சுவர்ணபூமி என்பது பர்மா தேசம் என்று கருதுவர் சிலர். ஆனால், கர்ண சுவர்ண எனப்படும் வங்காளதேசம் என்றும், மத்திய இந்தியாவில் உள்ளதும் கங்கையாற்று ஒரு கிளையாக உள்ளதும் ஆன சோணை நதி (இரண்ய வாஹ) யைச் சூழ்ந்த நாடு என்றும் ஆராய்ச்சி வல்லார் கருதுவர். இலங்கை அல்லது தம்பபண்ணி (தாம்ரபரணி) என்பது இப்போதைய சிங்களத்தீவு ஆகும்.]

இவ்வாறு இந்தியாவிலும் அதற்கு அண்மையிலும் உள்ள நாடுகளுக்குப் பௌத்த பிக்ஷுக்களை அனுப்பிய மூன்றாவது பௌத்த சங்கம், தமிழ்நாட்டிற்குப் பிக்ஷுக்களை அனுப்பியதாக இலங்கைநாட்டு நூலாகிய மகாவம்சம் கூறவில்லை. ஏன்? இதன் காரணம் என்ன? ஆனால், மேலே காட்டியபடி, அசோக சக்கரவர்த்தி எழுதியுள்ள கல்வெட்டுச் சாசனங்கள் இரண்டும் (Edict ii and iii) தமிழ்நாட்டிலே பௌத்த பிக்ஷுக்கள் அனுப்பப்பட்டதாகக் கூறுகின்றன. அன்றியும் அசோக சக்கரவர்த்தியும் அவரால் அனுப்பப்பட்ட மகேந்திர தேரரும் கட்டிய விகாரைகளும் தூபிகளும் தமிழ்நாட்டிலே இருந்தன என்று வேறு சான்றுகள் தெரிவிக்கின்றன. யுவாங்சுவாங் என்னும் சீன நாட்டுப் பௌத்தர் கி.பி. 7-ம் நூற்றாண்டில் இந்தியா முழுவதும் யாத்திரை செய்து பௌத்த சமய ஆராய்ச்சி செய்தார். அவர் எழுதியுள்ள தமது யாத்திரைக் குறிப்பில் கீழ்க்கண்ட செய்திகள் கூறப்படுகின்றன. (யுவாங்சுவாங் கி.பி. 640-இல் காஞ்சீபுரத்திற்கு வந்தார்). காஞ்சீபுரத்திலே அசோக சக்கரவர்த்தியால் கட்டப்பட்ட நூறு அடி உயரம் உள்ள பௌத்த ஸ்தூபி இருந்ததையும், சோழ நாட்டிலே அசோக சக்கரவர்த்தி கட்டிய ஒரு பௌத்த விகாரை இருந்ததையும் இவர் குறிப்பிடுகிறார். அன்றியும், பாண்டி நாட்டின் தலைநகருக்கு (மதுரைக்கு) அருகிலே

அசோக சக்கரவர்த்தியின் தம்பியாகிய மகேந்திரரால் கட்டப்பட்ட ஒரு சங்காராமம் (பௌத்த விகாரை) இருந்ததாகவும், அதற்குக் கிழக்கே அசோக சக்கரவர்த்தியால் கட்டப்பட்ட ஒரு ஸ்தூபி இருந்ததாகவும், இவை இரண்டும் இவர் காலத்தில் இடிந்து சிதைந்து புல்பூண்டு முளைத்துக் காணப்பட்டன என்றும் இவர் குறிப்பிடுகிறார்.[1]

பர்மா தேசத்துப் பௌத்தப்பிக்குப் பரம்பரையை கூறுகிற வரலாறு (*Talaing Records*) காஞ்சீபுரத்துக்கு அருகிலே பதர திட்டை என்னும் இடத்தில் அசோக சக்கரவர்த்தியால் கட்டப்பட்ட விகாரையில் தம்மபாலர் என்னும் பௌத்தபிக்கு வசித்திருந்தார் என்று கூறுகிறது, இந்தத் தம்மபாலர் என்பவர் பேர்போன ஆசாரிய தம்மபாலர் ஆவர். இவர் தமிழ்நாட்டில் இருந்த தமிழ்ப்பௌத்த பிக்ஷு. இவர், பௌத்த வேதமாகிய திரிபிடகத்தின் சில பகுதிகளுக்குப் பாலி மொழியில் உரை எழுதியிருக்கிறார். இவர் கி.பி. 5-ஆம் நூற்றாண்டின் தொடக்கத்தில் இருந்தவர். தாம் எழுதிய நூலில், அசோக சக்கரவர்த்தியால் கட்டப்பட்ட விகாரையில் தாம் தங்கியிருந்து இந்நூலை எழுதியதாக கூறியிருக்கிறார்.

சிலப்பதிகாரத்தில் காவிரிப்பூம்பட்டினத்தில் இருந்ததாகக் கூறப்படுகிற இந்திரவிகாரை என்பது மகேந்திர தேரரால் கட்டப்பட்ட விகாரை என்று ஆராய்ச்சியாளர் கூறுகின்றார்கள்.

இவ்வாறு அசோக சக்கரவர்த்தியின் சாசனங்களும், ஏனையோர் சான்றுகளும், தமிழ்நாட்டிலே அசோக சக்கரவர்த்தியும் அவர் அனுப்பிய மகேந்திரரும் கட்டிய விகாரைகளும், தூபிகளும் இருந்த செய்தியைக் கூறுகின்றன. ஆகவே, ஏனைய நாடுகளுக்கு பௌத்த பிக்ஷுக்கள் அனுப்பப்பட்டது போலவே தமிழ்நாட்டிற்கும் அனுப்பப்பட்டிருக்க வேண்டும். அவ்வாறு அனுப்பப்பட்டவர்கள் மகேந்திர தேரரும் அவருடன் வந்த பிக்ஷுக்களாகவும் இருக்க வேண்டும். ஆனால், இச்செய்திகளை இலங்கை நூலாகிய மகாவம்சம் ஏன் கூறாமல் மறைத்து விட்டது? இதன் காரணம் யாது?

பண்டைக்காலத்தில் தமிழர் இலங்கைமேல் படையெடுத்துச் சென்று அடிக்கடி அந்நாட்டைக் கைப்பற்றி அரசாண்டு வந்தபடியாலும், அடிக்கடி தமிழருக்கும் சிங்களவரான இலங்கை யாருக்கும் போர் நிகழ்ந்துவந்தபடியாலும், மகேந்திரர் தமிழ்நாட்டில் பௌத்த மதத்தைப் போதித்த செய்தியை இலங்கை நூல்கள், பகைமை காரணமாகக் கூறாமல்விட்டன. மகத நாட்டிலிருந்து

நேரடியாக பௌத்தமதம் தமது இலங்கை தீவுக்கு வந்தது என்னும் பெருமையையடைவதற்காக இலங்கைப் பிக்குகள் இதனை மறைத்துவிட்டார்கள் என்று வின்ஸென்ட் ஸ்மித் என்பவர் கூறுகிறார்.[2]

இவர் கருத்தையே ஆராய்ச்சி வல்லார் ஒப்புக்கொள்கின்றனர். வட இந்தியாவிலிருந்து தென் இலங்கைக்கு வந்த மகேந்திரர், கடல் வழியாகப் பிரயாணம் செய்திருக்க வேண்டும் என்றும், அவ்வாறு கடல் பிரயாணம் செய்தவர் இலங்கைக்கு செல்லும் வழியில் உள்ளதும் அக்காலத்தில் பேர் பெற்று விளங்கியதுமான காவிரிப்பூம்பட்டினத்தில் தங்கியிருக்கக்கூடும் என்றும், அவ்வாறு தங்கியிருந்த காலத்தில் கட்டப்பட்டவைதாம் அந்நகரத்தில் இருந்தனவாகத் தமிழ்நூல்களில் கூறப்படும் இந்திர விகாரைகளென்றும் ஆராய்ச்சியாளர்கள் கூறுகிறார்கள்.

பிக்ஷுக்கள் ஆகாய வழியாகப் பறந்து நேரே இலங்கைக்கு வந்ததாக மகாவம்சம் என்னும் இலங்கை நூல் கூறுகிறதென்றாலும், அசோகர் அனுப்பிய பௌத்த பிக்ஷுக்கள் இலங்கைக்கு போகும் வழியில் தமிழ்நாட்டிலே தங்கிப் பௌத்தமதத்தைப் போதித்திருக்க வேண்டும் என்று கருதுவர் அரசாங்க சிலாசாசன ஆராய்ச்சியாளர்.[3]

இவ்வாறு கருதுவர் வேறு சிலரும்.[4]

மகேந்திரர் நேரே இலங்கைக்கு ஆகாய வழியாகப் பறந்து சென்றார் என்று மகாவம்சம் என்னும் நூல் கூறுவது ஐயப்படுவதற்குரியது என்றும், தமிழ்நாட்டிற்கு வந்த பிறகுதான் மகேந்திரர் இலங்கைக்கு சென்றிருக்க வேண்டும் என்றும் மற்றோர் ஆராய்ச்சியாளரும் கருதுகிறார். அவர் கூறுவதன் சாரமாவது: அசோகருடைய இரண்டு (Rock Edicts ii and iii) சாசனங்களில் கூறப்படுகிற தம்பபன்னி (தாம்பிரபரணி) என்பது தம்பபன்னி தீவாக (இலங்கைத் தீவாக) இருக்கவேண்டும் என்பதில்லை. அது தாம்பிரபரணி பாய்கிற, தற்போது திருநெல்வேலி என்று வழங்கப்படுகிற ஜில்லாவாகும். யுவாங்சுவாங் என்னும் சீன யாத்திரிகர் கூறுகிற மலயகூடம் என்னும் தேயமும் இதுவாகும். இங்கிருந்து படகேறிச் சிறிது தூரத்தைக் கடந்தால் தம்பபன்னிக்கு (இலங்கைக்குச்) செல்லலாம்.[5]

பாண்டிய நாட்டில் மதுரை ஜில்லாவில் சில குகைகள் காணப்படுகின்றன. இக்குகைகளில் பிக்குகள் படுத்துறங்குவதற்காகப் பாறையில் செதுக்கியமைக்கப்பட்ட படுக்கைகளும் அப்படுக்கையின்

கீழ்ச்சில எழுத்துக்களும் காணப்படுகின்றன. இக்கற்படுக்கைகளின் அமைப்பு முதலியவை, இலங்கைத் தீவில் பௌத்தத் துறவிகள் தங்குவதற்காகப் பண்டைக்காலத்தில் அமைக்கப்பட்ட குகையிலுள்ள படுக்கைகள் முதலியவற்றின் அமைப்பை ஒத்திருக்கின்றன. பௌத்தத் துறவிகள் ஊருக்குள் வசிக்கக்கூடாதென்பது அம்மதக் கொள்கையாதலால், அவர்கள் வசிப்பதற்காக மலைப்பாறைகளில் குகைகள் அமைப்பது பண்டைக்காலத்து வழக்கம். இலங்கையிலும் பாண்டி நாட்டிலும் காணப்படும் இந்தக் குகைகளின் அமைப்பைக் கொண்டு இவை பௌத்தத் துறவிகள் தங்குவதற்கென அமைக்கப்பட்டவை என்றும்; இப்பாண்டி நாட்டு குகைகளில் காணப்படும் எழுத்துக்களைக் கொண்டு (இவை அசோகர் காலத்துக் கல்வெட்டுச் சாசனங்களில் காணப்படும் பிராமி எழுத்தை ஒத்திருப்பதால்), இவை கி.மு. மூன்றாம் நற்றாண்டில் அமைக்கப்பட்டிருக்க வேண்டும் என்றும் ஆராய்ச்சி வல்லவர் கூறுகின்றனர். இவ்வாறு காணப்படும் பாண்டிநாட்டுக் குகைகளில் ஒன்று அரிட்டாபட்டி என்னும் கிராமத்துக்கருகில் இருக்கின்றது. ‘அரிட்டாபட்டி’ என்னும் பெயர் பௌத்தமதத்தைப் பரவச் செய்ய மகேந்திரருக்கு உதவியாயிருந்த அரிட்டர் என்னும் பிக்குவை நினைவூட்டுகிறது. இந்த அரிட்டர் என்னும் பௌத்த முனிவர் இங்குள்ள குகையில் தமது சீடருடன் வாழ்ந்திருக்கக்கூடும் என்றும், ஆனது பற்றியே இக்குகைக்கருகில் உள்ள சிற்றூர் ‘அரிட்டாபட்டி’ என்று வழங்கலாயிற்று என்றும் கூறுவர். மகாவம்சம் என்னும் நூல் மகா அரிட்டர் என்பவர் மகிந்தருடன் சேர்ந்து பௌத்த மதத்தைப் பரப்பினர் என்று சொல்வதைப் பாண்டி நாட்டில் உள்ள ‘அரிட்டாபட்டி’ என்னும் பெயருடன் அங்குள்ள குகைகளும் வலியுறுத்துகின்றன.

மேலே எடுத்துக்காட்டிய சான்றுகளினாலே. யாம் முதலில் கேட்ட கேள்விகளுக்கு விடை கிடைக்கப் பெற்றோம். அஃதாவது. தமிழ்நாட்டில் பௌத்த மதம் எந்தக் காலத்தில் வந்தது? இந்த மதத்தைக் கொண்டுவந்து இங்குப் புகுத்தியவர் யாவர்? என்னும் வினாக்களுக்கு, கி.மு. மூன்றாம் நூற்றாண்டில் இந்த மதம் தமிழ் நாட்டில் வந்ததென்றும், இதனை இங்குக் கொண்டு வந்து புகுத்தியவர் அசோக மன்னரும் அவரது உறவினராகிய மகேந்திரரும்[6] மற்றும் அவரைச் சேர்ந்த பிக்குகளுமாவார் என்றும் விடை கண்டோம்.

அடிக்குறிப்பு:

1. Beal Records of the western world ii, P. 231.
2. P.45 Asoka 3rd Edition by vincent A smith.
3. EP. Rep, 1097 Page 61.
4. Asoka's Mission to ceylon and some connected problem by jyotirmay Sen, Indian Historical Quarterly vol. V.PP. 667-678.
5. Page 60, 62 on the Chronicles of Ceylon by Bimala Chran law,
6. இந்த மகிந்தர் (மகேந்தீரர்) அசோக சக்கரவர்த்தியின் மகனார் என்று இலங்கை நூல்கள் கூறுகின்றன. இந்தியாவில் உள்ள நூல்கள் இவரை அசோக மன்னருடைய தம்பியார் என்று கூறுகின்றன. மகனார் ஆயினும் ஆகுக; தம்பியார் ஆயினும் ஆகுக. இவர் அசோக மன்னருடைய உறவினர் என்பது மட்டும் உறுதி.

பௌத்தமதம் தமிழ்நாட்டில் வளர்ச்சி பெற்ற வரலாறு

பௌத்தமதம் வடநாட்டினின்று தென்னாட்டிற்கு எந்தக் காலத்தில் வந்ததென்பதை முன் அதிகாரத்தில் ஆராய்ந்தோம். இந்த மதம் தமிழ்நாட்டில் எவ்வாறு பரவியது என்பதனை ஈண்டு ஆராய்வோம்.

இந்த மதம் உலகமெங்கும் பரவுவதற்கு காரணமாயிருந்தது சங்கம். 'சங்கம்' என்றால் பௌத்த பிக்ஷுக்களின் கூட்டம், பௌத்தமதத்தில் 'மும்மணி' என்று சொல்லப்படும் புத்த, தன்ம, சங்கம் என்னும் மூன்றனுள் இம்மதத்தின் உயிர்நிலையாயிருந்தது சங்கமே. சங்கத்தின் அங்கத்தினரான தேரர்கள் நாடெங்குஞ் சென்று பௌத்த தர்மத்தை (கொள்கையை)ப் பரவச் செய்தபடியால், இந்த மதம் அந்தந்த நாட்டு மக்களால் மேற்கொள்ளப்பட்டு மேலோங்கி நின்றது.

புத்தர் நிர்வாணம் அடைந்த பிறகு அவரைப் பின்பற்றி யொழுகிய பிக்ஷுக்கள் பற்பல நாடுகளிலும் சென்று இம்மதக் கொள்கையைப் பரவச்செய்தது போலவே, தமிழ்நாட்டிலும் வந்து, நகரம் கிராமம் முதலிய எல்லாவிடங்களிலும் தமது மதக் கொள்கையைப் போதிப்பதையே தமது வாழ்நாட்களின் குறிக்கோளாகக் கொண்டிருந்தார்கள். தமிழ்நாட்டில் ஆங்காங்கிருந்த அரசர், வணிகர், செல்வந்தர் முதலானவர்களின் பொருளுதவி பெற்று விகாரைகளையும், பள்ளிகளையும், சேதியங்களையும், ஆராமங்களையும் ஆங்காங்கே

நிறுவினார்கள். மடங்களில் வாழும் பௌத்தத் துறவிகள் மருத்துவம் பயின்று, தம்மிடம் வரும் பிணியாளர்களுக்கு இலவசமாக மருந்து கொடுத்துத் தொண்டு செய்து வந்தார்கள். அன்றியும் தமது பள்ளிகளில் பாடசாலைகளை அமைத்துச் சிறுவர்களுக்குக் கல்வியையுங் கற்பித்து வந்தார்கள். பௌத்தருக்குரிய நன்னாட்களில் நாட்டு மக்களைத் தமது பள்ளிக்கு அழைத்து, மணல் பரப்பிய முற்றங்களில் அமரச் செய்து, திரிபிடகம், 'புத்தஜாதகக் கதைகள்' புத்தசரித்திரம் முதலான நூல்களை ஓதிப் பொருள் சொல்லியும் மக்களுக்கு மதபோதனை செய்து வந்தனர். மற்றும், குருடர், செவிடர், முடவர் முதலானவருக்கும், ஏழைகளுக்கும் உணவு கொடுத்துதவ அறச்சாலைகளை அரசர் செல்வந்தர் முதலானோர் உதவி பெற்று நிறுவினார்கள். கி.பி. இரண்டாம் நூற்றாண்டில் இருந்த கோவலன் மகள் மணிமேகலை என்பவள், பௌத்தமதம் புகுந்து துறவுபூண்டு, புகார்ப்பட்டினத்துக்கு அருகில் இருந்த சக்கரவாளக் கோட்டத்தைச் சேர்ந்த உலக அறவி என்னும் அம்பலத்தில் இருந்த குருடர், முடவர், பசிநோய்கொண்ட வறியவர் முதலியவர்களுக்கு உணவு கொடுத்து ஆதரித்த செய்தியை மணிமேகலை 17-ஆம் காதையினால் அறிகிறோம். அன்றியும், மணிமேகலை சிறைக்கோட்டம் சென்று சிறையில் வாடும் மக்களுக்கு உணவு கொடுத்து உண்பிக்க, அதனை அறிந்த சோழ அரசன் அவளை அழைத்து, நான் உனக்குச் செய்யவேண்டுவது என்ன என்று கேட்க, அவள், சிறைக்கோட்டத்தை அறக்கோட்டமாக்க வேண்டும் என்று கேட்க, அரசனும் அவ்வாறே சிறைக் கோட்டத்தை அறக் கோட்டமாக்கிக் கொடுத்தான் என்று மணிமேகலை 19-ஆம் காதையினால் அறிகிறோம். அவ்வறக்கோட்டம்,

> **"அரசன் ஆணையின் ஆயிழை அருளால்,**
> **நிரயக் கொடுஞ்சிறை நீக்கிய கோட்டம்,**
> **தீப்பிறப் புழந்தோர் செய்வினைப் பயத்தால்**
> **யாப்புடை நற்பிறப் பெய்தினர் போலப்**
> **பொருள்புரி நெஞ்சிற் புலவோன் கோயிலும்,**
> **அருள்புரி நெஞ்சத் தறவோர் பள்ளியும்**
> **அட்டிற் சாலையும் அருந்துநர் சாலையும்**
> **கட்டுடைச் செல்வம் காப்புடைத் தாக"**

ஆயிற்று என்று மணிமேகலை 20-ஆம் காதையினால் அறிகிறோம். இவ்வாறு நாட்டுமக்களுக்கு நலம் புரிந்து கொண்டே பௌத்தமத்தின் கொள்கைகளையும் போதித்து வந்தபடியால், இந்த மதம் தமிழ்நாட்டிலும் நன்கு பரவி வளர்ந்தது.

இவையன்றியும், இந்த மதம் மேல்சாதி கீழ்சாதி என்று பிறப்பினால் உயர்வு தாழ்வு பாராட்டாதபடியினாலும் எக்குடியிற் பிறந்தோராயினும், அன்னவர் கல்வி அறிவுகளிற் சிறந்தோராய்த் தம் மதக் கொள்கைப்படி ஒழுகுவாராயின். அவரையுந் தங்குருவாகக்கொள்ளும் விரிந்த மனப்பான்மை கொண்டிருந்தபடியினாலும், அக்காலத்தில் சாதிப் பாகுபாடற்றிருந்த தமிழர் இந்த மதத்தை மேற்கொண்டனர் என்றும் தோன்றுகின்றது. இச்செய்திகளெல்லாம் தமிழ் நூல்களிலும் பிற நூல்களிலும் ஆங்காங்கே காணப்படும். குறிப்புகளைக்கொண்டு அறியலாம். பௌத்தமதம் தமிழ்நாட்டில் செல்வாக்குப் பெற்றிருந்த செய்தி சிலப்பதிகாரம், மணிமேகலை, தேவாரம், நாலாயிரப்பிரபந்தம், பெரியபுராணம், நீலகேசி முதலிய நூல்களினால் அறியக்கிடக்கின்றது.

※

பௌத்தமதம் மறைந்த வரலாறு

பௌத்தமதம் தமிழ்நாட்டில் வந்த வரலாற்றினையும் அது பரவி வளர்ச்சியடைந்த வரலாற்றினையும் மேலே ஆராய்ந்தோம். செல்வாக்குப் பெற்றுச் சிறப்படைந்திருந்த அந்த மதம் பிற்காலத்தில் எவ்வாறு மறைந்துவிட்டது என்பதை இங்கு ஆராய்வோம்.

பௌத்தம் தமிழ்நாட்டுக்கு வந்த காலத்தில் வேறு வட நாட்டு மதங்களும், இங்கு வந்து சேர்ந்தன. அவை ஆருகதம் எனப்படும் ஜைன மதமும், பிராமண மதம் எனப்படும் வைதீக மதமும், பூரணன் என்பவரை வழிப்பட்டொழுகும் ஆசீவக மதமும் என்பன. (ஆசீவக மதத்தைப்பற்றி இந்நூல் இணைப்பில் காண்க.) இந்த மதங்கள் வடநாட்டில் தோன்றியவை. பௌத்தமதத்தை உண்டாக்கிய சாக்கிய புத்தரும், ஜைன மதத்தையுண்டாக்கிய வர்த்தமான மகாவீரரும், அசீவக மதத்தையுண்டாக்கிய கோசால மக்கலிபுத்திரரும் ஒரே காலத்தில் உயிர் வாழ்ந்திருந்தவராவர். இந்த மதங்கள் உண்டான காலத்திலே வைதீக மதமும் இருந்தது. இந்த நான்கு வடநாட்டு மதங்களும் கி.மு. மூன்றாம் நூற்றாண்டிலே தமிழ்நாட்டிற்கு வந்தன. பௌத்தமதம் அசோக சக்கரவர்த்தி காலத்தில் தமிழ்நாட்டில் பரவச் செய்யப்பட்டது என்று அறிந்தோம். ஜைன மதம், அசோக சக்கரவர்த்தியின் பாட்டனான சந்திரகுப்த அரசன் காலத்தில் தென்னாடு வந்ததாகச் சான்றுகள் உள்ளன. சற்றேறத்தாழ இதே காலத்தில்தான் வைதீக பிராமண மதமும், ஆசீவக மதமும் தமிழ்நாட்டிற்கு வந்திருக்க வேண்டும். அக்காலத்தில், வடநாட்டு மதங்களினின்று

வேறுபட்டதும் தனிப்பட்டதுமான ஒரு மதத்தைத் தமிழர் மேற்கொண்டிருந்தனர். வடநாட்டு மதங்களின் தொடர்பற்ற புராதன மதமாக இருந்தது அக்காலத்துத் தமிழர் மதம்.

வடநாட்டினின்று தென்னாடு போந்த மேற்கூறிய நான்கு மதங்களும் ஒன்றுக்கொன்று முரண்பட்ட கொள்கையுடையவை. ஒன்றோடொன்று முரண்பட்ட கொள்கையுடையவை: ஒன்றோடொன்று பெரும்பகை கொண்டவை. இந்த மதங்கள் செற்றங் கொண்டு ஒன்றையொன்று அழித்தொழிக்க அற்றம் பார்த்திருந்தன. அமைதியாக வாழத் தெரியாமல், ஒன்றையொன்று இழித்துப் பழித்துப் பேசி வந்தன. அமைதியாக இருந்த தமிழ்நாட்டில் இந்த வடநாட்டு மக்கள் வந்து சமயப்பூசல்களைக் கிளப்பிவிட்டன. தமிழ்நாட்டுப் பெருங்குடி மக்களைத் தத்தம் மதத்தில் சேர்த்து, தத்தம் மதத்திற்கு செல்வாக்கும் சிறப்பும் தேடிக்கொள்ள இந்த மதங்கள் முயற்சி செய்தன. பொதுமக்களின் அன்பையும் ஆதரவையும் பெறவும், அரசர்களையும் செல்வர்களையும் வசப்படுத்திச் செல்வாக்கடையவும் இவை முயன்றன. தமிழர் கொண்டாடும் திருவிழாக்களையும் பண்டிகைகளையும் தக்க அமயமாகக் கொண்டு இந்த வடநாட்டு மதங்கள் தத்தம் கொள்கைகளைத் தமிழ் மக்களுக்குப் போதித்து வந்ததாகத் தெரிகின்றது. இவ்வித சமயப் போட்டியில் செற்றமும் கலகமும் ஏற்பட்டன. இந்தக் கலகங்களை அடக்க அரசன் தலையிட வேண்டியதும் ஆயிற்று.

> **"ஒட்டிய சமயத் துறுபொருள் வாதிகள்**
> **பட்டி மண்டபத்துப் பாங்கறிந் தேறுமின்;**
> **பற்றா மாக்கள் தம்முட னாயினும்,**
> **செற்றமுங் கலாமுஞ் செய்யா தகலுமின்"** *(மணிமேகலை 1: 60-63)*

என்ற அரசன் திருவிழாக்காலங்களில் பறையறைவித்தான் என்பதை மணிமேகலை என்னும் காவியத்தினால் அறிகின்றோம். என்றாலும் சமயப்போர் நின்றபாடில்லை.

தமிழ்நாட்டில், செல்வாக்குப் பெறுவதற்காகப் போட்டியிட்ட நான்கு வடநாட்டுச் சமயங்களில் முதல்முதல் வெற்றி பெற்றுச் செல்வாக்கடைந்தது பௌத்தமதம். இந்தச் சமயம் செல்வாக்கு அடைந்த காரணத்தை முன் அதிகாரத்தில் கூறினோம். இச்சமயப் போட்டியில் முற்றும் பின்னடைந்துவிட்டது. ஆசீவகமதம். ஆகவே, பௌத்தம், ஜைனம், வைதீகம் என்னும் மூன்று மதங்களுக்கு மட்டுந்தான் பிற்காலத்தில் சமயப்போர் நிகழ்ந்து வந்தது. பௌத்தமதம் முதன்முதல் செல்வாக்கும் சிறப்பும் பெற்றுத் தமிழ்நாட்டில் விளங்கியது என்று கூறினோம். ஆனால் இதன் செல்வாக்கை கண்டு ஜைன மதமும் வைதீக சமயமும்

பின்னடைந்துவிடவில்லை; இவை வாளா இராமல், பௌத்தத்தை எதிர்த்துத் தாக்கிய வண்ணமாய், அதன் வீழ்ச்சிக்கு வழிகோலிக் கொண்டேயிருந்தன. தனது நிலையைக் காத்துக்கொள்ளப் பௌத்தம் இந்த இரண்டு பிறவிப் பகையுடன் போராட வேண்டியிருந்தது. கடைசியாக, நாளடைவில், பௌத்தமதத்தின் வீழ்ச்சிக்கு வழியும் ஏற்பட்டுவிட்டது.

ஜைனம், வைதீகம் என்னும் புறப்பகை ஒருபுறமிருக்க, அகப்பகையும் தோன்றிவிட்டது. பௌத்தத்திற்குள்ளேயே சில பிரிவும் உண்டாயின. ஈனயானம், மகாயானம் என்னும் இரண்டு பெரும் பிரிவுகள் தோன்றி அவற்றினின்றும் உட்பிரிவுகள் பல கிளைத்து வளர்ந்தன. சிராவகயானம் மகாயானம் மந்திரயானம் என்னும் மூன்று பிரிவுகளை நீலகேசியுரையினால் அறிகின்றோம். 'ஐயுறுமமணரும், அறுவகைத் தேரரும்' என்று ஆறுவகைப் பிரிவினரான தேரர்கள் (தேரர்- பௌத்த பிக்குகள்) இருந்ததாகத் திருஞானசம்பந்தர் தமது தேவாரத்தில் கூறுகின்றார். இந்தப் பௌத்த உட்பிரிவினர் தமக்குள்ளேயே தர்க்கம் செய்து போரிட்டுக் கொண்டனர். இந்த உட்பிரிவுகளால் அந்த மதத்தின் வலிமைக் குன்றிவிட்டது. உடம்பில் தோன்றிய நோய் நாளடைவில் உடலையே அழித்துவிடுவதுபோல, இந்த உட்பிரிவுகளே பௌத்தமதத்தின் வீழ்ச்சிக்கு முதற்காரணமாய் இருந்தன.

அன்றியும், பொதுமக்களாலும் அரசர்களாலும் செல்வர்களாலும் அளிக்கப்பட்ட செல்வத்தினால் பௌத்த விகாரையில் வசித்த பிக்ஷுக்கள் தங்கள் கடமையை மறந்து, செல்வத்தின் இன்பங்களைத் துய்க்கத் தொடங்கிவிட்டார்கள். ஆகவே, இவர்களிடத்தில் பொதுமக்களிடமிருந்து மதிப்புக் குன்றவும், பௌத்தம் தன் செல்வாக்கினை இழக்க நேரிட்டது. இவை போன்ற குற்றங்குறைகளும் உட்பிரிவுக்களும் ஏற்படாமலிருந்தால், பௌத்தமதம் தனது புறப்பகை மதங்களுடன் போரிட்டுக் கொண்டே இன்றளவும் ஓரளவு நிலைப்பெற்றிருப்பினும் இருக்கும். ஆயினும், குறைபாடுகளும் உட்பிரிவுகளும் ஏற்பட்டுவிட்டபடியால் அது புறப்பகையாகிய ஜைன வைதீக மதங்களுடன் போராட முடியாமல் வீழ்ச்சியடைந்துவிட்டது.

கி.பி. ஐந்தாவது அல்லது ஆறாவது நூற்றாண்டிற்குப் பின்னர், பௌத்தத்தின் சிறப்புக் குன்றவும், ஜைன மதம் தலையெடுத்துச் செல்வாக்குப் பெறத் தொடங்கிற்று. ஆனால், அப்பொழுதும் வைதீக மதம் உயர்நிலை அடைய முடியாமலேயே இருந்தது. பௌத்தமத வீழ்ச்சிக்குப் பிறகு, ஜைன மதம் செல்வாக்குப் பெற்றது. பெற்றதும், தனது கொள்கைக்கும் வளர்ச்சிக்கும்

பெருந்தடையாயிருந்த பௌத்தத்தை முன்னைவிடக் கடுமையாகத் தாக்கி, அதை நிலைகுலையச் செய்துவிட்டது. பௌத்தக் கோயில்கள் ஜைனக் கோயில்களாக மாற்றப்பட்டன. பௌத்த பிக்ஷுக்கள் வசித்த மலைக்குகைகள், ஜைனக்குகைகளாக மாற்றப்பட்டன. அகளங்கர் என்னும் ஜைனர், கி.பி. 8-ஆம் நூற்றாண்டில் காஞ்சிபுரத்தில் உள்ள காமக்கோட்டத்தில், பௌத்தருடன் சமயவாதம் செய்து அவரைத் தோற்பித்துச் சிங்கள நாட்டிற்குத் துரத்திவிட்டார் என்னும் செய்தி பலர் அறிந்ததொன்றே. ஆனால், பௌத்தத்தை வீழ்ச்சியடையச் செய்து ஜைனம் வெற்றிக்கொடி நாட்டியபோதிலும், பௌத்தம் முழுவதும், அழிந்துவிடவில்லை. வலிமையிழந்த நிலையில் அந்த மதம் தமிழ்நாட்டில் ஓரளவில் ஊடாடிக் கொண்டிருந்தது.

இவ்வாறு மூன்று அல்லது நான்கு நூற்றாண்டுகள் சென்றன. பிறகு, இதுகாறும் பின்னணியில் இருந்த வைதீக மதம் மெல்ல மெல்ல வலிமைபெறத் தொடங்கி, ஜைனமதத்தை வீழ்த்தி, உன்னத நிலையடையத் தொடங்கிற்று. இக்காலத்தில்தான் பௌத்தமதம் அடியோடு வீழ்ச்சியடைந்து முற்றும் மறைந்துவிட்டது.

வைதீக பிராமண மதம் யாகத்தில் உயிர்கொலை செய்யும் வழக்கத்தைக் கொண்டிருந்தபடியாலும், நால்வகைச் சாதிப் பாகுபாடுடையதாய்ப் பிராமணர் மட்டும் உயர்ந்தவர் என்னும் கொள்கையுடையதாய் இருந்தபடியாலும், இவற்றிற்கு மேலாக, பிராமணர் தவிர, மற்றவர்கள் வேதத்தைப் படிக்கக்கூடாது என்று தடுத்துவந்தபடியாலும், இவ்விதக் குறுகிய கோட்பாட்டினையுடைய வைதீக மதத்தில் மக்களுக்கு மனம் செல்லவில்ல. ஆகவே கிறிஸ்துவுக்குப் பல நூற்றாண்டுகளுக்கு முன்பு, தமிழ்நாடு வந்த வைதீக பிராமண மதம் கி.பி. ஆறாவது, அல்லது ஏழாவது நூற்றாண்டு வரையில் பொதுமக்களின் செல்வாக்குப் பெறாமல் ஒதுக்கப்பட்டே வந்தது.

கி.பி. ஆறாவது, அல்லது ஏழாவது நூற்றாண்டுகளுக்குப் பின்னர், வைதீக மதம் தனது அடிப்படைக் கொள்கைகள் சிலவற்றில் மாறுதல்செய்துகொண்டு புத்துயிர் பெற்றது. அஃதாவது, யாகங்களில் உயிர்கொலை செய்வதை நிறுத்தியதோடு, கொற்றவை, முருகன், சிவன், திருமால் முதலான திராவிட (தமிழ்த்) தெய்வங்களைத் தன் மதக்கடவுளராக ஏற்றுக்கொண்டு புதிய உருவம் பெற்றுவிட்டது. இந்த மாறுதலுடன், 'பக்தி' இயக்கத்தை மேற்கொண்டபடியால், இந்த மதம் பொதுமக்கள் ஆதரவைப் பெறவும், பண்டைப் பகையுள்ள ஜைன பௌத்த மதங்களைக் கடுமையாகத் தாக்கி தோற்பிக்கவும் முடிந்தது. சம்பந்தர், சுந்தரர், மணிவாசகர், திருமங்கையாழ்வார் போன்ற சைவ வைணவத்

தொண்டர்கள் தோன்றிப் புதிய இந்து மதத்தை நிலைநாட்டவும், ஜைன பௌத்த மதங்களை ஒழிக்கவும் தலைப்பட்டார்கள். கி.பி. ஏழாம் நூற்றாண்டில், இந்தப் புதிய வைதீக இந்து மதம் ஜைன பௌத்த மதங்களுடன் போர் தொடங்கி வெற்றி பெற்றது. இந்து மதத்தின் வெற்றிக்கு காரணம் யாதெனின், அக்காலத்தில் இந்துமதம் பிரிவினையின்றி ஒரே மதமாக இருந்ததேயாம். திருமால் சிவன் என்னும் இருதேவர். அதில் இருந்தபோதிலும், வைணவ மதம் என்றும் சைவ மதம் என்றும் பிற்காலத்துப் பிரிந்து நின்றதுபோல, அக்காலத்தில் இந்து மதம் பிரிந்திருக்கவில்லை. புதிய வைதீக மதம் ஜைன பௌத்த மதங்களுடன் போராடிய காலத்தில், வைணவம் சைவம் என்றும், வடகலை தென்கலை என்றும் பல பகுதிகளாகப் பிரிக்கப்படவில்லை. ஆகவே ஒற்றுமையுடன் போரிட்டபடியால், ஜைன பௌத்த மதங்களை அது வீழ்ச்சியடையச் செய்துவிட்டது; தமிழ்நாட்டில் ஜைன மதம் என்றும் தலைதூக்க முடியாதபடியும் ஏற்கெனவே ஜைனமதத்தால் வலிமை குன்றியிருந்த பௌத்தமதம் அடியோடு ஒழியும்படியும் இதனால் நேர்ந்தது. சாத்தமங்கை முதலிய இடங்களில் சம்பந்தர் பௌத்தருடன் வாதப்போர் செய்து அவர்களைத் தோற்பித்துச் சைவராக்கிய வரலாறும், மாணிக்கவாசகர் சிதம்பரத்தில் பௌத்தருடன் வாதம் செய்து அவரை இலங்கைக்குத் துரத்திய வரலாறும், திருமங்கையாழ்வார் நாகைப்பட்டினத்துப் பௌத்த ஆலயத்திலிருந்த பொன்னால் அமைந்த புத்த சிலையைக் கவர்ந்து சென்று அந்தப் பொன்னைக் கொண்டு திருவரங்கத்தில் திருப்பணி செய்த வரலாறும் பௌத்தமதத்தின் வீழ்ச்சியைக் காட்டுகின்றன.

கலிகால சாகித்ய பண்டித பராக்கிரம பாகு என்னும் இலங்கை மன்னன், கி.பி. 1266-இல் சோளி (சோழ) தேசத்திலிருந்து பௌத்த பிக்ஷுக்களை இலங்கைக்கு வரவழைத்துப் பௌத்தமதத்தை வலியுறச் செய்தான் என்று இலங்கைச் சரித்திரத்தினால் அறியப்படுகின்றதாகலின், கி.பி. பதின்மூன்றாம் நூற்றாண்டிலும் தமிழ்நாட்டில் சோழ தேசத்தில் பௌத்தமதம் நிலைப்பெற்றிருந்தது என்று துணியலாம். கி.பி. பதினான்காம் நூற்றாண்டு வரையில் தமிழ்நாட்டின் சிற்சில இடங்களில் பௌத்தரும் பௌத்தப் பள்ளிகளும் இருந்துவந்தன. பின்னர், நாளடைவில், பௌத்தம் தமிழ்நாட்டில் மறைந்துவிட்டது; மறக்கவும்பட்டது. அதனால் அதன் பெரிய கொள்கைகள் மட்டும் பல இன்னும் இந்து மதத்தில் போற்றப்பட்டு வருகின்றன.

பௌத்த திருப்பதிகள்

தமிழ்நாட்டிலே பண்டைக்காலத்திலே பௌத்தமதம் சிறப்பும் செல்வாக்கும் பெற்றிருந்தது என்பதை அறிந்தோம். பொதுவாகத் தமிழ்நாட்டில் சிறப்புப் பெற்றிருந்ததென்றாலும், சிறப்பாக எந்தெந்த நகரங்களிலும் ஊர்களிலும் செல்வாக்குற்றிருந்தது என்பதை ஈண்டு ஆராய்வோம். முதலில் சோழநாட்டில் இருந்த பௌத்த திருப்பதிகளைக் கூறுவோம்.

காவிரிப்பூம்பட்டினம்: சோழநாட்டில் பேர்பெற்ற துறைமுகப்பட்டினமும் சோழர்களின் தலைநகரங்களில் ஒன்றுமான காவிரிப்பூம்பட்டினம் பண்டைக்கால முதல் பௌத்தர்களின் செல்வாக்குப் பெற்றிருந்தது. காவிரியாறு கடலில் கலக்கும் இடத்தில் அவ்வாற்றின் வடகரையில் அமைந்திருந்த இந்தத் துறைமுகப்பட்டினம் புகார் என்றும் பெயர் பெற்றிருந்தது. பாலி மொழியில் உள்ள பௌத்த நூல்களில் இப்பட்டினம் 'கவீரபட்டினம்' என்று கூறப்பட்டுள்ளது. மிகப் பழமையானதென்று கருதப்படுகின்ற புத்த ஜாதகக் கதைகள் ஒன்றில் இந்த நகரம் டமிள (தமிழ) தேசத்தில் உள்ளதென்றும், அகத்தி அல்லது அகித்தி என்னும் முனிவர் தமது பெருஞ் செல்வத்தைத் தானஞ் செய்துவிட்டுத் துறவு பூண்டு காவிரிப்பூம்பட்டினத்தின் அருகில் இருந்த ஒரு வனத்தில் தங்கித் தவம் செய்தாரென்றும், அப்பெரியாரைக் கண்டு வணங்கப் பெருந்திரளான மக்கள் அங்குச் சென்று வந்ததால் அவரது தவத்துக்கு இடையூறாயிருந்தது பற்றி அவர் அவ்விடத்தைவிட்டு யாழ்ப்பாணத்துக்கருகில்

உள்ள காரைத் தீவிற்குச் சென்று தவம் புரிந்தாரென்றும் கூறப்பட்டிருக்கின்றது. இந்த அகத்தி, அல்லது அகித்தி என்பவர் பௌத்த முனிவர்களில் ஒருவர்.

கி.மு. மூன்றாம் நூற்றாண்டில், அசோக சக்கரவர்த்தியின் உறவினரான மகிந்தர், (மகேந்திரர்) என்பவர் இலங்கைக்குச் சென்று அங்குப் பௌத்தமதத்தைப் பரப்புவதற்கு முன், சோழ நாட்டுக் காவிரிப்பூம்பட்டினத்தில் தங்கி அங்கு ஏழு புத்த விகாரைகளைக் கட்டினாரென்றும், மணிமேகலை, சிலப்பதிகார நூல்களில் கூறப்படுகின்ற இந்திரவிகாரை என்பவை இவர் கட்டியவைகளேயென்றும், மகேந்திரர் கட்டிய அந்த விகாரைகளை இந்திரன் கட்டியதாக அந்த நூல்களில் கூறப்பட்டுள்ளதென்றும் சரித்திர ஆராய்ச்சியிற் சிறந்த அறிஞர்கள் கருதுகின்றனர். கி.பி. இரண்டாம் நூற்றாண்டில் இந்த விகாரைகளின் தலைவராக அறவண அடிகள் என்னும் தேரர் இருந்தார் எனத் தெரிகின்றது. இந்த ஏழு இந்திர விகாரைகளையன்றி, 'உவவனம்' என்றும் பூஞ்சோலையின் நடுவில் பளிங்கினால் அமைக்கப்பட்ட சிறு கோயில் ஒன்றில் புத்தரது பாதபீடிகை இருந்தது. இந்தப் பாதபீடிகையை அப்பட்டினத்தில் இருந்த பௌத்தர்கள் வணங்கி வந்தார்கள்.

அன்றியும், இப்பட்டினத்தின் முதுகாட்டினை அடுத்துச் 'சுடுகாட்டுக் கோட்டம்' என்று ஏனைய மதத்தோரால் கூறப்பட்டதும், 'சக்கரவாளக் கோட்டம்' என்று பௌத்தரால் போற்றப்பட்டதுமான ஒரு கோட்டம் இருந்தது. இக்கோட்டத்தினுள் 'சம்பாபதி' என்னும் பௌத்த தெய்வம் கோயில் கொண்டிருந்ததென்பதையும். அக்கோயிலின் தூணொன்றில் கந்திற்பாவை என்னும் தெய்வ உருவம் அமைந்திருந்ததென்பதையும், 'சக்கரவாளம்' என்னும் பௌத்தரது அண்டகோளத்தின் உருவம் இக்கோட்டத்தின் வாயிலில் அமைக்கப்பட்டிருந்ததென்பதையும் மணிமேகலை என்னும் நூலினால் அறிகின்றோம். சம்பாபதி கோயிலுக்குக் 'குச்சரக் குடிகை' என்றும், 'முதியாள் கோட்டம்' என்றும் வேறு பெயர்கள் வழங்கப்பட்டன.

கி.பி. இரண்டாம் நூற்றாண்டில் சோழ நாட்டினை அரசாண்ட மாவண் கிள்ளி என்னும் அரசன், பௌத்தமதத்தைச் சேர்ந்து துறவு பூண்ட மணிமேகலையின் வேண்டுகோளின்படி, சிறைச்சாலையை அறச்சாலையாக்கிக்கொள்ளும்படி அதனைப் பௌத்தர்களுக்குக் கொடுத்தான் என்றும், அச்சிறைச்சாலைக் கட்டடத்தைப் பௌத்தர்கள் அறச்சாலையாகவும் பௌத்தப் பள்ளியாகவும் அமைத்துக்

கொண்டனர் என்றும் மணிமேகலை நூலினால் அறிகின்றோம். அறவண அடிகள், மணிமேகலை முதலிய பௌத்தர்கள் இவ்வூரில் இருந்தனர்.

'இரசவாகினி' என்னும் பாலிமொழியில் உள்ள பௌத்த நூலில் சோழ அரசன் ஒருவன் காவிரிப்பூம்பட்டினத்தில் சிவ பெருமானுக்குக் கோயில் ஒன்று நிறுவினான் என்றும், அக்கோயிற்பணி நடைபெறும்போது சில பௌத்தத் துறவிகள் வந்து சில அதிசயங்களைச் செய்து அரசனுக்குக் காட்டி, அச்சிவன் கோயிலைப் பௌத்தக் கோயிலாக்கினார்கள் என்றும் கூறப்பட்டிருக்கின்றது.

கி.பி. நான்காம் நூற்றாண்டில் அச்சுத விக்கந்தன் என்னும் களபர அரசனால் ஆதரிக்கப்பட்டவரும், தமிழ்நாட்டுப் பௌத்தப் பெரியார்களில் பேர் பெற்றவருமான புத்ததத்த தேரர் என்னும் பௌத்த ஆசாரியர், சோழ நாட்டையும் காவிரிப்பூம்பட்டினத்தையும் சிறப்பித்துக் கூறியிருக்கிறார். காவிரிப்பூம்பட்டினம் செல்வத் தொகுதியும் மக்கட் கூட்டமும் நெருங்கிய இடம் என்றும், அப்பட்டினத்தில் இவர் தங்கியிருந்த பௌத்தப் பள்ளி கணதாஸர் என்பவரால் காணப்பட்டதென்றும், அப்பள்ளி நெடுஞ்சுவர்களால் சூழப்பெற்றுப் பெரிய வாயில்களையுடையதென்றும், பள்ளிக் கட்டடங்கள் பெரியனவாய் வெண்சுதை பூசப்பெற்றுக் கயிலாயம் போல வெண்ணிறமாக விளங்கும் என்றும் தாம் எழுதிய அபிதம்மாவதாரம் என்னும் பாலி நூலில் இவர் எழுதியிருக்கிறார். இவ்வாறு இவர் சிறப்பித்துக் கூறுகிற செய்யுட்பகுதி சொற்சுவையும் பொருளழகும் ஓசையின்பமும் சிறந்துள்ளது என்று பாலி மொழியறிந்த பண்டிதர்கள் புகழ்ந்து பேசுகிறார்கள். அப்பகுதி வருமாறு:

"நரநாரீ கணாகிண்ணே அஸங்கிண்ணே குலாகுலே
பீதே ஸப்பங்க ஸம்பன்னே பஸன்னே ஸரிதோதகே
நானாரதன ஸம்பன்னே விவிதாபன ஸங்கதே
காவேரிபட்டணே ரம்மே நானாராமோ பஸோபிதே
கேலாஸ ஸிகராகார பாஸாத பதிமண்டிதே
காரிதே கணதாஸேன தஸ்ஸஸீய யஸோ[illegible]ரமே
விஹாரே விவிதாகார சாருபாகார கோபுரே
தத்தா பாசீன பஸ்ஸே மயா நிவஸதாஸதா
ரம்மஸல்லேக ஸாகல்ய ஸீலாதிகுண ஸோபினா
அயம் ஸுமதீனா ஸாது யாசிதேன கதோகதோ."

அன்றியும், புத்தவம்சம் என்னும் நூலுக்கு இவர் எழுதிய மதுராத்தவிலாஸினீ என்னும் உரையின் இறுதியிலும் காவேரிப் பட்டினத்தில் கணதாசர் கட்டிய பௌத்த விகாரையைக் கீழ்வருமாறு குறிக்கிறார்:

"காவீர ஜல ஸம்பாத பரிபூத மஹீதலே
காவேரி பட்டணே ரம்மே நானா நாரீ நராகுலே
காரிதே கணதாஸேன ஸணவாசேன ஸாதுனா
விஹாரே விவிதாகார சாரு பாகார கோபுரே"

பூதமங்கலம்: இதுவும் சோழ நாட்டில் இருந்த பௌத்த ஊர்களில் ஒன்று; இவ்வூரில் வேணுதாசர் என்பவர் கட்டிய பௌத்தவிகாரையில் ஆசாரிய புத்ததத்ததேரர் தங்கியிருந்தபோது விநயவிநிச்சயம் என்னும் நூலைப் பாலிமொழியில் இயற்றினார். இந்த ஆசாரிய புத்த தத்ததேரர் சோழ நாட்டுத் தமிழர். தம் நூல்களில் சோழ நாட்டையும், காவிப்பூம்பட்டினத்தையும் சிறப்பித்துக் கூறியது போன்று, இந்தப் பூதமங்கலம் என்னும் ஊரையும் சிறப்பாகக் கூறியுள்ளார்.

சோழநாட்டிற்குப் கொப்பூழ் (நாபி) போன்றிருந்த பூதமங்கலம் வாழை, தென்னை, பனைமரங்கள் அடர்ந்த சோலைகளாலும், அல்லி, ஆம்பல் முதலிய நீர்ப்பூக்களால் நிரம்பப்பெற்ற குளங்களாலும் சூழப்பெற்றதென்றும், செழிப்பும் செல்வமும் பெருகிய இடம் என்றும், காவிரியாற்றின் நீர் பாயப்பெற்ற சோலைகளையுடையதென்றும் அங்கு, அகழியால் சூழப்பெற்ற நெடுஞ்சுவர்களையுடைய வேணுதாசர் என்பவரால் அமைக்கப்பட்ட விகாரையில் தங்கியிருந்தபோது தாம் விநயவிநிச்சயம் என்னும் நூலை எழுதியதாகவும் அழகுபடக் கூறுகிறார்.

"ஸெட்டஸ்ஸ சோளரட்டஸ்ஸ நாபிபூதே நிராகுலே
ஸப்பஸ்ஸ பன லோகஸ்ஸ காமே ஸம்பிண்டிதே விய
கதலீ ஸாலா தாலச்சு நாளிகேர வனாகுலே
கமலுப்பல ஸஞ்சன்ன ஸலிலாஸய ஸோபிதே
காவேரி ஜலளம்பாத பரிபூத மஹீதலே
இத்தே ஸப்பங்க ஸம்பன்னே மங்கலே பூதமங்கலே
பவராகார பாகார பரிஃகா பரிவாரிதே
விஹாரே வேணுதாஸஸ்ஸ தஸ்ஸனீய மனோரமே"

என்று அவர் கூறியிருப்பது காண்க.

ஆசாரிய புத்ததத்தர் கூறுகிற பூதமங்கலம் என்பது எந்த ஊர்? தஞ்சாவூர் ஜில்லாவிலுள்ள பூதலூர் என்று சிலர் கருதுவர். இது தவறு. நித்தவினோத வளநாட்டு வெண்ணிக்கூற்றத்து நகரம் வெண்ணி.

இந்த வெண்ணி நகரத்துக்கு அடுத்துப் பூதமங்கலம் என்னும் ஊர் ஒன்று சோழநாட்டில் இருந்த செய்தி சாசனங்களில் தெரியவருகிறது.[1]

தஞ்சை ஜில்லா மன்னார்குடி தாலுகா திருவிராமேச்சரம் என்னும் பாடல்பெற்ற கோயிலில் உள்ள ஒரு சாசனம், தென்மலிநாட்டு மேற் பூதமங்கலம் என்னும் நாட்டையும் அங்கிருந்த ஊர்க்காட்டுப் பகவதேவர் கோயிலையும் குறிப்பிடுகின்றது.[2] இதிலிருந்து பூதமங்கலம், மேற்பூதமங்கலம் கீழ்ப்பூதமங்கலம் என்று இருகூறாகப் பிரிக்கப்பட்டிருந்த செய்தி தெரிகிறது. அன்றியும் பகவதேவர் கோயில் என்பது புத்தர் கோயிலாக இருக்க வேண்டும் என்று தெரிகிறது. புத்தருக்குப் பகவன் என்னும் பெயரும் உண்டு. மேற்கூறிய இரண்டு சாசனங்களிலும் காணப்படுகிற ஊர்தான் புத்ததத்தர் இருந்த பூதமங்கலம் ஆகும்.

திரு.மீனாட்சியம்மையாரும், இந்த ஊரைத்தான் புத்த தத்தர் குறிப்பிடுகிற பூதமங்கலம் என்று கூறுகிறார். இவர் தாம் நேரில் அவ்வூருக்குச் சென்று தாம் கண்ட செய்திகளைக் கூறுகிறார். இவர் கூறுவதாவது: ஆசாரிய புத்த தத்தர் இருந்த பூதமங்கலம் வெண்ணிக் கூற்றத்து வெண்ணி நகரைச்சேர்ந்த பூதமங்கலம் ஆகும். தஞ்சாவூருக்குக் கிழக்கே 20 மைலுக்கப்பால் உள்ளதும், இப்போது கோயில் வெண்ணி என்று வழங்கப்படுகிறதும் ஆன இடம்தான் அது. இது மன்னார்குடி தாலுக்காவில் இருக்கிறது. இப்போது, பூதமங்கலம் சிறு கிராமமாக இருக்கிறது. இதற்கடுத்துள்ள கிராமம் பள்ளிவிருத்தி என்று வழங்கப்படுகிறது. பள்ளிவிருத்தி என்பது பௌத்தப் பள்ளிக்காக விடப்பட்ட மானியம் என்று பொருள்படும். இப்போதுள்ள பூதமங்கலம், பள்ளிவிருத்தி என்னும் கிராமங்கள் பண்டைக்காலத்தில் பெரிய பட்டணமாக இருந்திருக்க வேண்டும். பூதமங்கலத்தில் செங்கற்களால் கட்டப்பட்டு அழிந்துபட்டுள்ள இரண்டு மேடுகளும், பள்ளிவிருத்தி கிராமத்தில் அவ்வாறே அழிந்து காணப்படுகிற மூன்று மேடுகளும் காணப்படுகின்றன. இந்த மேடுகளைத் தோண்டிப் பார்த்தால், இவற்றால் பௌத்த சின்னங்கள் ஏதேனும் கிடைக்கக் கூடும். இங்கு ஒரு புத்தர் உருவச்சிலையிருந்ததென்றும், அதைத் தஞ்சாவூருக்குக் கொண்டு போய் விட்டதாகவும் கூறுகிறார்கள். இவ்வூருக்கு அருகில் உள்ள மன்னார்குடியில் இருக்கிற ஜைனக்கோயிலில் புத்தர் உருவச்சிலையொன்று காணப்படுகிறது.[3]

இந்தச் சான்றுகளினாலே, ஆசாரிய புத்ததத்தர் வசித்திருந்ததும், வேணுதாசர் கட்டிய விகாரை இருந்ததுமான பூதமங்கலம் இந்த இடமாகத்தான் இருக்கக்கூடும் என்று கருதப்படுகிறது.

புத்தமங்கலம்: கேய மாணிக்க வளநாட்டுத் திருவாரூர் கூற்றத்துப் புத்தமங்கலம் என்னும் ஊர், பேராவூர் அகத்தியேசுவரர் கோயில் சாசனத்தில் கூறப்படுகிறது.[4] இது பௌத்தர் இருந்த ஊர் என்பது இப்பெயரே விளக்குகிறது.

சங்கமங்கலம்: ஜயசிம்ம குலகால வளநாட்டுத் தானவ நாட்டுச் சோழசிகாமணி புரத்துக் கண்டியூரின் மேற்குப் பகுதியில், சங்கமங்கலம் என்னும் ஊர் இருந்ததாக ஒரு சாசனம் கூறுகிறது.[5] இப்பெயரே இது பௌத்தர்கள் ஊரென்று தெரிவிக்கிறது (சங்கம்-பௌத்த பிக்குகளின் சங்கம்) பௌத்தராக இருந்து சைவராகிச் சிவபெருமானைக் கல்லால் எறிந்து முத்தி பெற்ற சாக்கிய நாயனார் பிறந்த ஊர் திருச்சங்கமங்கை என்று பெரியபுராணம் கூறுகிறது. இந்தச் சங்கமங்கலமும் சங்க மங்கையும் ஒரே ஊராக இருக்குமோ என்று ஐயம் உண்டாகிறது.

போதிமங்கலம்: திருவிடைக்கழி என்னும் ஊரில் உள்ள சுப்பிரமணிய சுவாமி கோயில் சாசனம் ஒன்று, இவ்வூரைக் குறிப்பிடுகிறது.[6] பெரிய புராணத்தில் "சாக்கியர்தம் போதி மங்கை" என்று கூறப்படுவது இவ்வூராக இருக்கலாம். இப்பெயரே, இது பௌத்தர்களுடைய ஊர் என்பதைத் தெரிவிக்கிறது. இவ்வூரில், திருஞானசம்பந்தரும் பௌத்தர்களும் சமயவாதம் செய்தனர் என்று பெரியபுராணம் கூறுகிறது. திரிபுவன சக்கரவர்த்தி ராஜேந்திர சோழனுடைய 13-ஆவது ஆண்டில், குன்றத்து நாராயணன் என்பவர் இவ்வூரில் 5 வேலி நிலம் வாங்கி, திருவிடைக்கழி சுப்பிரமணியர் கோவிலுக்கு தானம் செய்தார்.[7]

திருவிளந்துறைக் கோயில்: இவ்வூர் கும்பகோணம் தாலுகாவில் உள்ளது. இவ்வூரில், கி.பி. 1580-இல், தீத்தமாயிருந்த நாயகர் கோயில் என்னும் புத்தக்கோயில் இருந்ததாகச் சேவப்ப நாயகர் காலத்தில் எழுதப்பட்ட சாசனம் ஒன்று கூறுகிறது.[8]

கும்பகோணம்: நாகேசுவர சுவாமி திருமஞ்சன வீதியில் உள்ள ஒரு விநாயகர் ஆலயத்தில் பகவரிஷி என்னும் பெயருள்ள ஒரு புத்தர் உருவம் இருக்கிறது.[9] பகவன் என்பது புத்தர் பெயர்களில் ஒன்று. புத்தருக்கு விநாயகன் என்னும் பெயரும் உண்டென்று நிகண்டு நூல்கள் கூறுகின்றன. புத்தர் கோயில்கள் பல, பிற்காலத்தில்

விநாயகர் (பிள்ளையார்) கோயில்களாக்கப்பட்டன. இங்குள்ள விநாயகர் கோயிலும் அதில் உள்ள புத்தர் உருவமும் இதற்குச் சான்றாகும்.

திருவலஞ்சுழி: தஞ்சை ஜில்லாவில் உள்ள இவ்வூர்ச் சிவன் கோயிலுக்கு வெளியே பெரியதோர் புத்தர் உருவம் அமைந்த கற்சிலை இருக்கிறது.[10]

பட்டீச்சரம்: தஞ்சை ஜில்லாவில் உள்ள இவ்வூர்க் கிராம தேவதை ஆலயத்தில் புத்தர் உருவச் சிலையொன்று இருக்கிறது.[11]

எலயனூர்: தஞ்சை ஜில்லாவில் நன்னிலம் தாலுக்காவில் உள்ள இவ்வூரில் ஒரு புத்தர் உருவச்சிலை இருந்தது. அவ்வுருவம், இப்போது சென்னைப் பொருட்காட்சிச் சாலையில் கொண்டு வந்து வைக்கப்பட்டிருக்கிறது.

பொன்பற்றி: வீரசோழியம் என்னும் இலக்கண நூலை எழுதிய புத்தமித்திரர் என்னும் பௌத்தர் வாழ்ந்திருந்த ஊர் இது. சோழநாட்டு மிழலைக் கூற்றத்தைச் சேர்ந்திருந்த ஊர் என்று கூறப்படுகிறது. இப்போது இது பொன்பேத்தி என்று வழங்கப்படுகிறது. தஞ்சை ஜில்லா அறந்தாங்கி தாலுக்காவில் உள்ளது.[12] இப்போது புதுக்கோட்டை மாவட்டம்.

புத்தகுடி: சோழநாட்டில் நாகைப்பட்டினத்துக்கு அருகில் இருந்த ஊர். செயங்கொண்ட சோழவளநாட்டுக் குறும்பூர் நாட்டில் இவ்வூர் இருந்ததாகக் குலோத்துங்கச் சோழனது செப்புப் பட்டயம் கூறுகின்றது.[13] இவ்வூரின் பெயரே, இது பௌத்தர்கள் குடியிருந்த ஊர் என்பதைத் தெரிவிக்கின்றது.

உறையூர்: பாலி மொழியிலும் வடமொழியிலும் இவ்வூர் உரகபுரம் என்று கூறப்படுகிறது. இவ்வூரில் இருந்தபோது ஆசாரிய புத்ததத்ததேரர் அபிதம்மாவதாரம் என்னும் நூலை இயற்றினார் என அறிகிறோம். "உரகபுரநிவாஸிகேன ஆசாரியேன பத்தந்த புத்ததத்தனே கதோ அபிதம்மாவதாரோ நாமாயன்," என்று அந்நூல் இறுதியில் எழுதியிருப்பதனால் இதை அறிகிறோம். பண்டைக்காலத்தில் இங்குப் பௌத்தர்கள் இருந்தார்களெனத் தெரிகிறது.

பெருஞ்சேரி: மாயவரம் - திருவாரூர் இரயில்வேயில் உள்ள மங்கநல்லூர் நிலையத்திற்கு வடகிழக்கு ஒரு மைல் தூரத்தில் உள்ளது இவ்வூர். இங்கு 5'3" உயரமுள்ள உட்கார்ந்திருப்பது போன்ற புத்தர் உருவச்சிலை ஒன்று இருக்கிறது. இச்சிலையின் பீடத்தில் தமிழ்

எழுத்துச் சாசனம் அழிந்துபோய்க் காணப்படுகிறது. இப்போது இஃது இருக்கும் இடத்திற்கு ஒரு பர்லாங்கு தூரத்தில் உள்ள ஒரு தோப்பில் இவ்வுருவம் முன்பு இருந்தது.[14]

கோட்டப்பாடி: நன்னிலம் தாலுகாவில் அம்பகரத்தூர் இரயில் நிலையத்திலிருந்து மூன்று மைல் தூரத்தில் உள்ளது இவ்வூர். இங்கும் புத்தர் உருவச்சிலையொன்று இருக்கிறது.[15]

மயூரப்பட்டணம்: சூத்திரபிடகத்தின் ஒரு பகுதியாகிய மஜ்ஜிமநிகாய என்னும் பகுதிக்கு ஆசாரிய புத்ததத்ததேரர் (கி.பி. 5-ஆம் நூற்றாண்டின் தொடக்கம்) தாம் எழுதிய பபஞ்சசூடானீ என்னும் உரையின் இறுதியில், மயூரப்பட்டணத்தில் இருந்த புத்த மித்தர் என்னும் தேரரின் வேண்டுகோளின்படி, இந்நூலை எழுதியதாகக் கூறுகிறார். மயூரப்பட்டணம் சில பிரதிகளில் மயூரரூபப் பட்டணம் என்றும் எழுதப்பட்டுள்ளது. இது மாயவரம் ஆக இருக்கலாம். மாயவரத்தை வடமொழியில் மயூரபுரி என்று கூறப்படுவது காண்க. இவ்வூரில் கி.பி. 5-ஆம் நூற்றாண்டில் பௌத்த விகாரையும் பௌத்தர்களும் இருந்தனர் என்று அறிகிறோம்.

நாகைப்பட்டினம்: இது சோழநாட்டைச் சேர்ந்த துறைமுகப் பட்டினம். இது தொன்றுதொட்டு பௌத்தர்களின் புண்ணிய நகரமாக இருந்துவந்தது.

> **"உற்றவர்க் குறுப்பறுத் தெரியின்க ணுய்த்தலை யன்ன**
> **தீமை செய்வோர்க்கு மொத்த மனத்ததாய்,**
> **நற்றவர்க் கிடமாகின்றது நாகையே"**

என்று பௌத்தர்கள் இந்நகரைப் புகழ்ந்து கூறுவர்.

இங்கு அசோக சக்கரவர்த்தியார் கட்டிய பதரதிட்ட விகாரையென்று ஒரு விகாரை இருந்தது. இந்த விகாரையில் கி.பி. 5-ஆம் நூற்றாண்டின் தொடக்கத்தில் ஆசாரிய தர்மபாலர் தங்கியிருந்து நெட்டிபகரணட்டகதா என்னும் உரைநூலைப் பாலிமொழியில் எழுதினார். நாகைப்பட்டினம் நாக நகரம் என்றும் கூறப்படுகிறது. இங்கிருந்து நாகாநன விகாரையில் மகா காசபதேரர் தங்கியிருந்தார்.

கி.பி. 720-ஆம் ஆண்டில், நரசிம்ம போத்த வர்மன் என்னும் பல்லவ மன்னன் காலத்தில், இந்தப் பட்டினத்தில் ஒரு பௌத்தக் கோயில் கட்டப்பட்டது. வர்த்தகத்தின் பொருட்டு சீன நாட்டிலிருந்து நாகைக்கு வரும் பௌத்தர்களுக்காகச் சீன அரசன் விருப்பப்படி அது கட்டப்பட்டது. பிற்காலத்தில் அக்கோயிலைச் 'சீனா கோயில்' என்று

வழங்கியதாகத் தெரிகின்றது. வெனிஸ் தேசத்திலிருந்து சீனாவுக்கு யாத்திரை சென்ற மார்கோபோலோ என்பவர் நாகைப்பட்டினத்தில் ‘சீனா கோயில்’ என்னும் பெயருள்ள ஒரு கோயில் இருந்ததாகக் குறிப்பிடுகின்றார்.

கி.பி. எட்டாம், அல்லது ஒன்பதாம் நூற்றாண்டில் இருந்த திருமங்கையாழ்வார் நாகைப்பட்டினத்துப் பௌத்த விகாரையொன்றில் முழுதும் பொன்னால் அமைக்கப்பட்டிருந்த புத்த உருவச்சிலையைக் கவர்ந்து கொண்டு போய், அப்பொன்னைக் கொண்டு திருவரங்கத் திருப்பதியில் திருமதில் எடுப்பித்தல் முதலான திருத்தொண்டுகள் செய்தார் என்பது குருபரம்பரப் பிரபாவம் முதலிய வைணவ நூல்களினால் தெரியவருகின்றது.

கி.பி. 985 முதல் 1014 வரையில் சோழ நாட்டை அரசாண்ட புகழ்பெற்ற இராச இராச சோழன் காலத்தில் நாகையில் ‘ஸ்ரீ சைலேந்திர சூடாமணி விகாரை’ என்னும் பௌத்தப்பள்ளி கட்டப்பட்டது. சுமத்திரா தீவில் ஸ்ரீ விஜய என்னும் இராச்சியத்தையும், பர்மா தேசத்திற் கடாரம் என்னும் இராச்சியத்தையும் அரசாண்ட ஸ்ரீமால் விஜயோத்துங்கவர்மன் என்னும் அரசன் வேண்டுகோளின்படி, இந்த விகாரையை நாகைப்பட்டினத்தில் கட்டுவதற்கு இராச இராச சோழன் உத்தரவு கொடுத்தான். இந்த விகாரை ஸ்ரீமாற விஜயோத்துங்கனின் தந்தையான சூடாமணிவர்மன் என்பவன் பெயரால் கட்டப்பட்டதாகலின், இதற்குச் ‘சூடாமணி விகாரை’ என்று பெயராயிற்று.

இந்தச் சூடாமணி விகாரைக்கு ராஜராஜப் பெரும்பள்ளி என்றும் பெயர் உண்டு. கடாரத்தரசன் இவ்விடத்திலேயே கட்டிய மற்றொரு விகாரைக்கு ராஜேந்திர சோழப் பெரும்பள்ளி என்று பெயர். யானைமங்கலம் முதலான ஊர்களை இவ்விகாரைக்குப் பள்ளிச்சந்தமாக இராச இராசன் அளித்தான் ஆயினும், சாசனம் எழுதுவதற்கு முன்னமே அவன் இறந்துவிட, அவனுக்குப் பின் அரசாண்ட இராசேந்திர சோழன், செப்புப் பட்டயத்தில் சாசனம் எழுதித் தந்தான். இவன் எழுதிக் கொடுத்த சாசனங்கள் வீடன் நகரத்துப் பொருட்காட்சிச்சாலையில் இப்போது இருக்கின்றன. இப்பொழுது இச்சாசனங்களுக்கு ‘லீடன் சாசனம்’ (Leiden Grant) என்று பெயர் வழங்கப்படுகிறது. (Epigrapica India, Vol. XXII) என்னும் நூலில் இந்தச் சாசனங்கள் வெளியிடப்பட்டுள்ளன.

கி.பி. 14-ஆம் நூற்றாண்டில், இவ்வூரில் சீனர்கள் வியாபாரத்தின் பொருட்டு வந்திருந்தார்கள். இவ்வூர் புத்தப்பள்ளியில் சீனர்கள்

ஒரு கல்வெட்டு எழுதிவைத்தார்கள். "14-ஆம் நூற்றாண்டின் இடைப்பகுதியில், எழுதப்பட்ட 'தாவோ-யி-சிலியோ' என்ற சீனநூல், சீன மொழில் எழுதப்பட்ட கல்வெட்டு ஒன்று நாகைப்பட்டினத்துப் பௌத்தப் பள்ளியில் இருந்ததாகக் கூறுகிறது" என்பர் திரு. S.K. கோவிந்தசாமி பிள்ளையவர்கள். (தென் இந்திய வணிகம், கரந்தைக் கட்டுரை.)

பர்மா தேசத்தில் ஹம்சவதி நாட்டைப் (pegu) பதினைந்தாம் நூற்றாண்டில் அரசாண்ட ராமாபதி ராஜன் அனுப்பிய பதினொரு பௌத்த பிக்ஷுக்களும், சித்திரதூதன் என்னும் தூதனும் இலங்கை சென்று தங்கள் வேலையை முடித்துக் கொண்டு மீண்டும் கப்பலேறிச் செல்லும் வழியில், கப்பல் புயலில் அகப்பட்டு உடைந்துபோக, நற்காலமாக உயிர் பிழைத்துக் கரையேறினார்கள் என்றும், நாகைப்பட்டினத்தை அடைந்து அங்கிருந்து 'பதரிகாராமம்' என்னும் பௌத்தப்பள்ளியில் தங்கியிருந்தார்கள் என்றும், அப்பள்ளிக் கருகில் சீனதேசத்து அரசனால் குகை வடிவமாகக் கட்டப்பட்டிருந்த பௌத்தப்பள்ளியில் புத்த தேவரை வணங்கினார்கள் என்றும் பர்மா தேசத்துக் கலியாணி நகரத்துக் கல்வெட்டுச் சாசனம் கூறுகிறது. இது நிகழ்ந்தது. கி.பி. 1477-ஆம் ஆண்டில்.

கி.பி. 1725-ஆம் ஆண்டில், 'சீனாகோயில்' என்னும் பெயருள்ள ஒரு கோயில் நாகைப்பட்டினத்தில் இருந்ததென்று வாலென்டின் (Valentyn) என்பவர் எழுதியிருக்கிறார்.

நாகைப்பட்டினத்துக்கு வடக்கே, ஒன்று அல்லது இரண்டு கல்தொலைவில், 'புது வெளிக்கோபுரம்' என்றும், 'சீனா கோயில்' என்றும், 'கறுப்புக் கோயில்' என்றும், பெயருள்ள ஒரு கோபுரம் இருந்ததென்றும், இக்கோபுரம் நாகைப்பட்டினத்துக்கு வருகிற கப்பல்களுக்கு ஒரு அடையாளமாகக் கடலில் தோன்றியதென்றும், இந்தக் கோபுரம் தாம் நேரில் 1849ஆம் ஆண்டில் கண்டதென்றும் சர். வால்டர் எலியட் (Sir Walter Elliot) எழுதியிருக்கின்றார். (படம் 1 காண்க)

இந்தக் கோபுரம் இருந்த இடத்தில், ஏசுவின் சபைப் பாதிரிமார் இப்போது கட்டிடம் கட்டியிருக்கிறார்கள். 1867-இல் இந்தக் கோபுரத்தை இடித்துவிட்டுக் கட்டிடம் கட்டிக்கொள்ள ஆங்கில அரசாங்க உத்தரவுபெற்று இதை இடித்துப் போட்டார்கள். (P. 244 Indian Antiguary, vol.vii)

இவ்விடத்தில் இருந்த மிகப்பழமை இலுப்பை மரம் ஒன்றை ஏசுவின் சபைப் பாதிரிமார் 1856-இல் வெட்டியபோது,

நாகையிலிருந்த பௌத்தக் கோயிலின் கோபுரம் (படம் 1)

அம்மரத்தின் அடியில் ஒளித்து வைக்கப்பட்டிருந்த ஐந்து சிறிய பௌத்த உருவங்களைக் கண்டெடுத்தனர். இவற்றில் நான்கு உலோகத்தினால் ஆனவை; ஒன்று பீங்கானால் செய்யபபட்டது. இவறறில் ஒன்று புத்தர் நின்றுகொண்டு உபதேசம் செய்வதுபோல் அமைக்கப்பட்டது. கவர்னராயிருந்த நேப்பியர் பிரபு (Lord Napier) நாகைக்குச் சென்றபோது. பாதிரிமார் இதை அவருக்குக் கொடுத்தார்கள். இந்த உருவத்தின் பீடத்தில், பதினொன்றாம்,

நாகையில் கண்டெடுக்கப்பட்ட புத்தர் (படம் 2)

அல்லது பன்னிரண்டாம் நூற்றாண்டில் வழங்கிய தமிழ் எழுத்தில், 'ஸ்வஸ்திஸ்ரீ ஆகம பண்டிதர் உய்யக் கொண்ட நாயகர்' என்று எழுதப்பட்டிருக்கிறது; இன்னொரு உருவம், புத்தர் போதியின் கீழ் அமர்ந்து தியானத்தில் இருக்கும் பாவனையாக அமைந்துள்ளது. (படம் 2 காண்க). இன்னொன்று, புத்தர் இரு கைகளையும் உயர்த்தி அபயம் அளிப்பதுபோல் அமைக்கப்பட்ட உருவம். இன்னொன்று சீன முறைப்படி செய்யப்பட்ட புத்தர் உருவம்.

நாகைப்பட்டினத்தில் இப்பொழுதும் 'புத்தன் கோட்டம்' என்னும் பெயருள்ள அக்கிரகாரம் இருக்கிறதென்றும், பண்டைக் காலத்தில் இந்த இடத்தில் பௌத்தக்கோயில் இருந்திருக்க வேண்டுமென்றும். பௌத்தக்கோயில் அழிந்த பிறகு அந்த இடத்தில் இந்த அக்கிரகாரம் ஏற்பட்டிருக்க வேண்டுமென்றும் கூறுவர் டாக்டர் S. கிருஷ்ணசாமி அய்யங்கார் அவர்கள்.

நாகைப்பட்டினத்திலிருந்து கண்டெடுக்கப்பட்ட வேறு பௌத்த உருவச் சிலைகள் சென்னைப் பொருட்காட்சிச் சாலையில் உள்ளன.

வெள்ளனூர்: இவ்வூர் புதுக்கோட்டையில் உள்ளது. இவ்வூர் கச்சேரியின் தென்புறத்தில் புத்தர் உருவச்சிலையொன்று இருக்கிறது.

செட்டிபட்டி: புதுக்கோட்டை குளத்தூர் தாலுகாவில் உள்ள இவ்வூரில், 3 அடி 9 அங்குலம் உயரம் உள்ள புத்தர் உருவச்சிலை ஒன்று இருக்கிறது.

ஆலங்குடிபட்டி: இதுவும் குளத்தூர் தாலுகாவில் உள்ள ஊர். இங்கும் 3 அடி 6 அங்குலம் உயரம் உள்ள புத்தர் உருவச்சிலை இருக்கிறது. இனி தொண்டை நாட்டில் சிறப்புற்றிருந்த பௌத்த ஊர்களைப் பற்றி ஆராய்வோம்.

காஞ்சிபுரம்: இந்த ஊர் தொன்றுதொட்டு சைவ, வைணவ, ஜைன, பௌத்த மதத்தவர்களுக்கு நிலைக்களமாக இருந்துவந்தது. பௌத்தர்கள் பண்டைக்காலத்தில் இங்கு அதிகமாக இருந்தனர். இந்த ஊரில் கி.மு. மூன்றாம் நூற்றாண்டில் அரசாண்ட அசோக சக்கரவர்த்தியினால் கட்டப்பட்ட ஒரு பௌத்த தூபி இருந்ததாகக் கி.பி. ஏழாம் நூற்றாண்டில் இந்த நகரத்திற்கு வந்த யுவாங் சுவாங் என்னும் சீன யாத்திரிகர் எழுதியிருக்கின்றார். கி.பி. இரண்டாம் நூற்றாண்டில் சோழநாட்டை அரசாண்ட கிள்ளிவளவன் என்னும் சோழன் தம்பி இளங்கிள்ளி என்பவன் காஞ்சிபுரத்தைத் தலைநகராகக் கொண்டு தொண்டை நாட்டை அரசாண்ட காலத்தில், 'பைம்பூம் போதிப் பகவற்கு' ஒரு சேதியம் அமைத்தான் என்று மணிமேகலையினால் அறிகின்றோம். இளங்கிள்ளி அரசாண்ட கி.பி. இரண்டாம் நூற்றாண்டிலே, காஞ்சிபுரத்துக்குத் தென்மேற்குத் திசையில், 'தருமத வனம்' என்னும் பூந்தோட்டம் இருந்ததென்றும், அதில் இளங்கிள்ளி ஒரு புத்த பீடிகையை அமைத்து விழாவும் சிறப்பும் செய்தானென்றும் மணிமேகலையினால் அறிகின்றோம்.

காவிரிப்பூம்பட்டினத்தில் பௌத்தப்பள்ளியின் தலைவராக இருந்த அறவண அடிகள், பிற்காலத்தில் காஞ்சிபுரத்தில் வந்து தங்கி பௌத்தமதத்தைப் போதித்து வந்தார் என்பதும் மணிமேகலையினால் பெறப்படுகின்றது. இன்றைக்கும், காஞ்சிபுரத்தில் அறப்பணஞ்சேரி என்னும் ஒரு தெரு உண்டு. அது 'அறவணஞ்சேரி' என்பதன் மரூஉ. அறவண அடிகள் தங்கியிருந்த சேரி (சேரி = தெரு) ஆதலின், அத்தெரு இப்பெயர் பெற்றது. இப்போது அப்பெயர் அறப்பெருஞ்செல்விதெரு என மாற்றப் பட்டிருக்கிறது. அன்றியும், புத்தேரித் தெரு' என்னும்

பெயருடன் ஒரு தெரு காஞ்சிபுரத்தில் இருக்கிறது. அது 'புத்தர் தெரு' என்பதன் மரூஉ. மாதவி மகள் மணிமேகலை பௌத்த தருமங் கேட்டுத் துறவு பூண்டபின் காஞ்சிபுரத்திலே கடைநாள் வரையில் இருந்ததாக மணிமேகலை கூறுகின்றது.

கி.பி. 5ஆம் நூற்றாண்டின் முற்பகுதியில் இருந்த புத்த கோஷ ஆசாரியர், பிடகநூல்களுக்கு உரைகளை எழுதியவர். இவர் தமது நண்பர்களான சுமதி, ஜோதிபாலர் என்னும் பௌத்த பிக்ஷுக்களுக்கு காஞ்சிபுரத்தில் வசித்திருந்ததாகவும், அவர்கள் வேண்டுகோளின்படி இலங்கைக்கு சென்றதாகவும், தமது மனோரதபூரணீ என்னும் உரையில் குறிப்பிடுகிறார். புத்தகோஷர் காஞ்சியில் இருந்தபோது அவருக்கு அண்டாத்தகதா என்னும் நூல் கிடைத்ததாகவும், அந்நூல், தாம் திரிபிடகங்களுக்கு உரை எழுதுவதற்குத் துணையாக இருந்தது என்றும் சாமந்தபாசாதிகா என்னும் உரையில் இவர் கூறுகிறார்.

நாளந்தா பல்கலைக் கழகத்தின் தலைமைப் பேராசிரியராக இருந்த ஆசாரிய தர்மபாலரும், அபிதம்மாத்த சங்கிரகம் முதலிய நூல்களை இயற்றிய அநுருத்தரும் காஞ்சியில் பிறந்தவர்கள் அநுருத்தர் காஞ்சியில் இருந்த மூல சோம விகாரையில் இருந்தவர்.

கி.பி. 640இல் காஞ்சிபுரத்திற்கு வந்த யுவான்சுவாங் என்னும் சீன யாத்திரிகர், காஞ்சிபுரத்தில் நூறு பௌத்தப்பள்ளிகளும் ஆயிரம் பிக்ஷுக்களும் இருந்ததாகக் கூறுகிறார். ஆசாரியதிக்நாகர், காஞ்சிக்கு அருகில் சிம்மவக்த்ரம் என்னும் இடத்தில் பிறந்தவர் என்று இந்த யாத்திரிகர் கூறுகிறார். இவர் கூறுகிற சிம்மவக்த்ரம் என்னும் ஊர், காஞ்சிக்கு அருகில் உள்ள சீயமங்கலமாக இருக்க வேண்டும்.

காஞ்சிபுரத்தை அரசாண்ட மகேந்திர விக்கிரமன் என்னும் பல்லவ அரசன் (அப்பர் சுவாமிகள் காலத்தவன்). தான் எழுதிய மத்தவிலாசப் பிரகடனம் என்னும் நூலில், காஞ்சியில் பல பௌத்த விகாரைகள் இருந்தன என்றும். அவ்விகாரைகளுக்கெல்லாம் தலைமையாக இருந்த பெரிய விகாரைக்கு இராஜ விகாரை என்று பெயர் இருந்ததென்றும் கூறுகின்றார்.

காஞ்சிபுரத்தைத் தலைநகராகக் கொண்டு அரசாண்ட பல்லவ அரசர்களுள் புத்தவர்மன் என்பவன் பௌத்த மதத்தைச் சேர்ந்தவன் என்று கூறப்படுகிறான். இவன் பௌத்தர்களுக்காகப் பௌத்தப் பள்ளிகளைக் கட்டி அவர்களை ஆதரித்திருக்கக்கூடும். கி.பி. எட்டாம் நூற்றாண்டில், ஹிமசீதளன் என்னும் அரசன் பௌத்தர்களை ஆதரித்தான் என்றும், அகளங்கர் என்னும் ஜைனர் காஞ்சிபுரத்தில்

இவ்வரசன் முன்னிலையில் பௌத்தர்களுடன் சமயவாதம் செய்து வென்று, இவ்வரசனை ஜைன மதத்தில் சேர்த்ததோடு, தோல்வியுற்ற பௌத்தர்களை இலங்கைக்கு அனுப்பிவிட்டார் என்றும் கூறப்படுகிறது.

"இன்னும் காஞ்சிபுரத்தில் கச்சீஸ்வரர் கோயில் என்று வழங்கும் ஆலயம் பூர்வத்தில் புத்தர் கோயிலெனத் தெரிகிறது. இக்கோயிலின் முன் கோபுரத்தின் அஸ்திவாரக் கல் கட்டிடத்தில் சில புத்த உருவங்கள் இப்போதும் இருக்கின்றன. இன்னும் சில, முன்பு இருந்த உருவம் தெரியாமலிருக்குமாறு அழிக்கப்பட்டிருக்கின்றன கோவில் உள் மண்டபத்திலும் சில கல்தூண்களில் புத்த உருவங்கள் இப்போது மிருக்கின்றன. இது புத்தர் கோவில் என்பதற்கு மற்றோர் ஆதாரமிருக்கிறது. அஃதாவது இக்கோவில் மேல்புறம் வீதிக் கடைசியிலிருந்து வரும் ஏரிக்கு 'புத்தேரி' என்றும், வீதிக்கு 'புத்தேரித்தெரு' என்றும் பெயர்கள் ஏற்பட்டு இப்போதும் வழங்கி வருகின்றன."[16]

கச்சீஸ்வரர் கோயிலுக்கு நான் சென்று பார்த்தபோது, தூண்களில் மட்டும் புத்தர் உருவங்களைக் கண்டேன். கோபுர அஸ்திவாரத்தில் இருந்த புத்த உருவங்கள் காணப்படவில்லை. புத்தேரித் தெரு என்று இப்போது வழங்கப்படுகிற தெரு முற்காலத்தில் புத்தர் தெரு என்று வழங்கப்பட்டு அவ்வாறே விக்கிரயபத்திரங்களிலும் எழுதப்பட்டு வந்தன. புத்தேரித் தெருவின் மேற்குக் கோடியில் உள்ள கயிலாசநாதர் கோயில் என்னும் இராஜசிம்மேச்சரம் ஆதியில் புத்தர் கோயிலாக இருக்கவேண்டும் என்பதற்கு அக்கோயிலின் புராண ஆதாரங்களால் யூகிக்கப்படுகிறது.

காஞ்சி ஏகாம்பரேஸ்வரர் கோவில் வெளிமதில் சுவரில் சில புத்த உருவங்கள் சிறப்பாக அமைக்கப்பட்டிருக்கின்றன. இந்த மதிற்சுவர் விஜயநகர அரசனான கிருஷ்ணதேவராயரால் 1509-இல் கட்டப்பட்டது. பழைய புத்தர் கோயில்களை இடித்து அக்கற்களைக் கொண்டு இந்த மதிற்சுவர் கட்டியிருக்க வேண்டும். அதனால்தான் இப்புத்த உருவங்கள் இச்சுவரில் காணப்படுகின்றன. காஞ்சி ஏகாம்பர ஈசுவரர் கோவிலுக்குப பக்கத்தில் உள்ள போலீஸ் ஸ்டேஷன் கட்டிடத்தில் ஒரு புத்த உருவம் இருக்கிறது. இது பூமியைத் தோண்டியபோது கிடைத்தது. புத்தர் நிர்வாணம் அடையும் நிலையில் கற்சிலையொன்று ஏகாம்பர ஈசுவரர் கோவில் மதிற்சுவரின் கீழே வைத்துக் கட்டப்பட்டிருக்கிறது. படம் காண்க. பக்.15.

காஞ்சிபுரத்தில், கச்சிக்கு நாயகர் கோயில் என்னும் புத்தர் கோயில் இருந்தது. அதற்கு மானியமாகச் செங்கற்பட்டு ஜில்லாவில் உள்ள நாவலூர் கிராமம் விடப்பட்டிருந்தது.[17] இந்தக் கோயில் இப்போது காணப்படவில்லை. காஞ்சி கருக்கினில் அமர்ந்தாள் கோயிலில் இரண்டு புத்தசிலைகள் உள்ளன; அவை, முன்பு காஞ்சி மேட்டுத் தெருவில் இருந்தனவாம். காமாட்சியம்மன் கோயில் ஆதியில் பௌத்தரின் தாராதேவி ஆலயம். இவ்வாலயத்தில் பல புத்த உருவங்கள் இருந்தன. அவைகளில், 6 அடி உயரம் உள்ள நின்றவண்ணமாக அமைக்கப்பட்ட "சாஸ்தா" (இது புத்தர் உருவம்) என்னும் உருவம் இப்போது சென்னைப் பொருட்காட்சிசாலையில் இருக்கிறது. காமாட்சி அம்மன் குளக்கரையில் இருந்த புத்தச்சிலைகள் இப்போது காணப்படவில்லை. இக்கோயிலில் இருந்த வேறு புத்த உருவங்கள் (கருங்கல் சிலைகள் சில ஆண்டுகளுக்குமுன் நன்னிலையில் இருந்ததைக் கண்டேன். ஆனால் அவை பிறகு துண்டுதுண்டாக உடைக்கப்பட்டுக் கிடந்ததைக் கண்டேன். இப்போது அவை இருந்தவிடமே தெரியவில்லை. காமாட்சியம்மன் கோயிலுக்கு அருகில் உள்ள ஒரு தோட்டத்தில் புத்த உருவம் ஒன்று இப்போதும் நன்னிலையில் இருக்கிறது. இத்தோட்டத்தில் இப்போது உள்ள மண்டபத்தைக் கட்டியபோது, அதன் அடியில் சில புத்த உருவங்களைப் புதைத்துவிட்டார்களாம்.

கி.பி. 14ஆம் நூற்றாண்டில், இருந்த ஜாவா தேசத்துக் கவிவாணர் ஒருவர் காஞ்சிபுரத்தில் 14 பௌத்தப் பள்ளிகள் இருந்தன என்று கூறியுள்ளார். அந்நூற்றாண்டில், காஞ்சியில், பௌத்தமதத்தையும் வைணவ மதத்தையும் பிரித்தறிய முடியாதபடி இரண்டறக் கலந்திருந்தன என்று தெரிகிறது.[18]

அறவண அடிகள், மணிமேகலை, ஆசாரிய புத்த கோஷர், சுமதி, ஜோதிபாலர், திக்நாத ஆசாரியர், போதி தரும ஆசாரியர், ஆசாரிய தருமபாலர், ஆநந்ததேரர், அநுருத்தர், புத்தாதிக்யர் முதலிய பேர்பெற்ற தேரர்கள் இவ்வூரில் வசித்தவர்கள். இவர்கள் அன்றியும், காஞ்சிபுரத்தில், கி.பி. 9 முதல் 11ஆவது நூற்றாண்டு வரையில் இருந்த சில பௌத்தப் பெரியார்களின் பெயர்கள் நமக்குக் கிடைத்திருக்கின்றன. இப்பெயர்கள், பாடலிபுரத்தில் உள்ள பொருட்காட்சிச் சாலையில் வைக்கப்பட்டுள்ள பௌத்த உருவங்களின் பீடத்தில் நாகரிக எழுத்தில் எழுதப்பட்டுள்ளன. இந்தப் பௌத்த உருவங்கள், கயா ஜில்லாவில் உள்ள குர்கிஹார், பண்டைக்காலத்தில் குக்குட பாதகிரி என்னும் பௌத்த இடமாக

இருந்தது. இங்கிருந்து கிடைத்த உலோகங்களால் செய்யப்பட்ட பௌத்த உருவங்களில் 17 உருவங்கள் காஞ்சிபுரத்திலிருந்த பௌத்தப் பெரியவர்களால் அளிக்கப்பட்டவை.[19] அவர்கள் பெயர் வருமாறு:

அம்ருதவர்மன், புத்தவர்மன், தர்மவர்மன், தூதசிம்மன், பிரபாகரசிம்மன், மஞ்சுஸ்ரீ, வீரியவர்மன், புத்தவர்மன், (இவர் காஞ்சியில் இருந்த கந்தகுடியில் இருந்தவர். புத்தர் கோயிலுக்குக் கந்தகுடி என்பது பெயர்). புத்த ஞானர், சுகசுகர், விரோசன சிம்ம ஸ்தவிரர் (இவர் காஞ்சிக்கு அருகில் உள்ள நரசிம்ம சதுர்வேதி மங்கலம் என்னும் ஊரில் பிராமண குடும்பத்தில், பிறந்து வேத வேதாங்கங்களைக் கற்றுணர்ந்து, பின்னர் பிரஞ்ஞசிம்மர் என்னும் பௌத்தகுருவின் சீடராகி விரோசன சிம்ம ஸ்தவிரர் என்னும் துறவுப்பெயர் கொண்டவர்.) ரகுலவர்மர், சந்திரவர்மர், நாகேந்திர வர்மர், வீரவர்மர், அவலோகித சிம்மர் (இவர் கேரள தேசத்திலிருந்து வந்து காஞ்சியில் தங்கியவர்) இவர்கள் எல்லோரும் பௌத்த பிக்ஷுக்கள் என்று தெரிகின்றனர். இவர்களில் வர்மர் என்னும் பெயரையுடையவர்கள் பல்லவ அரச குடும்பத்தைச் சேர்ந்தவர்களாக இருக்கக்கூடும். இவர்கள் கி.பி. 9 முதல் 11-ஆம் நூற்றாண்டுக்கு இடைப்பட்ட காலத்தில் இருந்தவர்கள்.

திருப்பாதிரிப்புலியூர்: இப்பொழுது கடலூருக்கு அருகில் உள்ள திருப்பாதிரிப்புலியூரில் முற்காலத்தில் பௌத்தர் இருந்தனரென்றும், அங்குப் பௌத்தப் பல்கலைக்கழகம் ஒன்றிருந்ததென்றும் கூறுவர். ஆயினும், அவற்றைப் பற்றிய வரலாறுகள் ஒன்றும் தெரியவில்லை.

சங்கமங்கை: இதுவும் தொண்டை நாட்டிலிருந்ததாகத் தெரிகின்றது. பௌத்தராயிருந்து, பின்னர்க் காஞ்சிபுரஞ் சென்று பௌத்த தருமத்தை நன்கு கற்று, பின்னர்ச் சைவசமயத்தைச் சேர்ந்த சாக்கிய நாயனார் இவ்வூரில் பிறந்தவர். இந்த ஊரின் பெயரே, இது பௌத்தரது ஊர் என்பதைத் தெரிவிக்கும். சங்கம் என்பது புத்த தர்ம, சங்கம் என்னும் மும்மணிகளில் ஒன்று. அஃதாவது, பௌத்த பிக்ஷுக்களுக்குச் சங்கம் என்பது பெயர். எனவே, சங்கமங்கை என்கிற பெயர் பௌத்தச் சார்பானதென்பதைத் தெரிவிகின்றது.

ஆவூர்: வட ஆர்க்காடு ஜில்லா திருவண்ணாமலை தாலுக்காவில் உள்ளது இவ்வூர் இவ்வூரில் இடிநதுபோன சிவன்கோயில் சாசனம், கோப்பெருஞ்சிங்க தேவர் II உடைய 30ஆவது ஆண்டில் எழுதப்பட்டது. இச்சாசனத்தில், இவ்வூர் "பெண்ணை வடகரை சேதிமண்டலத்து ஆவூர்" என்றும், இக்கோயில் திருவகத்தீஸ்வரம் உடைய நாயனார் என்றும் கூறப்படுகிறது. இச்சாசனத்தில் ஸ்ரீமற்சேன

மஹாபோதி என்னும் பெயரும், 'சா(க்) கியர்' என்னும் பெயரும் காணப்படுகின்றன. ஆகவே இவ்வூரில் கி.பி. 1272-இல் பௌத்த வணிகர் இருந்த செய்தி அறியப்படுகிறது. திரு அகத்தீஸ்வரம் உடைய நாயனார் என்பது அகத்தி அல்லது அகஸ்தி என்னும் பௌத்த முனிவரைக் குறிக்கிறது போலும்.[20]

கூவம்: செங்கற்பட்டு ஜில்லாவில் உள்ளது. இவ்வூருக்குத் திருவிற்கோலம் என்றும் பெயர் உண்டு. இவ்வூரில் பண்டைக் காலத்தில் பௌத்தர்கள் இருந்தார்கள். இவ்வூரில் இருந்த பெரிய புத்தசிலை, இப்போது சென்னைப் பொருட்காட்சிச் சாலையில் கொண்டு வந்து வைக்கப்பட்டிருக்கிறது. இவ்வூரில் இன்றும் சில பௌத்த உருவச் சிலைகள் உள்ளன. அவற்றில் ஒன்று தர்மசக்கரம் அதைப் படத்தில் காண்க. பக். 16.

ஞாயர்: செங்கற்பட்டு ஜில்லா புழற்கோட்டத்து ஞாயர் நாட்டு ஞாயர் என்று சாசனங்களில் இவ்வூர் கூறப்படும். இவ்வூரில் புத்தேரில் உடையார் கோயில் என்னும் பௌத்தக் கோயில் ஒன்று இருந்தது.

நாவலூர்: செங்கற்பட்டு ஜில்லா, பொன்னேரி, தாலுக்காவில் உள்ள ஊர். (இப்போது திருவள்ளூர் மாவட்டம்) பௌத்தக் காஞ்சியில் (காஞ்சிபுரத்தில்) இருந்த கச்சிக்கு நாயகர் கோயில் என்னும் புத்த கோயிலின் பள்ளிச்சந்தம் (மானியம்) ஆக இருந்தது இவ்வூர் என்று இங்குள்ள ஒரு சாசனம் கூறுகிறது. இச்சாசனத்தின் பின்புறத்தில் தர்மசக்கரம் (பௌத்தசின்னம்) பொறிக்கப்பட்டுள்ளது.[21]

திருச்சோபுரம்: தென் ஆர்க்காடு ஜில்லா, கூடலூர் தாலுக்காவில் உள்ள இவ்வூர் மங்களபுரீஸ்வரர் கோயில் முன்மண்டபத்து மேல்தளத்தில் உள்ள ஒரு கல் சாசனம் சிதையுண்டிருக்கிறது. இச்சாசனத்தில் சாரிபுத்திரபண்டிதர் என்பவர் தானம் செய்த செய்தி கூறப்படுகிறதோடு சங்கத்தார் குறிப்பிடுகின்றனர். சங்கம் பௌத்த பிக்கு சங்கத்தைக் குறிக்கிறது. சாரிபுத்திர பண்டிதர் என்னும் பெயர் பௌத்தப் பெயர் ஆகும். ஆனால், இந்தச் சாரிபுத்திரரும், திருஞானசம்பந்தருடன் வாதம் செய்த சாரிபுத்தரும் வெவ்வேறு ஆட்கள், இந்தச் சாசனம். ஜடாவர்மன் சுந்தரபாண்டியன் 1 காலத்தில் கி.பி. 1264-65-இல் எழுதப்பட்டது.[22]

பல்லாவரம்: பல்லவபுரம் என்பதன் திரிபு இப்பெயர். காஞ்சிபுரத்துக்குத் தென்மேற்கே 3 மைலுக்கப்பால் இருக்கிறது. இவ்வூரில், காஞ்சிபுரத்தை அரசாண்ட பல்லவ அரச குடும்பத்தார்,

வாழ்ந்திருந்தார்கள். ஆகையால், இவ்வூர் இப்பெயர் பெற்றது. இப்போது இது சிறு கிராமமாக இருக்கிறது. பல்லவர் காலத்தில் இவ்வூர் சிறப்புற்றிருக்க வேண்டும். இவ்வூரில், முதலாவது மகேந்திரவர்மன் கற்பாறையைக் குடைந்து அமைத்த குகைக்கோயில் ஒன்று இருக்கிறது. *15-7-46* இல் இவ்வூருக்குச் சென்றிருந்தபோது இவ்வூருக்கு அண்மையில் உள்ள கணிகிலுப்பை என்னும் ஊரில் புத்தர் உருவச்சிலையொன்றை ஏரிக் கரையில் கண்டேன். இவ்வுருவம், ஏரிக்கரைக்குக் கொண்டு வரப்படுவதற்கு முன்பு, அவ்வூர் விநாயகர் கோயிலுக்குப் பக்கத்தில் இருந்தது. விநாயகர் கோயிலுக்கு பக்கத்தில், இந்தப் புத்தர் உருவம் இருந்த கருங்கல் பீடம் அழியாமல் இருக்கிறது. அவ்வூர்த் தெருவின் எதிர்கோடியில் பௌத்தர்களுடைய தர்ம சக்கரம் பொறிக்கப்பட்ட கருங்கள் நாட்டப்பட்டிருக்கிறது. புத்தர் கோயிலை இடித்து அந்த இடத்தில் விநாயகர் ஆலயம் கட்டியிருக்கிறார்கள். பிறகு, புத்த உருவத்தை ஏரிக்கரையில் கொண்டுபோய்ப் போட்டுவிட்டார்கள். பண்டைக்காலத்தில் புத்தர் கோயிலாக இருந்தவை, பிற்காலத்தில் விநாயகர் கோயிலாக மாற்றப்பட்டன என்பதற்கு இதுவும் ஒரு சான்று. பல்லவ அரச குடும்பம் இருந்த இவ்வூரில் புத்தர் ஆலயம் இருந்தது வியப்பன்று. ஏனென்றால், பல்லவ குடும்பத்தில் ஒரு பிரிவினர் பௌத்தர்களாக இருந்தனர். புத்தவர்மன் என்னும் பெயரைச் சூடிய பல்லவ அரசர்கள் சாசனங்களில் குறிக்கப்பட்டுள்ளனர். இங்குள்ள புத்த விக்கிரகமும் வர்மச்சக்கரகல்லும் இவ்வூரில் புத்தர் கோயில் இருந்ததை வலியுறுத்துகின்றன.

மாங்காடு: செங்கல்பட்டு ஜில்லா, சைதாப்பேட்டை தாலுகா பூந்தமல்லிக்கு அருகில் இருக்கிறது இக்கிராமம். இவ்வூர் வெள்ளீசுவரர் ஆலயத்தில் உள்ள கல்வெட்டுச் சாசனம் ஒன்று, திரிபுவன சக்கரவர்த்தி கோனேரின்மை கொண்டான் சுந்தர பாண்டிய தேவர் I *(1251-64)* காலத்தில் அவரது 5-ஆவது ஆண்டில் எழுதப்பட்டது. இதில், இங்கிருந்த பள்ளிக்கு (புத்தர் கோயில்) மாங்காடு கிராமம். பள்ளிச்சந்தமாகக் கொடுக்கப்பட்டதென்று எழுதப்பட்டுள்ளது.[23]

இவ்வூரில் மூன்று மகாயான பௌத்த தெய்வ உருவங்கள் காணப்படகின்றன இவற்றில் இன்று தலையுடைந்து கிடக்கிறது. அன்றியும், மாங்காட்டுக்கு அருகில் உள்ள பட்டு என்னும் கிராமத்தில், ஒரு விநாயகர் கோயிலுக்கு பக்கத்தில், புத்தர் உருவச்சிலையொன்று இருக்கிறது இதற்கு அருகில் தர்மராஜா

கோயிலும் இருக்கிறது. இங்கு ஆதியில், புத்தர் கோயிலை அழித்து விநாயகர் கோயிலையும் தர்மராஜா கோயிலையும் கட்டியிருக்க வேண்டும். புத்தர் கோயிலை, விநாயகர் கோயிலாகவும், தர்மராஜர் கோயிலாகவும் அமைப்பது பிற்காலத்து வழக்கம். பட்டு கிராமத்தில் இருந்த புத்தர் உருவச்சிலை இப்போது சென்னைப் பொருட்காட்சிச் சாலையில் வைக்கப்பட்டிருக்கிறது.

இரண்டாங்காடு: செங்கற்பட்டு ஜில்லா ஸ்ரீபெரும்பூதூர் தாலுகா குன்றத்தூருக்கு அருகில் உள்ளது இரண்டாங்காடு. இங்குப் புத்தர் உருவச்சிலையொன்று இருக்கிறது. இவ்வூருக்குப் புத்தவேடு என்று பெயர் கூறப்படுகிறது.

இனி, பாண்டிய நாட்டில் பௌத்தர் இருந்த ஊர்களைப் பற்றி ஆராய்வோம்.

மதுரை: இந்த நகரத்தில் பௌத்தப் பள்ளிகள் இருந்தனவென்பதை மதுரைக் காஞ்சி என்னும் நூலினால் அறிகிறோம்.

"திண்கதிர் மதாணி யொண்குறு மாக்களை
யோம்பினர்த் தழீஇத் தாம்புணர்ந்து முயங்கித்
தாதணி தாமரைப் போதுபிடித் தாங்குத்
தாமு மவரு மோராங்கு விளங்கக்
காமர் கவினிய பேரிளம் பெண்டிர்
பூவினர் கையினர் தொழுவனர் பழிச்சிச்
சிறந்து புறங்காக்குங் கடவுட் பள்ளி"

இதன் உரை: 'திண்ணிய ஒளியினையுடைய பேரணி கலகங்களையுடையவராய் விருப்பம் அழகு பெற்ற பெரிய இளமையினையுடைய பெண்டிர். தாம் முயங்குதலைச் செய்து கூடிப் பாதுகாக்குங் கணவரையுங் கூட்டிக் கொண்டு, தாது சேர்ந்த செவ்வித் தாமரைப் பூவைப் பிடித்தாற்போல, ஒள்ளிய சிறு பிள்ளைகளையும் எடுத்துக் கொண்டு, தாமும் கணவரும் பிள்ளைகளும் சேரச் சீலத்தாலே விளங்கும்படியாகப் பூசைக்கு வேண்டும் பூவினையுடையவராய்த் தூபங்களையுடையவராய் வணங்கினராய் மிகுத்துத் துதித்துப் பாதுகாத்தலை நடத்தும் பௌத்த பள்ளி இவ்வுரை நச்சினார்க்கினியர் எழுதியது ஆகும்.

அசோக சக்கரவர்த்தி மதுரைக்குக் கீழ்த்திசையில் கட்டிய ஒரு பௌத்த விகாரை இடிந்து பழுதுபட்ட நிலையில் இருந்ததென்றும், அதற்குச் சற்றுச் சேய்மையில் மகேந்திரர் கட்டிய பௌத்த பள்ளியொன்றும் அழிந்துபோகும் நிலையில் இருந்ததென்றும் கி.பி.

ஏழாம் நூற்றாண்டின் முற்பகுதியில் தமிழ்நாட்டில் பிரயாணம் செய்த யுவான் சுவாங் என்னும் சீனர் எழுதியிருக்கின்றார். மதுரையில், கி.பி இரண்டாம் நூற்றாண்டில் 'சிந்தா தேவி' என்னும் அம்மன் கோயில் ஒன்று இருந்ததாக மணிமேகலையில் தெரியவருகின்றது. இந்தக் கோயிலைப் பௌத்தர்களின் தாராதேவி கோயில் என்று ஆராய்ச்சியாளரிற் சிலர் கருதுகின்றார்கள்.

அரிட்டாபட்டி: மதுரை ஜில்லாவில் இப்போது குக்கிராமமாயுள்ள ஓர் ஊர் கி.மு. மூன்றாம் நூற்றாண்டில் இலங்கையை அரசாண்ட தேவனாம்பிரிய திஸ்ஸன் என்னும் அரசனுடைய அம்மானாராகிய அரிட்டர் என்னும் பௌத்த பிக்ஷு, மகேந்திரருடன் சேர்ந்து பாண்டி நாட்டில் பௌத்தமதத்தைப் பரவச் செய்தாரென்றும் அந்த அரிட்டர் என்பவர் இந்த ஊருக்கு அருகில் உள்ள மலைக்குகையில் வாழ்ந்து வந்தார் என்றும், ஆகவே இவ்வூருக்கு அவர் பெயர் வழங்கலாயிற்று என்றும் ஆராய்ச்சிவல்ல அறிஞர் கருதுகின்றனர். இந்த அரிட்டாபட்டிக்கருகில் உள்ள பௌத்தக் குகைகளில் அசோக மன்னர் காலத்தில் வழங்கிய பிராமி எழுத்துக்கள் பொறிக்கப்பட்டுள்ளன. இது பண்டைக்காலத்தில் பௌத்தக் கிராமமாயிருந்தது. பிற்காலத்தில் அழிந்து இப்போது குக்கிராமமாக இருக்கின்றது.

பொதிகை: பொதிகை மலையும் பௌத்தர்களின் புண்ணிய மலைகளில் ஒன்றாகப் பிற்காலத்தில் கருதப்பட்டு வந்தது. அந்த மலையில் அவலோகிதீஸ்வரர் என்னும் போதிசத்வர் வீற்றிருக்கிறார் என்பதும், அவரிடம் அகத்தியர் தமிழ் கற்றார் என்பதும் பௌத்தர்களின் கொள்கை. இந்த மலையை அடுத்து 'மலைய நாடு' என்னும் பெயருடைய நாடு இருந்தது. அந்நாட்டில் தந்திரயான பௌத்த மதத்தவராகிய வச்சிரபோதி (கி.பி. 661-730) என்பவர் பிறந்தார். சீன தேசத்திலும், ஜப்பான் தேசத்திலும் சென் பௌத்த (Zen Buddhism) மதத்தைப் பரப்பியவர் இவரே.

தஞ்சை: பாண்டிநாட்டில் இருந்த தஞ்சாவூர். இந்த ஊரில் வாணன் என்னும் சிற்றரசன் ஒருவன் மீது இயற்றப்பட்ட தஞ்சைவாணன் கோவை என்னும் ஒரு நூலும் தமிழில் உண்டு. பாலி மொழியில் பதினான்கு நூல்களை இயற்றிய பேர்பெற்ற பௌத்த பிக்ஷுவாகிய ஆசாரிய தர்மபாலர் இந்த ஊரில் பிறந்தார். இந்த ஊரிலும் பௌத்தர்கள் இருந்தனர்.

திருமாலிருஞ்சோலை: 'அழகர்மலை' என்று வேறு பெயருள்ள இந்த இடம் இப்போது வைணவத் திருப்பதிகளில் ஒன்று. இங்குள்ள

மலைக்குகைகளில் பிராமி எழுத்துக்கள் பொறிக்கப்பட்டுள்ளன. இங்கு உள்ள பெரியாழ்வார் நந்தவனத்துக்கு எதிரில் உள்ள குளம் ஆராமத்துக் குளம் என்று பெயர் வழங்கப்படுகிறது. ஆராமம் என்பது சங்காராமம். அஃதாவது பௌத்த பிக்ஷுக்கள் வசிக்கும் இடம். அன்றியும், இக்கோயிலின் பழைய ஸ்தல விருக்ஷம் போதி (அரச) மரம் என்று கூறப்படுகிறது. இக்குறிப்புக்கள் யாவும், இது பண்டைக்காலத்தில் பௌத்தக் கோயிலாக இருந்ததென்பதைக் காட்டுகின்றன.

தென்கரை: திருச்செந்தூர் தாலுகாவில் உள்ள ஊர். இங்குப் புத்தர் உருவச்சிலையொன்று இருக்கிறது.[24]

ஆசாரிய தம்மபாலர், வச்சிரபோதி, தம்மகீர்த்தி முதலிய பௌத்தப் பெரியார்கள் பாண்டிய தேசத்தில் இருந்தவர் ஆவர். பாண்டியதேசம், பாலிமொழியில் தம்பராட்டா (தாம்பிரபரணி தேசம்) என்று கூறப்படுகிறது. பாண்டியநாட்டில். பாண்டவ மலைகளும் அவற்றில் பிராமி எழுத்துக்களும் அதிகமாகக் காணப்படுகின்றன. ஜைனமதத்திற்கு முன்பு பௌத்தமதம் பாண்டிய நாட்டில் சிறப்புற்றிருந்தது என்பதற்குப் போதிய ஆதாரங்கள் உள்ளன.

இனி, சேரநாட்டில் இருந்த பௌத்த ஊர்களை ஆராய்வோம்.

வஞ்சி மாநகர்: இப்போது மலையாள தேசமாக மாறிவிட்ட கேரள தேசம் பண்டைக்காலத்தில் தமிழ்நாடாக இருந்தது. அப்போது அதற்குச் சேரநாடு என்று பெயர். அதன் தலைநகராக இருந்தது வஞ்சி மாநகர். கி.பி. இரண்டாம் நூற்றாண்டில் வாழ்ந்திருந்த சிலப்பதிகாரக் கதைக் தலைவனாகிய கோவலன் என்பவனுடைய மூதாதை, கோவலன் என்னும் பெயருள்ளவன், இந்த நகரத்தில் சிறந்ததொரு புத்தசேதியம் கட்டினான் என்று மணிமேகலையினால் தெரிகின்றது. சிலப்பதிகாரத் தலைவனாகிய கோவலனது ஒன்பது தலைமுறைக்கு முற்பட்ட பாட்டனான இந்தக் கோவலன் இமயவரம்பன் நெடுஞ்சேரலாதனுக்கு உற்ற நண்பன் என்பதும், பாதபங்கய மலையிலிருந்து வந்த ஒரு பௌத்த பிக்ஷுவின் உபதேசங்களைக் கேட்டு இவன் துறவு பூண்டு சேதியம் அமைத்ததோடு, தன் பொருள் முழுதும் தானம் செய்தான் என்பதும் தெரிகின்றன. இவன் கி.மு. முதல் நூற்றாண்டின் முற்பகுதியில் இருந்தவனாகலின், இந்தச் சேதியம் கட்டப்பட்டதும் அக்காலமாகும். கி.பி. இரண்டாம் நூற்றாண்டில், இந்தச் சேதியமும் இன்னும் பல பௌத்தப் பள்ளிகளும் இருந்ததாகவும், கோவலன் தந்தை மாசாத்துவானும்

மணிமேகலையும், அறவண அடிகளும் இந்த நகரத்திற்சென்று இங்கிருந்த பௌத்த விகாரைகளைத் தொழுதனரென்பதாகவும் மணிமேகலை கூறுகின்றது.

பாண்டவமலைகளும் கழுகுமலைகளும்: தமிழ்நாட்டில் இருந்த பௌத்த திருப்பதிகள் சிலவற்றை மேலே கூறினோம். பண்டைக்காலத்திலே தமிழ்நாடு முழுவதும் பௌத்த, ஜைன சமயங்கள் பரவியிருந்தன என்பதைச் சாசனங்களும் நூல்களும் சான்று பகர்கின்றன. கி.பி. 7-ஆம் நூற்றாண்டிலே, சைவசமயம் குன்றி, பௌத்த மதமும், சமண சமயமும் பரவியிருந்ததென்றும்,

இதனைக் கண்டசிவபாத இருதயர் மனம் வருந்திச் சிவபெருமானிடம் முறையிட்டார் என்றும், பௌத்த சமண மதங்களை அழித்துச் சைவ சமயத்தைப் பரவச் செய்வதற்காகத் திருஞானசம்பந்தர் பிறந்தார் என்றும் பெரியபுராணம் கூறுகிறது.

"மேதினிமேல் சமண்கையர் சாக்கியர்தம் பொய்மிகுந்தே
ஆதிஅரு மறைவழக்கம் அருகிஅரன் அடியார்பால்
பூதிசா தனவிளக்கம் போற்றல்பெறா தொழியக்கண்
டேதமில்சீர் சிவபாத விருதயர்தாம் இடருழந்தார்."
(பெரியபுராணம் திருஞானசம்பந்தர்-18)

இவ்வாறு அக்காலத்திலே, தமிழ்நாடு முழுவதும், பௌத்தமும் சமணமும் பரவிப் பெருகியிருந்ததாகச் சேக்கிழார் கூறுவது வெற்றுரையன்று: உண்மையே. மூவர் தேவாரத்தையும் தேவாரம் பெற்ற திருப்பதிகளின் வரலாற்றையும் ஆழ்ந்து ஆராய்ந்து பார்த்தால், பௌத்தமும் சமணமும் ஒவ்வொரு ஊரிலும் பரவியிருந்த செய்தியை அறியலாம். இந்த முறையில், நான் ஆராய்ந்து பார்த்தவரையில், தேவாரம் பெற்ற திருப்பதிகளிலெல்லாம் மூவர் காலத்திலும், அதற்குப் பிற்பட்ட காலத்திலும் பௌத்தமதமும் சமண சமயமும் சிறப்புற்றிருந்த செய்தியைக் கண்டேன். ஆராய்ச்சி மனப்பான்மையுடையோர், தேவாரம் பெற்ற திருப்பதிகளின் சமய வரலாற்றை இக்கண்கொண்டு ஆராய்ந்து உண்மை காண்பாராக.

இனி, தமிழ்நாட்டிலே ஆங்காங்குக் காணப்படுகிற பஞ்ச பாண்டவ மலை அல்லது பாண்டவக் குன்று என்பனவற்றில் பெரும்பாலான பண்டைக்காலத்திலே பௌத்த பிக்குகள் வசித்து வந்த மலைகள் என்பதை விளக்குவாம். தமிழ்நாட்டில் மட்டுமன்று, ஆந்திரநாட்டிலும் இத்தகைய பாண்டவர் குன்றுகள் உள்ளன. ஆதியில், பௌத்த பிக்குகள் வசித்துவந்த இக்குகைகள், பௌத்தமதம் செல்வாக்கிழந்த பிறகு ஜைனர்களால் கைப்பற்றப்பட்டு, இவைகளில்

சமணத்துறவிகள் வசித்து வந்தார்கள். பிற்காலத்திலே, சமண சமயமும் கைப்பற்றப்பட்டு இந்துக் கோயில்களாக மாற்றப்பட்டன. இந்துக்கள் இக்குகைகளைக் கைப்பற்றிய பிறகு, இக்குகைகளில் பாரதக் கதையில் கூறப்படுகிற பஞ்சபாண்டவர் வனவாசம் செய்த காலத்தில் தங்கி வசித்ததாகக் கதைகள் கற்பிக்கப்பட்டு, இன்றளவும் பாமரர்களால் நம்பப்பட்டு வருகின்றன. பண்டவமலை அல்லது பண்டவக்குன்று என்பது பழைய பெயர். பிற்காலத்தில், இப்பெயருடன் பஞ்சம் என்னும் அடைமொழி சேர்த்துப் பஞ்சபாண்டவர்மலை என்று வழங்கப்படுகின்றன. உண்மையில் பஞ்சபாண்டவர்களுக்கும் இக்குகைகளுக்கும் யாதொரு தொடர்பும் இல்லை. பௌத்த பிக்குகள் வசித்துத் தவம் செய்த குகைகளாகும் இவை. பௌத்தர்கள் ஏன் இக்குகைகளுக்குப் பாண்டவ மலை என்று பெயரிட்டார்கள் என்பதன் காரணத்தைக் கூறுவோம்.

பிற்காலத்திலே, புத்தர் பெருமானாகத் திகழ்ந்த சித்தார்த்த குமரன், அரசையும் அரசபோகத்தையும் துறந்து துறவுபூண்ட உடனே, மகதநாட்டின் தலைநகரமான ராஜகிருகம் என்னும் நகரத்திற்கு வந்து, நகரத்தில் பிச்சை ஏற்றார். அக்காலத்தில் அந்நாட்டையாண்ட அரசன் பிம்பிசாரன் என்பவன், அவ்வரசனிடம் ஒற்றர்கள் சென்று, கண்ணைக் கவரும் உருவமைந்த ஒரு பிக்கு நகரத்தில் பிச்சை ஏற்பதை அறிவித்தார்கள். அரசன் அவர்களை அனுப்பி அவர் எங்கே செல்கிறார்; என்ன செய்கிறார் என்பதைக் கண்டறியும்படி ஏவினான். பிச்சை ஏற்ற சித்தார்த்தர், அந்நகரத்தைச் சுற்றிலுமிருந்த ஐந்து மலைகளில் ஒன்றாகிய பாண்டவ மலை அல்லது பண்டவப்பதம் என்னும் குன்றின் அடிவாரத்தில் சென்று தாம் பிச்சை ஏற்ற உணவை உட்கொள்ளத் தொடங்கினார். அரண்மனையிலே இனிய உணவுகளை உண்டு பழகிய அவருக்கு, பிச்சையால் கிடைத்த உணவை உண்பதற்கு மனம் இடம்தரவில்லை; வாய் குமட்டியது. ஆனாலும், தாம் துறவு பூண்டபடியால் இத்தகைய உணவைத்தான் உண்ணவேண்டும் என்று உறுதிகொண்டு, மனம் பொறுத்துக் கொண்டு அதனை உண்டார். இவற்றையெல்லாம் ஒற்றரால் அறிந்த பிம்பிசார அரசன் அவர் இன்னார் என்பதையறிந்து அவரையழைத்துத் தமது அரசாட்சியில் ஒரு பகுதியை அவருக்குக் கொடுப்பதாகவும், துறவறத்தை விட்டுவிடும்படியும் கூறினான். அதற்குச் சித்தாத்தர் இணங்காமல் காட்டிற்குச் சென்றுவிட்டார்.

இந்தச் சரித்திரத்தை அடிப்படையாகக் கொண்டவைதான் நமது நாட்டில் உள்ள பாண்டவமலைகள். சித்தார்த்தராகிய

புத்தர்பெருமான், தமது துறவற வாழ்க்கையில் முதல்முதல் தங்கிய மலை பண்டவமலை. (பண்டு-வெண்மை) ஆகவே, அவரைப் பின்பற்றி வந்த பௌத்த பிக்குகள் தாம் வசித்த மலைகளுக்கும் மலைக் குன்றுகளுக்கும் பண்டவமலை அல்லது பண்டவகுன்று என்று பெயர் சூட்டியதில் வியப்பொன்றுமில்லை. என்னை? அந்தந்தச் சமயத்தவர் தத்தம் சமயச் சார்பான பெயர்களைத் தத்தம் இடங்களுக்குச் சூட்டுவது வழக்கமாதலால் என்க. பௌத்த பிக்குகள், புத்தர் பெருமானுடைய மரபைப் பின்பற்றி வருவது இன்றும் காணலாம். உதாரணமாக, பௌத்தர் துறவு பூண்பதற்கு முன்னாள், தம்தம் அரசகுமாரனைப் போன்று போக போக்கியமான உடைகளை அணிந்து கொள்வது வழக்கமாக இருந்து வருகிறது. இதன் காரணம் யாதெனின், சித்தார்த்த குமாரன் துறவு பூண்பதற்கு முன்நாள், இந்திரன் ஏவலால் விசுவகர்மன் வந்து அவருக்கு ஆடை அணிகளை அழகாக உடுத்தி அலங்காரம் செய்து சென்றான் என்பது புத்தர் வரலாறு. அம்முறைப்படி, இக்காலத்துப் பௌத்தர்களும், துறவு பூண்பதற்கு முன்நாள் தம்மை அரச குமாரனைப் போன்று அலங்காரம் செய்து கொள்கிறார்கள். எனவே, பண்டவமலை என்பது சித்தார்த்தர் துறவு பூண்டு முதல் முதல் தங்கி வசித்த மலை என்பதும், அதனை நினைவுகூர்தற்பொருட்டுப் பௌத்த பிக்குகள் தாம் வசித்த குன்றுகளுக்குப் பாண்டவமலை என்று பெயரிட்டனர் என்பதும் கருதத்தக்கது. பிற்காலத்திலே, பௌத்த மதம் மறைந்த பின்னர், பண்டவமலை என்பது பாண்டவமலை என்றாகி, பிறகு பஞ்ச பாண்டவ மலையாகிவிட்டது. நமது நாட்டில் உள்ள பாண்டவ மலைகளில் சிலவற்றைக் கூறுவோம்.

அழகர் மலை: மதுரை ஜில்லா மேலூர் தாலுக்காவில் உள்ளது. அஃதாவது மதுரைக்கு வடமேற்கே 12 மைலில் உள்ள அழகர் மலைத்தொடர். இங்கு, கிடாரிப்பட்டி அழகர்மலை என்னும் இடங்களுக்கு இடையிலே, லோகல் போர்டு ரோடுக்கு வடக்கே 2 பர்லாங்கு தூரத்தில், பஞ்ச பாண்டவ படுக்கை என்னும் குகையுண்டு. இது 50 கெஜம் அகலமும் 150 கெஜம் நீளமும் உடையது. தெற்குப் பார்த்த இக்குகை, கிழக்கு மேற்காக நீண்டிருக்கிறது. இக்குகையிலே, கற்பாறையில் கற்படுக்கைகள் செதுக்கப்பட்டுள்ளன. அசோக சக்கரவர்த்தி காலத்துப் பிராமி எழுத்துக்கள் இங்குப் பாறையில் செதுககப்பட்டுள்ளன. இவ்வெழுத்துக்கள் கி.மு. 3 ஆம் நூற்றாண்டில் எழுதப்பட்டவை.[25] அழகர்கோயிலில் ஆராமரத்துக் கரை, ஆராமத்துக் குளம் என்னும் பெயர்கள், ஆதியில் அங்குப் பௌத்தர்கள் இருந்தனர் என்பதைக் குறிக்கின்றன.

கொங்கர் புளியங்குளம்: மதுரை ஜில்லா, திருமங்கலம் தாலுகாவில் உள்ள இவ்வூர்க் குன்றில் ஒரு குகையுள்ளது. அஃதாவது, மதுரைக்குத் தென்மேற்கு 9 மைலில் உள்ளது. இதற்குப் பஞ்சபாண்டவர் குகை என்று பெயர் வழங்குகிறது. இக்குகைகள், பிக்ஷுக்கள் படுத்துறங்குவதற்கு கற்பாறையில் படுக்கைகள் அமைக்கப்பட்டுள்ளன. கி.மு. 2 அல்லது 3ஆம் நூற்றாண்டில் எழுதப்பட்ட பிராமி எழுத்துக்களும் இதில் காணப்படுகின்றன.

கீழைவளவு: மதுரை ஜில்லா மேலூர் தாலுகா மேலூரில் இருந்து 6 மைலுக்கப்பால் உள்ளது. இங்குள்ள பஞ்சபாண்டவக் குன்றில் அசோக அரசர் காலத்துப் பிராமி எழுத்துக்கள் எழுதப்பட்டுள்ளன.[26]

முத்துப்பட்டி: மதுரை ஜில்லா மதுரை தாலுகா வடபழங்கியைச் சேர்ந்த கிராமம். இங்குள்ள மலையில் பஞ்சபாண்டவர் படுக்கைகள் சுமார் 30 உள்ளன. பிராமி எழுத்துக்களும் சிதைந்து காணப்படுகின்றன.[27]

நாகமலை: மதுரை ஜில்லாவில் விக்கிரமமங்கலம் என்னும் ஊரில் உள்ளது. இங்கு கற்படுக்கைகளும் பிராமி எழுத்துக்களும் காணப்படுகின்றன.[28]

திருப்பரங்குன்றம்: மதுரை ஜில்லா திருப்பரங்குன்றம் ரயில் நிலையத்திற்கும் காலடி என்னும் கிராமத்துக்கும் இடையில் உள்ள பேர்போன சுப்பிரமணியர் மலை. இக்குன்றின் மேற்குப் பக்கத்தில், செங்குத்தான பாறையில் குகையும் அதற்குள் ஆறு கற்படுக்கைகளும் உள்ளன. இக்குகைகளுக்கு ஏறிச் செல்வது கடினம். இக்குகையில் பல ஆட்கள் தங்க இடம் உண்டு. கி.மு. 3-ஆம் நூற்றாண்டில் எழுதப்பட்ட பிராமி எழுத்துச் சாசனம் உண்டு.[29]

இம்மலையுச்சியில் உள்ள சிக்கந்தர் தர்க்காவுக்கு மேற்கே நூறு கெஜத்துக்கப்பால் இன்னொரு சிறு குகையுண்டு. இக் குகையிலும் கிழக்கு மேற்காகக் குறுகிய 5 படுக்கைகள் செதுக்கப்பட்டுள்ளன.[30]

இங்குள்ள குகையொன்றில், 999 பேருடன் நக்கீரரை ஒரு பூதம் சிறைபிடித்து வைத்திருந்ததாகக் கதை வழங்குகிறது.

சித்தர் மலை: மதுரை ஜில்லா மேட்டுப்பட்டியில் உள்ளது வைகையாற்றுக்கு அருகில் உள்ள அழகான இடம். மலைமேல் இப்போது ஒரு சிவன் கோயில் உண்டு. இக்கோயிலிலிருந்து தெற்குப் பக்கமாகக் கீழே இறங்கும் பாதை வழியாகச் சென்றால் மலையின் மத்தியில் ஒரு குகை காணப்படுகிறது. இக்குகையின்

முன்புறம் இப்போது சுவர் வைத்து அடைக்கப்பட்டிருக்கிறது. சிறு வழியே உள்புகுந்து சென்றால், குகைக்குள் 5 கற்படுக்கைகளைக் காணலாம். பிராமி எழுத்துச் சாசனங்களும் உள்ளன.

விருச்சியூர்: மதுரை ஜில்லா விளத்தூருக்குக் கிழக்கே ஒரு மைல் தூரத்தில் உள்ளது. இவ்வூர்க் குன்றுகள் ஒன்றில் இரண்டு குகைகள் உள்ளன. மற்றொரு நீண்ட பாறையில் இயற்கையாய் அமைந்த குகையொன்றுண்டு. இங்குக் கற்படுக்கைகள் பல அமைக்கப்பட்டுள்ளன. பாறையில் 30 அடி உயரத்தில் பிராமி எழுத்துக்களும் காணப்படுகின்றன.[31]

குன்னக்குடி: மதுரை ஜில்லா. திருப்பத்தூர் தாலுகா. இங்குள்ள குன்றின்மேல் சுப்பிரமணியர் கோயிலும், மேற்குப் பக்கத்தில் பஞ்சபாண்டவர் குகையும் உள்ளன. குகையில் கற்படுக்கைகளும் பிராமி எழுத்துக்களும் உள்ளன.[32]

ஆனைமலை: மதுரை ஜில்லா. இம்மலைமேல் பஞ்ச பாண்டவர் குகையும் கற்படுக்கைகளும் உள்ளன. பிராமி எழுத்துக்களும் எழுதப்பட்டுள்ளன.[33]

கி.பி. 7-ஆம் நூற்றாண்டிலே திருஞானசம்பந்தர் காலத்தில் இம்மலையில் சமணர் இருந்தார்கள் என்று தேவாரத்தினால் அறிகிறோம்.

வீரசிகாமணி: திருநெல்வேலி ஜில்லா சங்கரநயினார் கோயிலுக்கு 8 மைலுக்கப்பால் உள்ளது. இவ்வூர்பாறையில் பஞ்சபாண்டவர் குகையுண்டு. கற்படுக்கைகள் உள்ளன.[34]

மருகால்தலை: திருநெல்வேலி ஜில்லா பாளையங் கோட்டைக்கு 10 மைல் தூரத்தில் உள்ளது. இவ்வூரில் உள்ள பூவில் உடையார்மலையில் உள்ள குகையில் கற்படுக்கைகளும் அசோகர் காலத்துப் பிராமி எழுத்துக்களும் செதுக்கப்பட்டுள்ளன.[35]

ஆறுநாட்டார் மலை: திருச்சி ஜில்லா கரூர் தாலுகா கரூருக்குச் சில மைல் தூரத்தில் உள்ள புகழூரில் இருக்கிறது. இம்மலைமேல் சுப்பிரமணியர் கோயில் இருக்கிறது. இங்கு இயற்கையாயமைந்த குகையில் கற்படுக்கைகளும், கி.மு. 3-ஆம் நூற்றாண்டில் எழுதப்பட்ட பிராமி எழுதது்க்களும் உள்ளன.[36]

திருச்சிராப்பள்ளி: இம்மலைமேல் பேர்பெற்ற தாயுமானவர் கோயிலும். உச்சிப்பிள்ளையார் கோயிலும் சில குகைகளும் உள்ளன. இக்குகைகளுள் ஒன்றில் கற்படுக்கைகள் அமைக்கப்பட்டுள்ளன.

இன்னும் பல பாண்டவ மலைகளைக் கூறலாம். விரிவஞ்சி விடுகின்றோம். தமிழ்நாட்டில் மட்டுமன்று; ஆந்திர நாட்டிலும் பாண்டவ மலைகள் சில உள்ளன. அவற்றில் ஒன்று ராஜ மந்திரிக்கு 25 மைல் வடக்கில் உள்ள ரம்ப எர்ரபாளம் என்னும் கிராமத்தில் உள்ள குன்றுகளில் பாண்டவுல மெத்த என்னும் பெயரோடு ஒரு குன்று உள்ளது. இதற்கடுத்த குன்றுகளிற் பௌத்த விகாரைகளும், பள்ளிகளும் இடிந்து அழிந்து காணப்படுகின்றன. எனவே, இப்போது பஞ்சபாண்டவ மலை என்று வழங்கும் மலைகளில் பண்டைக் காலத்தில் பௌத்த பிக்குகள் வசித்து வந்தனர் என்பதும், இவற்றின் பழைய பெயர் பாண்டவ மலை என்பதும், பாரதக் கதையின் பஞ்ச பாண்டவருக்கும் இம்மலைகளுக்கும் யாதொரு தொடர்பும் இல்லை என்பதும் விளங்குகிறது.

இதுபோலவே, கழுகுமலை அல்லது கழுக்குன்றம் என்னும் பெயருள்ள மலைகளும் ஆதியில் பௌத்த பிக்குகள் தங்கியிருந்த இடங்களாகும். புத்தபகவான் தங்கியிருந்த ஒரு மலையின் பெயர் கிஜ்ஜகூடம் என்பது. இதுவும் மகதநாட்டின் தலைநகரமான ராஜகிருத நகரத்தைச் சூழ்ந்திருந்த ஐந்து மலைகளில் ஒன்று. இந்த கிஜ்ஜகூட மலையில் கழுகுகள் வசித்துவந்தன. ஆகவே, கிஜ்ஜகூடம் அதாவது கழுகுமலை என்று இம்மலைக்கு பெயர் வந்தது. பண்டவமலையில் புத்தர் தங்கியது போலவே, கிஜ்ஜகூட மலையிலும் அவர் அடிக்கடி சென்று தங்கியிருந்தார். இம்மலைக்குகையில் தங்கியிருந்தபோது புத்தரை மாரன் என்னும் தேவதை அச்சுறுத்தினான்; புத்தர் அஞ்சாமல் வீற்றிருந்தார். மாரன் வெட்கி ஓடினான். புத்தர் இந்த மலையடிவாரத்தில் உலாவிக் கொண்டிருந்தபோது, அவரைக் கொல்லுவதற்காகத் தேவதத்தன் என்பவன் இம்மலையுச்சியிலிருந்து பெரும்பாறையையுருட்டி வீழத்தினான். அப்பாறை இவர்மேல் படவில்லை. ஆனால், சிறு கல் சிதறி வந்து இவரைக் காயப்படுத்தியது. அன்றியும், இந்தக் கிஜ்ஜகூட மலையில் இருந்தபோது தான், ஜீவகன் என்னும் மருத்துவன் புத்தருக்குப் பேதி மருந்து கொடுத்து அவரது உடல் நலத்தைக் காத்தான். புத்தர் இந்த மலையில் இருந்த போதுதான் சம்பாதி என்னும் பிரமனும், சக்கன் எனப்படும் இந்திரனும், அவன் பாணனாகிய பஞ்சசிகாவும், இந்தன் என்னும் இயக்கனும், சாதுர்மகாராஜிகர்களும் புத்தரிடம் வந்து அவரை வணங்கிச் சென்றார்கள்.

இந்தக் கிஜ்ஜகூட மலையில் புத்தர் இருந்தபோதுதான் மகான் என்பவன் பொருட்டு மாக சூத்திரத்தையும், அபாய இராஜகுமாரன் பொருட்டு அபய சூத்திரம் எனப்படும் கிஜ்ஜகூட சூத்திரத்தையும், தம்மிகன் பொருட்டு தம்மிக சூத்திரத்தையும் அருளிச்செய்தார். புத்தருடைய முக்கிய சீடர்களாகிய சாரிபுத்தர், ஆநந்தர், மகாகஸ்ஸபர், அநுருத்தர், புன்ன, உபாலி, சந்த, சன்ன, மொக்கல்லானர் முதலானவர்களும் இந்தக் கிஜ்ஜகூடம் என்னும் கழுகுமலையில் சிலகாலம் வசித்து வந்தார்கள். ஆகவே, இவ்வளவு சிறப்புடையதான கழுகுமலையின் பெயரைப் பௌத்தப் பிக்குகள் தாம் வசித்த மலைகளுக்குச் சூட்டி வழங்கியது வியப்பு அன்று.

செங்கற்பட்டு ஜில்லாவில் உள்ள திருக்கழுக்குன்றம் என்னும் மலை ஆதிகாலத்தில் பௌத்தப் பிக்குகள் வசித்த இடம் என்று தோன்றுகிறது. மதுரை ஜில்லா மதுரை தாலுக்காவில் மாங்குளம் என்னும் கிராமத்தில் கழுகுமலை என்னும் குன்றுகள் உள்ளன. இக்குன்றுகளில் நான்கு குகைகள் உள்ளன. குகைகளில் கற்படுக்கைகளும் பிராமி எழுத்துக்களும் காணப்படுகின்றன. திருநெல்வேலி மாவட்டத்தில் ஒரு கழுகுமலை உண்டு.

கிஜ்ஜகூடம் என்னும் கழுகு மலைகள் ஆந்திர நாட்டிலும் உள்ளன. அவை முற்காலத்தில் பௌத்தர்களின் இடமாக இருந்தன என்பதற்குச் சான்றுகள் காணப்படுகின்றன. தமிழ்நாட்டில் இன்னும் பல இடங்களில் பௌத்தச் சார்பான சான்றுகள் காணப்படுகின்றன. ஆராய்ச்சி மனப்பான்மையுடையோர் அவைகளை ஆராய்ந்து காண்பார்களாக.

தமிழ்நாட்டில் இருந்த பௌத்த திருப்பதிகள் இவைமட்டும் என்று கருதவேண்டா. இன்னும் பல பௌத்த ஊர்கள் உள்ளன. அவற்றை ஆராய்த்தெழுத நேரம் இன்மையால் அவற்றை இங்குக் கூறவில்லை. இதில் ஆசையுள்ளவர் ஆராய்ந்து காண்பாராக.

இப்போது மலையாள நாட்டில் ஆங்காங்கே 'சாத்தான் காவு' என்றும், 'ஐயப்பன் கோயில்' என்றும் சொல்லப்படும் கோயில்கள் பல உண்டு. இவை முற்காலத்தில் பௌத்தக் கோயில்களாயிருந்தன என்று சிலர் கருதுகின்றார்கள். 'சாத்தன்' என்பதும் 'சாஸ்தா' என்பதன் திரிபு. சாஸ்தா என்பதும் புத்தருக்குப் பெயர் காவு அல்லது கா என்பது தோட்டம். எனவே, 'சாத்தான் காவு' என்றால் புத்தரது தோட்டம் என்பது பொருள். பண்டைக்காலத்தில் பூந்தோட்டங்களுக்கிடையே புத்தக் கோயில்கள் அமைப்பது வழக்கம். பௌத்தப் பள்ளியுள்ள பூந்தோட்டத்தைப் பௌத்தர்

ஆராமம் என்பர், 'ஆராமம்' என்றால், தோட்டம் அல்லது கா என்பதே (தொடர்புரை 2 காண்க.)

இவையன்றியும், தமிழ்நாட்டிலே மானாவூர், துடிதபுரம் என்னும் ஊர்களில் பௌத்தப் பள்ளிகள் இருந்தனவாகத் தெரிகின்றன. இந்த ஊர்கள் எங்கிருந்தன என்பது விளங்கவில்லை. தக்கயாகப்பரணி உரையில் பௌத்தபுரம் என்னும் ஓர் ஊர் கூறப்படுகின்றது. இதுவும் எந்த இடத்தில் இருந்ததென்றும் தெரியவில்லை.

திருச்சாணத்துமலை: திருவாங்கூர் நாட்டில் உள்ளது. இங்கு இப்போதுள்ள பகவதிகோயில், முற்காலத்தில் ஜைனக் கோயிலாகவும், அதற்கு முன்பு பௌத்த கோயிலாகவும் இருந்தது.

ஸ்ரீமூலவாசம்: திருவாங்கூர் நாட்டில் அம்பலப்புழ தாலுக்காவில் திருக்கண்ணபுழ சாஸ்தா கோவிலுக்கு தென் மேற்கில் கடற்கரையோரத்தில் இருந்தது. இஃது அக்காலத்தில் பேர்பெற்ற பௌத்த திருப்பதி. இங்கு மூல சோமவிகாரை என்னும் பேர்பெற்ற பௌத்தப்பள்ளி இருந்ததாக மூக்ஷிகவம்சம் என்னும் நூலும் கல்வெட்டுச் சாசனமும் கூறுகின்றன. ஸ்ரீமூலவாசம், பிற்காலத்தில் கடலினால் அழிந்து போயிற்று.

ஆய்வேள் குலத்தில் பிறந்த விக்கிரமாதித்திய வரகுணன் என்னும் அரசன் கி.பி. 868 இல் இந்தக் கோயிலுக்குத் தானம் வழங்கிய செய்தி அவனுடைய சாசனத்தினால் தெரிகிறது. "மற்றும் கோயிற்குரியதெல்லாம் அகப்பட திருமூலவாசத்து படாரர்க்கு அட்டிக்குடுத்தது" என்று அந்தச் சாசனம் கூறுகிறது.

மூல சோமவிகாரையில் இருந்து காந்தார தேசத்துக்குக் கொண்டு போகப்பட்ட லோகநாதர் (அவலோகிதர்) உருவச் சிலையின் பீடத்தில் "தக்ஷிணாபதே மூலவாச லோகநாத" என்று எழுதப்பட்டிருக்கிறது. மூலசோம விகாரையிலிருந்த வச்சிரநந்தி என்னும் பௌத்தப்பிக்கு தன்னுடைய சீடர்களுடன் சீன நாட்டுக்குச் சென்று பௌத்த மதத்தைப் பிரசாரம் செய்தார் என்று சொல்லுகிறார்கள்.

திருவாங்கூரின் மத்தியபாகத்தில் சில புத்த உருவங்கள் இப்போதும் உள்ளன. குன்னத்தூர் தாலுக்காவில் உள்ள பள்ளிக்கல் என்னும் ஊரில் ஒரு புத்த உருவச்சிலை இருந்தது. அது தலையுடைந்து கிடக்கிறது. இப்போது இது திருவாங்கூர் காட்சிச் சாலையில் வைக்கப்பட்டிருக்கிறது.

அம்பலப்புழ தாலுக்காவில் கருமாடித்தோடு என்னும் ஆற்றங்கரைமேல் ஒரு புத்தச் சிலை உண்டு. இதன் இடக்கை இப்போது ஒடிந்துவிட்டது. இந்தப் புத்தர் சிலையை அவ்வூரார் கருமாடிக்குட்டன் என்று கூறுகிறார்கள். இதனைப் பூசைசெய்தால் குழந்தைகளுக்கும் கன்றுகாலிகளுக்கும் உண்டாகிற நோய் நீங்கும் என்று கூறுகிறார்கள்.

மாவேலிக்கர என்னும் இடத்திலும் ஓர் அழகிய புத்த உருவம் யோகசனத்தில் அமர்ந்த நிலையில் இருக்கிறது.

பரணிக்காவு என்னும் இடத்திலும் ஒரு புத்த விக்கிரகம் உண்டு. மருதூர் குளக்கரையில் இருந்த புத்தர் உருவச்சிலை இப்போது, கருநாகப்பள்ளி தாலுக்கா அலுவலகத்துக்கு முன்புள்ள சாலையில் வைக்கப்பட்டிருக்கிறது.

அடிக்குறிப்பு:

1. S.I.I. No. 5 Inscriptions of the Tanjore Temple Vol. II, Part I.
2. P. 276. (143 Of 1931) Topographical list Vol.ii.
3. Bhutamangalan of Buddhadatha by c. Minashi P. 401. Current Science, Vol.6 1937-38
4. 69 of 1925 Epi Rep. 1907.
5. 124 of 1935-36. Ep. Rep. 1935-36
6. 27 Of 1925 Epi Rep. 1907.
7. 276 of 1925.
8. P.116. Epi. Rep. 1926-27. P.50. Epi. Rep. 1927-28
9. P.116 Epi. Rep. 1926-27.
10. S.1. Epi. Rep. 1928-29.
11. (P.58. Ep. Rep. 1926-27).
12. P.18,19, Ep. Rep.1899
13. Leiden grant.
14. P.75. Arch. Surv. Rep. 1912-13.
15. P76. Arch. Surv. Rep. 1912-1918.
16. பக்கம் 126. திருக்குறள் ஆராய்ச்சியும். ஜைனசமய சித்தாந்தமும் தி.அ. அநந்தநாத நயினார் எழுதியது. 1932.
17. S.I. Epi. Rep. 1934-35, P. 76.

18. P. 26 Chengelput Dt. Manual, 1879.
19. Nienty Three Inscriptions on the Kukihar bronzes, Patna Museum, by A. Banerji Sastri. The journal of the Bihar and Orissa Research Society, Vol. XXVI. (1940).
20. S.I.I. Vol, XII. Page, 148.
21. S.1. Ep. Rep. 1934-35, Page, 76, 13 of 1934-35.
22. 113 of 1914 Ep. 1904. P. 44.
23. 788 358 of 1908 Top. list. vol. I.
24. P.I.M.A.R. 1916-17.
25. 334 of 1908. Ep. Rep. 1909 Page 69 and 70-76 of 1910 Ep. Rep 1910, Page 66 67 and 80. Top Ins vol II. Page 1006.
26. 55-57 Of 1910 Ep. Rep. 1910. Page 76 Top vol. II P. 1038.
27. Ep. Rp. 1910. P.76 135 of 1903 4. Ep. Rep. 1910.
28. Ep. 1926-27.
29. 2.333 of 1908
30. Ep. Rep. 1909. P. 68, 69
31. Ep. Rp. 1908 P.52 and 59, 45 of 1908.
32. 38 of 1907. Ep. Rep. 1908. P. 58
33. 44 of 1909. P. 70. Ep. Rep. 1910.P. 80.
34. Ep. Rep. 1907. P. 60. and 61.
35. Ep. Rep. 1908. P. 91
36. Ep. Rep. 1909. P. 60
37. Ep. Rep. 1927. P. 50

இந்து மதத்தில் பௌத்தமதக் கொள்கைகள்

தமிழ்நாட்டிலே, ஏன்? இந்தியாவிலேயே பௌத்தமதம் இப்போது மறைந்துவிட்டது. அந்த மதம் மறைந்துவிட்டபோதிலும், அதன் பெரிய கொள்கையில் பல நாளிது வரையில் இந்து மதத்தில் நின்று நிலைபெற்று வருகின்றன. பௌத்தமதக் கொள்கை மட்டுமன்று, பண்டைத் திராவிடரின் சமயக் கொள்கைகளும், ஜைனரின் மதக் கொள்கைகளும் இப்போதைய இந்து மதத்தில் கலந்து காணப்படுகின்றன. அவ்வக்காலத்தில் நடைமுறையிலிருந்த சிறந்த கொள்கைகளை இந்து மதம் தன்னிடத்தில் ஏற்றுக் கொண்டிருக்கிறது. இஸ்லாம் மதத்தையும் இந்து மதத்தின் உட்பிரிவுகளில் ஒன்றாகச் சேர்க்க அக்பர் சக்கரவர்த்தி காலத்தில் முயற்சி செய்யப்பட்டு, 'அல்லா உபநிஷத்' என்னும் ஒரு புதிய உபநிஷத்து இயற்றப்பட்டது என்பது ஈண்டு நினைவுக் கூரற்பாலது. இது நிற்க.

பௌத்த மதக் கொள்கைகள் பல இந்து மதத்தில் பல நின்று நிலவுகின்றனவென்று சொன்னோம். அவை எவை என்பதை இங்கு ஆராய்வோம். இக்காலத்தில் இந்துக்கள் அவை பௌத்த மதக் கொள்கைகள் என்பதை முழுவதும் மறந்துவிட்டார்கள். இந்து மதத்தில் காணப்படும் பௌத்த மதக் கொள்கைகளாவன:

1. புத்தரை அவதாரமாக ஏற்றுக் கொண்டது:

இந்து மதம் பௌத்தமதத்தை அழித்துவிட்ட போதிலும், அந்த மதத்தை உண்டாக்கிய புத்தரை ஒரு

தெய்வமாக ஏற்றுக் கொண்டது. அஃதாவது, புத்தர் திருமாலின் அவதாரங்களில் ஒருவரென்று ஒப்புக்கொண்டுவிட்டது. ஏன் ஒப்புக் கொண்டது? புத்தரின் உருவ வழிபாடு அக்காலத்து மக்களிடையே வேரூன்றியிருந்தபடியால், பௌத்தமதத்தை அழித்துவிட்டபோதிலும், புத்தரைத் தெய்வமாக ஏற்றுக்கொள்ள வேண்டிய கட்டாயம் இந்து மதத்திற்கு ஏற்பட்ட போலும்!

இந்து மதத்தின் ஒரு பிரிவான வைணவ மதம் புத்தரை திருமாலின் ஓர் அவதாரமாக ஏற்றுக்கொண்டது போலவே, மற்றொரு பிரிவாகிய சைவ சமயமும் புத்தரைத் தனது தேவர்களில் ஒருவராக ஏற்றுக்கொண்டது. சாஸ்தா, அல்லது ஐயனார் என்னும் பெயருடன் புத்தரைத் தனது தேவர்களில் ஒருவராகச் சேர்த்துக் கொண்டு பின்னர் முருகர், அல்லது சுப்பிரமணியரோடு புத்தரை ஒற்றுமைப்படுத்திக் கொண்டது. புத்தருக்குத் தருமராசன் என்றும், விநாயகன் என்றும் பெயர் உள்ளன. இப்பெயர்கள் நிகண்டுகளிலும் காணலாம். தருமராசன் என்னும் பெயருடன் இருந்த பௌத்தக் கோயில்களைப் பிற்காலத்தில், பாரதத்தில் கூறப்படும் பஞ்சபாண்டவரைச் சேர்ந்த தருமராசன் கோயிலாக மாற்றிவிட்டனர். அதுபோலவே, விநாயகன் என்னும் பெயருடன் இருந்த புத்தர் கோயில்களை விநாயகர் (பிள்ளையார்) கோயிலாகவும் மாற்றிவிட்டார்கள். துடித லோகத்தில் எழுந்தருளியிருந்த அவலோகிதர் எனப்படும் போதிசத்துவர், புத்தராக மாயாதேவியின் திருவயிற்றில் வந்து அமர்ந்தபோது, வெள்ளையானைக் கன்று உருவமாக வந்தார் என்று பௌத்த நூல்கள் கூறுகின்றன. பௌத்தமதம் செல்வாக்குக் குறைந்த பிற்காலத்தில், விநாயகர் என்னும் பெயருடைய புத்தக் கோயில்கள் விநாயகர் (பிள்ளையார்) ஆலயங்களாக மாற்றப்பட்டன. பழைய சைவ சமயத்தில் விநாயகர் வணக்கம் கிடையாதென்றும், கி.பி. 6 ஆம் நூற்றாண்டிற்குப்பிறகு விநாயகர் வணக்கம் சைவ சமயத்தில் புதிதாகப் புகுத்தப்பட்டதென்றும் சைவப் பெரியார் உயர்திரு. மறைமலையடிகள் போன்ற அறிஞர்கள் கூறுவதும் ஈண்டுக் கருதத்தக்கது. (தொடர்புரை 3 காண்க.)

2. பௌத்தச் சிறுதெய்வங்களை இந்து மதம் ஏற்றுக் கொண்டது.

மணிமேகலை, சம்பாபதி, தாராதேவி முதலிய சிறு தெய்வங்கள் பண்டைக்காலத்தில் பௌத்தர்களால் வணங்கப்பட்டு வந்தன. இந்தத் தெய்வங்களின் கோயில்களை இந்துக்கள் பிற்காலத்தில் கைப் பற்றிக்கொண்டு, இவைகளுக்குக் காளி, பிடாரி, திரௌபதையம்மன் என்னும் புதுப்பெயர்கள் சூட்டிக் கிராமதேவதைகளாக்கிக்

கொண்டனர். காஞ்சிபுரத்தில் வீடுபேறு அடைந்த மணிமேகலை என்னும் காவியத் தலைவியாகிய மணிமேகலை ஆலயந்தான் காஞ்சி காமாட்சியம்மன் ஆலயத்தில் உள்ள அன்னபூரணி அம்மன் என்றும், காஞ்சி காமாட்சியம்மன் ஆலயம் பௌத்தரின் தாராதேவியம்மன் கோயில் என்றும் ஆராய்ச்சியாளர் கூறுவர். அவ்வாறே, ஆங்காங்குத் திரௌபதையம்மன் ஆலயம் என்னும் பெயருடன் இப்போது இருக்கும் ஆலயங்கள் எல்லாம் பண்டைக் காலத்தில் தாராதேவியாலயங்களாக இருந்தன என்றும் கூறுவர். (மணிமேகலை, சம்பாபதி முதலிய பௌத்தத் தெய்வங்களைப் பற்றிய தொடர்புரை 4 காண்க)

3. வேள்வியில் உயிர்க்கொலை நீக்கியது:

யாகங்களில் ஆடு மாடு முதலியவற்றைக் கொல்வது பெரும்பாவமென்பது, பௌத்தமதக் கொள்கை. அதற்கு நேர்மாறாக, யாகங்களில் ஆடு மாடு குதிரை முதலியவற்றைப் பலியிட வேண்டுமென்பது வைதிகப் பிராமண மதக் கொள்கையாக இருந்தது. கடைசியாக, வைதிகப் பிராமண மதம் தனது கொள்கையை விட்டுக் கொடுத்தது. பௌத்தமதக் கொள்கையாகிய கொல்லாமையை ஏற்றுக்கொணடது. அன்றியும், பிராமணர் மாமிசம் உண்டு வந்தமையும் நிறுத்திச் ‘சைவ’ உணவை உண்ணும்படி செய்ததும் பௌத்தமதம்தான். வைதிக மதத்தார் மாமிசம் உண்பதையும் யாகங்களில் உயிர்க்கொலை செய்வதையும் தடுத்து, அவற்றை நிறுத்தச் செய்த பெருமை பௌத்தமதத்திற்கு மட்டுமன்று, ஆருகத மதத்திற்கும் உரியதாகும்.

4. அரச மரத்தைத் தொழுதல்:

‘போதி’ என்னும் அரசமரம் பௌத்தர்களுக்குப் புனிதமானது. ஏனென்றால், அரசமரத்தடியில் இருந்து தியானஞ் செய்தபோதும் புத்தருக்கு மெய்யறிவு உண்டாயிற்று. ஆகையால், பௌத்தர்கள் அரச மரத்தைப் புத்தரைப் போலவே போற்றி வணங்குவர். புத்தரைக் கூறும்போது ‘மருள் அறுத்த பெரும் போதி மாதவன்’ என்றும், ‘பவளச் செஞ்சுடர் மரகதப் பாசடை, பசும்பொன் மாச்சினை விசும்பகம் புதைக்கும், போதியந திருநிழற் புனிதன்’ என்றும், ‘பாசடைப்போதிப் பேரருள வாமன்’ என்றும், அரச மரத்துடன் அவரைத் தொடர்புபடுத்தியே நூல்கள் கூறுகின்றன. பௌத்தரைப் ‘போதியர்’ (அரசமரத்தைத் தொழுவோர்) என்று தேவாரம் கூறுகின்றது. சங்ககாலத்திலிருந்த ஒரு பௌத்தப் புலவருக்கு

'இளம்போதியார்' என்னும் பெயர் இருந்ததும் ஈண்டு நினைவு கூரற்பாலது. அன்றியும் 'புத்தர்மேல்' பக்திக்குக் காரணமான போதி விருட்சம் நின்னால் (பௌத்தரால்) புத்தனோபாதி (புத்த சம்பந்தமானது) என்று தொழப்பட்டவாறு போல, எனவும் 'புத்தபத்தி நிமித்தமாகப் போதிவிருட்சம் தொழுமாறு போல்' எனவும் வருகின்ற நீலகேசி உரைப்பகுதிகளிலும் பௌத்தர் அரசமரத்தைத் தொழுதுவந்த செய்தி அறியப்படும். இந்துமதம் பௌத்த மதத்தை அழித்துவிட்டதெனினும், பௌத்த மதக் கொள்கையாகிய அரசமர வணக்கம் ஒழிக்கப்படாமல், இன்றளவும் போற்றப்பட்டு வருகின்றது. அரசமரத்தை வலம் வந்து வணங்குகின்ற இக்காலத்து இந்துக்கள், இந்த வணக்கத்தை உண்டாக்கியவர் பௌத்தர் என்பதை அறியார். ஆனால், இவ்வணக்கத்தை உண்டாக்கியவர் பௌத்தர் என்பது மறுக்க முடியாத உண்மை.

5. மடங்கள் ஏற்படுத்தியது

சைவ, வைணவ, ஸ்மார்த்த மதத்தினர் மடங்களை அமைத்து, அவற்றில் தத்தம் மதத் தலைவர்கள் இருந்து சமயத் தொண்டாற்ற ஏற்பாடு செய்திருக்கின்றார். இவைகளுக்கு 'மடம்' என்றும் 'சிம்மாசனம்' என்றும் 'பீடம்' என்றும் பெயர்கள் வழங்கி வருகின்றன. இந்நிலையங்கள் பௌத்தரின் பள்ளிகளைப் பின்பற்றி அமைக்கப்பட்டவை. பௌத்தமதத்தின் உயிர் நாடியாயிருந்தது சங்கம். சங்கம் என்பது பௌத்தத் துறவிகளின் கூட்டம். இந்தத் துறவிகள் ஊர்தோறும் விகாரை அல்லது மடங்களை அமைத்து, அவற்றில் தங்கி நாட்டு மக்களுக்கு மத போதனை செய்து தங்கள் சமயத்தைப் பரவச் செய்து வந்தார்கள். இந்த நிலையங்களை முதல் முதல் உண்டாக்கிய பெருமை புத்த தேவருக்கே உரியது. புத்தர் இந்த நிலையங்களை உண்டாக்குவதற்கு முன்னே, துறவிகளும் சமயத் தலைவர்களும் காடுகள், மரச்சோலைகள் முதலிய இடங்களில் வசித்து வந்தனர். பின்னர், பௌத்த மடங்களைப் பின்பற்றி ஏனைய சமயத்தவரும் மடங்கள் அமைக்கும் வழக்கத்தை மேற்கொண்டனர்.

6. அத்வைதம் உண்டானது:

கி.பி. ஒன்பதாம் நூற்றாண்டின் முற்பகுதியில் சங்கராசாரியரால் உண்டாக்கப்பட்ட 'மாயாவாதமதம்' என்றும், 'ஏகான்ம வாத மதம்' என்றும், 'ஸ்மார்த்த மதம்' என்றும் சொல்லப்படுகின்ற 'அத்வைத மதத்தின்' அடிப்படையான கொள்கை மகாயான பௌத்தமதத்திலிருந்து ஏற்றுக் கொள்ளப்பட்டதாக அறிவிற்சிறந்த

ஆன்றோர் கூறுகின்றார்கள். அத்வைத மதத்தை உண்டாக்கிய ஆதி சங்கராசாரியார் பௌத்தகுரு ஒருவரிடம் பயின்ற மாணவர் என்று சிலர் கூறுவர். அங்ஙனம் அன்று சங்கராசாரியாரின் குரு கோவிந்தபாதர் என்றும், கோவிந்தபாதர் என்றும், கோவிந்தபாதரின் குரு கௌடபாதர் என்னும் பௌத்தர் என்றும் வேறு சிலர் கூறுவர். அன்றியும், பௌத்தமதத்தின் பிரிவுகளான விஞ்ஞானவாத சூனியவாத மதங்கள் அதிகமாகப் பரவியிருந்த சௌராஷ்டிரா தேசத்தில் சங்கரர் கல்விபயின்றார் என்றும், அங்குப் பயின்றபடியினால் தான் சூனியவாத பௌத்தத்தினின்று மாயாவாதக் கருத்தினைப் பெற்றுக் கொண்டார் என்றும் மற்றுஞ் சிலர் கூறுவர். இவர் எவ்விடத்தில் யாரிடத்தில் கல்வி பயின்றார் என்னும் ஆராய்ச்சியில் புகவேண்டுவதில்லை. இவர் தமது மாயாவாதக் கொள்கையைப் பௌத்தமதத்தினின்றும் பெற்றுக்கொண்டார் என்பது மட்டும் உறுதியே. ஏனென்றால், வைணவ ஆசாரியருள் தலைசிறந்தவரும், ஸ்ரீபாஷ்யம் அருளிச் செய்தவருமான இராமாநுசர், சங்கராசாரியாரின் அத்வைத மதத்தைப் 'பிரசன்ன பௌத்தம்' அஃதாவது மாறுவேடம் பூண்டுவந்த பௌத்தம் என்று கூறியிருக்கின்றார். துவைத மதத்தின் தலைவராகிய மாத்வாசாரி யாரும் அவ்வாறே சங்கரரின் அத்வைத மதத்தைப் 'பிரசன்ன பௌத்தம்' என்று கூறியிருக்கின்றார். பதுமபுராணத்தின் உத்தர காண்டத்திலும் சங்கராசாரியாரின் மாயாவாத மதம் 'பிரச்சன்ன பௌத்தம்' என்றே கூறப்படுகின்றது. இதனால், அத்வைத மதத்தின் அடிப்படையான கொள்கைகள் பௌத்தமதத்திலிருந்து ஏற்றுக்கொள்ளப்பட்டன என்பது நன்கு விளங்குகிறது.

அன்னப்பறவையின் அவதாரம்:

பௌத்தர்களுக்குரிய புத்தஜாதகக் கதைகள் புத்தருடைய பழம் பிறப்புகளைக் கூறுகின்றன. அக்கதைகளில் ஹம்ச ஜாதகமும் ஒன்று. அஃதாவது புத்தர் பெருமான். அன்னப்பறவையாகப் பிறந்து அரசனுக்கும் மக்களுக்கும் அறநெறி உரைத்தார் என்று கூறப்படுகிறது. இக்கதை, ஹம்சஜாதகம், சுல்ல (சிறிய) ஹம்சஜாதகம், மகா (பெரிய) ஹம்சஜாதகம் என்னும் மூன்று கதைகளில் கூறப்படுகிறது. புத்தரைத் திருமாலின் அவதாரமாக ஏற்றுக்கொண்ட வைணவர்கள், இந்த அம்ச ஜாதகக் கதையையும் ஏற்றுக்கொண்டார்கள. அஃதாவது புத்தரைப் போலவே திருமால் அன்னப்பறவையாகப் பிறந்து அறமுரைத்தார் என்று வைணவர்கள் கூறினார்கள்.

திருமங்கை ஆழ்வார் மட்டும் இந்தக் கதையைத் தம் பாசுரங்களில் குறிப்பிடுகிறார். ஆனால் ஏனைய ஆழ்வார்கள்

இக் கதையைக் கூறவில்லை. திருமங்கை ஆழ்வார் கூறுகிற அன்னப்பறவை அவதாரம் பற்றிய செய்யுட்களாவன:

“துன்னிமண்ணும் விண்ணோடும்
தோன்றாது இருளாய் மூடியநாள்
அன்னமாகி அருமறைகள்
அருளிச்செய்த அமலன்” *(5-பத்து. 1-திரு.6)*

“அன்னமாய் அன்று அங்கருமறை பயந்தான்
அரங்கமா நகர் அமர்ந்தானே” *(5-பத்து. 7-திரு.3)*

“முன்னுலகங்ளேழும் இருள்மண்டியுண்ண
முதலோடு வீடுமறியாது
என்னிதி? வந்ததென்ன இமையோர்திகைப்ப
எழில் வேதமின்றி மறைய
பின்னும் வானவர்க்கும் முனிவர்க்கும் நல்கி
இருள் தீர்த்து இவ்வையம் மகிழ
அன்னமதாயிருந்து அங்கற நூலுரைத்த
அதுநம்மை யாளும் அரசே” *(11-பத்து. 4-திரு.8)*

“மின்னுமா மழை தவழும் மேகவண்ணா
விண்ணவர்தம் பெருமானே! அருளாயென்று
அன்னமாய் முனிவரோடு அமரரேத்த
அருமறையை வெளிப்படுத்த அம்மான் தன்னை”
(திருநெடுந்தாண்டகம் -30)

இன்னும் பல இடங்களில் திருமாலின் ஹம்சஜாதகத்தை திருமங்கை ஆழ்வார் கூறுகிறார். விரிவஞ்சி இத்துடன் விடுகிறோம். இதனால், புத்தரைத் திருமாலின் அவதாரமாக வைணவர்கள் ஏற்றுக்கொண்டது போலவே, புத்தரின் அன்னப்பறவைப் பிறப்பையும் திருமாலின் ஹம்ச அவதராமாக ஏற்றுக்கொண்டார்கள் என்பது தெரிகிறது.

மேலே காட்டிய ஏழு கொள்கைகளும் பௌத்தமதத்தைச் சார்ந்தவை என்பதும், அக்கொள்கைகள் இந்து மதத்தில் ஏற்றுக் கொள்ளப்பட்டு இன்றளவும் நிலைப்பெற்றிருக்கின்றன என்பதும் விளக்கப்பட்டன. இதனின்று நாம் அறியக்கிடப்பது யாது? இந்து மதம் பௌத்தமதத்தை அழித்துவிட்டது; ஆனால், பௌத்தமதக் கொள்கைகளை ஏற்றுக்கொண்டு இன்றளவும் கையாண்டு வருகின்றது என்பதே. பௌத்தமதம் தோல்வியுற்றது; ஆனால், அதன் கொள்கை வெற்றி பெற்றது.

பௌத்தரும் தமிழும்

வடநாட்டிலிருந்து தென்னாட்டில் வந்த மதங்களைப் பண்டைப் பெரியோர் இரண்டு வகையாகப் பிரித்திருக்கின்றனர். அவை பிராமண மதம், சிரமண மதம் என்பன. பிராமண மதம் என்பது வைதீக மதம். சிரமண மதம் என்பது பௌத்த ஜைன மதங்களாகும். 'சிரமணம்' என்னும் சொல் தமிழில் 'சமணம்' என வழங்கும். 'சமண மதம்' என்றால், ஜைன மதத்துக்கு மட்டும் பெயராக இக்காலத்தில் பெரும்பான்மையோரால் கருதப்படுகிறது. ஆனால் 'சமணம்' என்னும் சொல், வைதீக மதத்தவரல்லாத பௌத்த ஜைன மதங்களுக்குப் பொதுப்பெயராக பண்டைக்காலத்தில் வழங்கிவந்தது.

சமணர்களாகிய பௌத்த ஜைனர்கள் தங்கள் மதக் கொள்கைகளை உலகத்திலுள்ள மக்கள் எல்லோரும் அறிய வேண்டும் என்னும் விரிந்த மனப்பான்மை உடையவர்கள். ஆகையால், அந்தந்த நாடுகளில் பேசப்படும் தாய்மொழிகளில் தங்கள் சமய உண்மைகளை எழுதியும் பேசியும் வந்தார்கள். பிராமணர்களோ அத்தகைய விரிந்த மனப்பான்மை உடையவர்களல்லர். அதற்கு மாறாகத் தமது மதத்தைத் தாங்கள் மட்டும் அறிய வேண்டும் என்று குறுகிய எண்ணமுடையவர்கள். பொது மக்கள் அறியாத சமஸ்கிருத மொழியில் தங்கள் மதக் கொள்கைகளைப் எழுதி வைத்துக் கொண்டதோடு, அந்த நூல்களை பிராமணரல்லாதவர்கள் படிக்கவும் கூடாது, பிறர் படிப்பதைக் காதால் கேட்கவும் கூடாது. அப்படிச்

செய்வாராயின், அவரைக் கடுமையாகத் தண்டிக்க வேண்டும் என்று சட்டமும் எழுதி வைத்துள்ளார்கள்.

பரந்த உயர்ந்த நோக்கமும், மனப்பான்மையும் கொண்டவர்களான பௌத்த ஜைனர்கள் தங்கள் மதக் கொள்கைகளை எல்லோரும் அறியவேண்டும் என்னும் நல்லெண்ணமுடையவர்களாதலின். அவர்கள் தங்கள் மத நூல்களை அந்தந்த நாட்டுத் தாய்மொழிகளில் மொழிபெயர்த்து வைத்தார்கள். நாட்டுமக்கள் அறியாதபடி வேறொரு மொழியில் மதக்கொள்கைகளை மறைத்து வைப்பது மன்னிக்க முடியாத பெரும்பாவம் என்பது அவர்களின் கொள்கை. இக் கொள்கையை விளக்கக் கீழ்க்கண்ட வரலாறுகளே போதுமானவை.

பௌத்தர்களுக்குரிய 'சுல்லவக்க' என்னும் பாலிமொழி நூலில் இச்செய்தி காணப்படுகிறது.

பௌத்தமதத்தைச் சேர்ந்த இரண்டு பார்ப்பனத் துறவிகள் பகவன் புத்தரிடம் சென்று, 'புத்தரின் வாய்மொழிகளை' வெவ்வேறு நாட்டிற்சென்று போதித்து வருகிற தேரர்கள் அந்தந்த நாட்டுத் தாய்மொழியில் உபதேசம் செய்கிறபடியால், புத்தர் மொழிகள் கெட்டுப்போகின்றன. ஆகையால், புத்தரின் உபதேசங்களைச் சந்த பாஷையில் எழுதி வைப்போமாக!' என்றனர். இங்குச் 'சந்தம்' என்பது சமஸ்கிருத சுலோகம். சம்ஸ்கிருத சுலோகத்தில் புத்தரால் உபதேசங்களை அமைத்து எழுதவேண்டும் என்று கூறியதாகக் கருத்து. கௌதம புத்தர் இவர்களது வேண்டுகோளினை மறுத்து, "நீங்கள் புத்தரின் வாய்மொழிகளைச் சந்த பாஷையில் அமைத்து எழுதக்கூடாது; அப்படிச் செய்கிறவர் யாராயிருந்தாலும் தீங்குசெய்த குற்றத்திற்குள்ளாவர். புத்தரின் வாய்மொழிகளை ஒவ்வொருவரும் அவரவரது தாய்மொழியிலேயே அறிய வேண்டும்" என்றனர்.

இதனால் புத்தரின் விரிந்த மனப்பான்மை நன்கு விளங்குகின்றது. இந்தக் கொள்கையைப் பின்பற்றிப் பிற்காலத்துப் பௌத்தர்களும் அந்தந்த நாட்டுத் தாய்மொழிகளில் பௌத்தக் கொள்கையைப் போதித்து வந்தனர்.

ஜைன சமயத்தவரும் இவ்வாறே பரந்த மனப்பான்மையுள்ளவராய், அந்தந்த நாட்டுத் தாய்மொழியிலேயே தங்கள் மத நூல்களை எழுதிவந்தார்கள். இதனை சித்தசேன திவாகரர் என்னும் ஜைன முனிவரின் வரலாற்றிலிருந்து நன்கறியலாம். (சித்தசேன திவாகரர் வரலாற்றைச் சமணமும் தமிழும் என்னும் நூலில் காண்க.)

இவ்வாறு, தாய்மொழி வாயிலாகத் தமது மதக்கோட்பாட்டினை உலகத்தில் பரவச் செய்யுங் கருத்துடையவரான பௌத்தர்கள் எந்தெந்த

நாட்டிற்குச் சென்றார்களோ, அந்தந்த நாட்டுத் மொழிகளைக் கற்று, அந்தந்த மொழிகளில் மத நூல்களையும் பிறநூல்களையும் இயற்றிவைத்தார்கள். இந்த முறையில் இவர்கள் தமிழ்மொழிக்குச் செய்த, தொண்டு தமிழர்களால் மறக்கற் பாலதன்று. அன்றியும் சிறுவர்களின் கல்வியைப் பற்றியும் இவர்கள் கருத்தினைச் செலுத்தி, அவர்களுக்குத் தாய்மொழியை எழுதிப்படிக்கக் கற்பித்து வந்தார்கள். நாம் இப்பொழுது வழங்குகிற, 'பள்ளிக்கூடம்' என்னும் சொல்லே, இவர்கள் கல்வியைப் பரப்புவதற்காகச் செய்துவந்த முயற்சியை இனிது விளக்குகின்றது. 'பள்ளி' என்னும் பெயர்க்குப் பௌத்த ஜைனத் துறவிகள் வாழும் மடம் என்பது பொருள். பௌத்த ஜைனத் துறவிகள் தாங்கள் வாழும் பள்ளிகளின் கூடங்களில் பாடசாலைகளை வைத்துப் பாடஞ் சொல்லிவந்தமையால், பாட சாலைக்குப் 'பள்ளிக்கூடம்' என்னும் பெயர் உண்டாயிற்று. பௌத்த ஜைன மதங்கள் மறைந்து பல நூற்றாண்டுகள் கழிந்தும், இன்றளவும் 'பள்ளிக்கூடம்' என்னும் சொல் தமிழ்நாட்டில் வழங்கி வருகின்றது.

இவ்வாறு சொல்வதால், பௌத்த ஜைனர்கள் வருவதற்கு முன்னே தமிழ்நாட்டில் கல்விச்சாலைகள் கிடையாவதென்று சொன்னதாகக் கருத வேண்டா. சமணர்கள் தமிழ்நாடு வருவதற்குப் பல நூற்றாண்டுகள் முன்னரே, தமிழர்கள் கிராமங்கள்தோறும் கல்விச்சாலைகள் அமைத்து நடத்திவந்தனர். சிறுவர்களுக்குக் கல்வி கற்பித்த ஆசிரியருக்கு 'கணக்காயர்' என்ற பெயர் சங்க நூல்களில் காணப்படுகின்றது. பின் ஏன் இதனை இங்குக் குறிப்பிட்டோமென்றால், பௌத்தர்களும் ஜைனர்களும் தாய்மொழிக் கல்வியைப் பரவச் செய்ய அதிகமாகக் கருத்தைச் செலுத்தினார்கள் என்பதை விளக்குவதற்காகத்தான்.

பௌத்த ஜைன மதத்தார் தாய்மொழியான தேசபாஷையில் பெரிதும் ஊக்கங்காட்டி, அந்த மொழியில் பொதுமக்களின் நன்மைக்காக நூல்கள் இயற்றி வைத்ததுபோல, வைதீக மதத்தைச் சேர்ந்த பிராமணர் தங்கள் மதநூல்களைத் தேச பாஷையில் எழுதிவைக்கவில்லை. ஏனென்றால், அவர்கள் தங்கள் மதக் கொள்கைகளைத் தாங்கள் மட்டும் படிக்க வேண்டும். பிறர் அவற்றை ஒருபோதும் படிக்கக்கூடாதென்னும் குறுகிய மனப்பான்மை உடையவர்கள்.

வனப்புப் பொருந்திய தமிழ்மங்கை என்னும் பெருமாட்டிக்குச் சிலம்பு, மேகலை, வளை, குண்டலம், மணி என்னும் விலைபெற்ற அழகுடன் விளங்கச் செய்தவர் சமணராகிய பௌத்த ஜைன மதத்தினரேயாவர். அஃதாவது, சிலப்பதிகாரம்,

மணிமேகலை, வளையாபதி, குண்டலகேசி, சிந்தாமணி என்னும் ஐம்பெருங்காப்பியங்களை இயற்றித் தமிழ்மொழியைச் அழகுறச் செய்தவர் பௌத்த ஜைனரேயாவர். மணிமேகலை, குண்டலகேசி, என்னும் இரண்டையும் பௌத்தரும்; சிலப்பதிகாரம், வளையாபதி, சிந்தாமணி என்னும் மூன்றையும் ஜைனரும் இயற்றினர். அவர்கள் அப்பெருமாட்டிக்கு அணிவித்த வேறு அணிகலன்களும் பலப்பல உள்ளன.

பௌத்தர் (ஜைனருங்கூட) தமிழ்நாட்டிலே தமிழ்மொழியிலே தமது மதக்கொள்கையைப் பரப்பிய செய்தியை இதுகாறுங் கூறினோம். இதுவன்றியும், பௌத்தர், தமிழ்நாட்டிலே பிராமி எழுத்தைப் பரவச் செய்யக் காரணமாக இருந்தனர் என்பதை விளக்குவோம். பிராமி அல்லது பிராஹ்மி என்று கூறப்படும். எழுத்தைப் புதிதாகக் கண்டுபிடித்தவர் பகவான் புத்தர் என க்ஷேமேந்திரர் என்பவர், தாம் இயற்றிய புத்தஜனனம் என்னும் நூலிலே கூறியுள்ளார்.

வர்தமான: குமாரோத
ஸர்வ வித்யா சுபாரக:
லிபிப்ர வீனோ பினவாம்
லிபிங் பிராஹ்மீம் வினிர்மமே

என்று அவர் கூறியுள்ளார். அஃதாவது சித்தார்த்த குமாரன் (புத்தர்) இளமையில் எல்லாவித வித்தைகளையும் கற்று வளரும்போது, தாமாகவே பிராஹ்மி எழுத்தை உண்டாக்கி நிறுவினார் என்பது இச்செய்யுளின் கருத்தாகும்.

பிராஹ்மி எழுத்தை இந்தியா முழுவதிலும் பரவச் செய்தவர்கள் பௌத்தர் ஆவர். கி.மு. மூன்றாம் நூற்றாண்டில் இந்தியாவின் சக்கரவர்த்தியாக விளங்கியவரும், பௌத்த மதத்தை மேற்கொண்டதோடு, அம்மதத்தை இந்தியாவிலும் வெளிநாடுகளிலும் பரவச் செய்தவருமாகிய அசோக சக்கரவர்த்தி தமது ஆட்சிக்குட்பட்டிருந்த நாடுகளிலெல்லாம் எழுதுவித்துள்ள கல்வெட்டுச் சாசனங்களில் பிராமி எழுத்தையே உபயோகித்து இருக்கிறார். காரோஷ்டி என்னும் வேறு எழுத்து இந்தியாவின் வடமேற்கில் அசோகர் காலத்தில் வழங்கி வந்தபோதிலும், அவற்றை உபயோகிக்காமல், பிராமி எழுத்தை உபயோகித்ததன் கருத்து அது புத்தர் உண்டாக்கிய எழுத்து என்னும் நம்பிக்கையாக இருக்கலாம். அசோகர் தமது ஆட்சிக்குட்பட்ட நாடுகளில் மட்டும் பிராமி எழுத்து உபயோகிக்கப்பட்டது என்று கருத வேண்டா. அவர் ஆட்சிக்குட்படாத தமிழ்நாடு, இலங்கைத் தீவுகளிலும், (அசோகர்

காலத்திலே) எழுதப்பட்ட சாசனங்களும் பிராமி எழுத்துக்களாக உள்ளன. இவ்விடங்களிலும் இச்சாசனங்களை எழுதியவர்கள் பௌத்தர்கள் என்பது அறியத்தக்கது. எனவே மூன்றாம் நூற்றாண்டில், அசோக சக்கரவர்த்தியும், அவரால் வேறு நாடுகளுக்கு அனுப்பப்பட்ட பிக்குகளும் பிராமி எழுத்தை எல்லா இடங்களிலும் பரவச் செய்தார்கள் என்பது அறியப்படுகிறது. அசோக சக்கரவர்த்தி தம் சாசனங்களில் பிராமி எழுத்தை உபயோகித்த படியால், பிராமி எழுத்துக்கு அசோகர் எழுத்து என்றும் இக்காலத்தில் பெயர் வழங்குகிறார்கள்.

கி.மு. 3ஆம் நூற்றாண்டிலிருந்து கி.பி. 2ஆம் நூற்றாண்டுக்கு இடைப்பட்ட காலங்களில் தமிழ்நாட்டிலே எழுதப்பட்ட கல்வெட்டுக்கள் பிராமி எழுத்துக்களில் எழுதப்பட்டுள்ளன. இவற்றை எழுதியவர்கள் பெரும்பாலும் பௌத்தர்கள் என்பதும் குறிப்பிடத்தக்கது. பாண்டிநாட்டிலே, அழகர்மலை, கழுகு மலை, நாகமலை, சித்தர்மலை, திருப்பரங்குன்றம், கொங்கர் புளியங்குளம், கீழைவளவு, முத்துப்பட்டி, அரித்தாப்பட்டி, கருங்காலக்குடி, விரிச்சியூர், மருகால்தலை, குன்னக்குடி, திருச்சி ஜில்லா கருவூர் தாலுகாவில் உள்ள ஆறுநாட்டார்மலை முதலிய இடங்களில் உள்ள பாண்டவமலை[1] என்று அழைக்கப்படும் குன்றுகளில் உள்ள குகைகளில் பிராமி எழுத்துக்கள் காணப்படுகின்றன. இவ்விடங்களில் உள்ள பிராமி எழுத்தைப் பற்றி, சென்னை அரசாங்கத்து ஆர்க்கியாலஜி, எபிகிராபி இலாக்காக்களின் அறிக்கைகளில் காணலாம்.[2] இச்சாசனங்கள் தமிழ் மொழியில் இருந்தும், எழுத்துக்கள் பிராமி எழுத்தாக உள்ளன.[3] 1800 ஆண்டுகளுக்கு முன்னரே தமிழ்நாட்டிலும் பிராமி எழுதப்பட்டது என்பதற்கு இக்கல்வெட்டுச் சான்றுகள் அல்லாமல் வேறு சான்றும் எதிர்பாராவண்ணம் கிடைத்திருக்கிறது.

புதுச்சேரிக்குத் தெற்கே பத்து மைல் தூரத்தில் உள்ள அரிக்கமேடு என்று வழங்கப்படுகிற சிறு கிராமம், 1800 ஆண்டுகளுக்கு முன்னே, (கி.பி. 2ஆம் நூற்றாண்டில்) தமிழ்நாட்டிலே பேர்போன துறைமுகப்பட்டினமாக இருந்தது. இங்கு உரோமபுரி நாட்டிலிருந்தும் கப்பல் வாணிகர் வந்து வாணிகம் செய்து வந்தனர். ஆனால், பேர்போன இந்தத் துறைமுகத்தைப் பற்றிப் புறநானூறு முதலிய சங்கநூல்களில் யாதொரு குறிப்பும் காணப்படவில்லை. இவ்விடத்தை அண்மையில் அரசாங்கத்து ஆர்க்கியாலஜி உத்தியோகஸ்தர் அகழ்ந்து பார்த்தபோது, பூமிக்குள்ளிலிருந்து பல பொருள்களைக் கண்டெடுத்தனர். அப்பொருளுடன் உடையுண்ட மட்பாண்டங்களும் கிடைத்தன. அம்மட்பாண்டங்கள் சிலவற்றில்

பிராமி எழுத்துக்கள் எழுதப்பட்டுள்ளன. பாஷை தமிழாகவும், எழுத்து பிராமி எழுத்தாகவும் இருக்கின்றன.⁴ இவ்வாறு தமிழ்நாட்டிலே 1800 ஆண்டுகளுக்கு முன்னே, பிராமி எழுத்து வழங்கிவந்த செய்தி, நாட்டிலே மலைக்குகைகளில் காணப்படும் கல்வெட்டுக்களினாலும், நாட்டிலே பூமிக்கடியில் கிடைக்கும் மக்கள் வழங்கிய மட்பாண்டங்களில் எழுதப்பட்ட எழுத்துக்களினாலும் வலியுறுகின்றது. பிராமி எழுத்தைத் தமிழ்நாட்டிலே புகுத்தியவர்கள் பௌத்தர்கள் என்பதில் சற்றும் ஐயமில்லை.

தமிழகத்திலே பிராமி எழுத்து வருவதற்கு முன்பு வேறு எழுத்துக்கள் இல்லை என்று கருத வேண்டா. புத்தஜாதகம் எனப்படும் பழைய பௌத்த நூலிலே, புத்தர் காலத்துக்கு முன்னரே எழுத்துக்கள் வழங்கி வந்த செய்தி கூறப்படுகிறது. தமிழ்நாட்டிலேயும், பிராமி எழுத்து வருவதற்கு முன்பே ஏதோ ஒருவகை எழுத்து வழங்கிவந்தது. தமிழகத்திலே பிராமி எழுத்து பௌத்தர்களால் புகுத்தப்பட்ட கி.மு. 3ஆம் நூற்றாண்டிற்குப் பிறகு, பழைய தமிழ் எழுத்து வழக்கொழிந்துவிட்டது. ஆனாலும் புதிய பிராமி எழுத்தில் இல்லாததும் தமிழில் மட்டும் இருந்ததுமான ற, ழ, போன்ற எழுத்துக்களை மட்டும் விலக்காமல் பிராமி எழுத்தோடு சேர்த்துப் பண்டைத் தமிழர் வழங்கினார்கள். கடைச் சங்க காலத்தில் பிற்பகுதியிலே சங்கப்புலவர்கள் பிராமி எழுத்தையே எழுதியிருக்க வேண்டும். பின்னர், பிராமி எழுத்திலிருந்து வட்டெழுத்து என்னும் ஒருவகை எழுத்து உருவாயிற்று.

தமிழ்நாட்டிலேயிருந்த பௌத்த, ஜைனர்கள், தமது மதத்தைச் சேர்ந்த "தெய்வ" மொழிகளாகிய பாகத மொழிகளையும் (பாலி, சூரசேனி) வழங்கிவந்தார்கள். அவர்கள். தத்தம் சமய நூல்களை எழுதுவதற்குப் பிராமி எழுத்திலிருந்து கிரந்த எழுத்து என்னும் புதுவகை எழுத்தை உண்டாக்கினார்கள். இந்தக் கிரந்த எழுத்தைக் கொண்டு அவர்கள் பாகத (பிராகிருத) நூல்களையும் சமஸ்கிருத நூல்களையும் எழுதி வந்தார்கள். பின்னர், நாளடைவில், சோழநாட்டில் கிரந்த எழுத்திலிருந்து ஒரு வகைத் தமிழ் எழுத்து உண்டாக்கப்பட்டு இப்போது வழங்கப்படுகிற தமிழ் எழுத்து வழங்கப்பட்டது. இந்தத் தமிழ் எழுத்துக்கும் கிரந்த எழுத்து என்பது பெயர். ஆனால் பாண்டி நாட்டிலும் சேர நாட்டிலும் பிராமி எழுத்திலிருந்து உண்டாக்கப்பட்ட பழைய வட்டெழுத்தே வழக்கத்தில் இருந்து வந்தன.

கி.பி.10ஆம் நூற்றாண்டில் சோழர்கள் பாண்டிய நாட்டைக் கைப்பற்றியபோது, அந்நாட்டில் வழங்கிவந்த வட்டெழுத்துக்களை

மாற்றிப் புதிய கிரந்த தமிழ் எழுத்துக்களைப் புகுத்தினார்கள். ராககேசரிவர்மன் என்னும் சிறப்புப் பெயரையுடைய ராசராசனும் (முதல் ராஜராஜன்) அவன் மகன் ராசேந்திரனும் (முதல் ராசேந்திரன்) பாண்டிநாட்டிலே கிரந்தத் தமிழ் எழுத்தை (இப்போது வழங்கப்படும் தமிழ் எழுத்தை)ப் புதிதாகப் புகுத்தினார்கள் என்று ஆராய்ச்சி வல்லர் கூறுவர். இந்தச் சோழ அரசர்கள் கி.பி. 10 ஆம் நூற்றாண்டில் கிரந்தத் தமிழ் எழுத்தைப் பாண்டிநாட்டில் புகுத்தியதற்குச் சான்று என்னவென்றால், குற்றாலத்தில் உள்ள குற்றாலநாத சுவாமி கோயில் சாசனங்களாகும். இச்சாசனங்கள், பழைய வட்டெழுத்தில் எழுதப்பட்டிருந்த சாசனங்களைப் புதிய எழுத்தில் பெயர்த்தெழுதி ராசராசன் அமைத்தான் என்று கூறுகின்றன.[5]

இவ்வாறு பௌத்தர்களால் தமிழ்நாட்டில் புகுத்தப்பட்ட பிராமி எழுத்துச் சில நூற்றாண்டுகள் வழங்கிவந்து பின்னர் அதிலிருந்து வட்டெழுத்து உண்டாகிச் சில நூற்றாண்டு வழங்கி வந்து, பின்னர், பிராமி எழுத்திலிருந்தே பௌத்த ஜைனர்களால் இன்னொரு வகையாக உண்டாக்கப்பட்ட கிரந்த எழுத்துக்களிலிருந்து கிரந்தத் தமிழ் எழுத்து உண்டாகி அவ்வெழுத்தே நாளிது வரை வழங்கப்பட்டு வருகிறது. அசோகர் எழுத்து எனப்படும் பிராமி எழுத்திலிருந்தே நாகரி எழுத்து உண்டாகி இப்போது வடநாட்டில் வழங்கி வருகிறது. சுருங்கக்கூறினால், பிராமி எழுத்திலிருந்தே நாகரி, தமிழ், தெலுங்கு, கன்னடம், மலையாளம் முதலிய எழுத்துக்கள் உண்டாயின. இதில் சற்றும் ஐயமில்லை. அறிஞர் ஆராய்ந்து கண்டு கொள்க.

அடிக்குறிப்பு:

1. பௌத்தத் துறவிகள் வசித்த மலைக்குகைகள் ஏன் பாண்டவமலை என்று பெயர் பெற்றன என்பதை இந்நூல் 65ஆம் பக்கம் காண்க.
2. Arch Rep.1913-14 P.6; 1915. P.86 Epi. Rep. 1907, 1908, 1909, 1910, 1912, 1926-27, 1927-28.
3. The earliest monuments of the pandiya country and their inscriptions by K.V. Subramaniya Ayyer P.267-300, Proceedings and Transactions of the 3rd Oriental. Conference Madras.
4. Arikamedu: An Indo - Roman Trading station on East Coast of India, by R.E.M. Wheelar, A Ghosh and krishan Deva, P. 17 124. Ancient India No. 2. July 1946.
5. 454 of 1917, 455 of 1917, Epi. Rep. 1905, Epi. rep. 1918 P. 144.

❀

மணிப்பிரவாள உரைநடை

பௌத்தமதமும் ஜைன மதமும் வடநாட்டிலே தோன்றிய மதங்கள். ஆகவே, அந்த மத நூல்கள், வடநாட்டில் வழங்கிய பாகத (பிராகிருத) மொழிகளில் எழுதப்பட்டன. பண்டைக்காலத்திலே, பௌத்த ஜைனர்கள் வடமொழி எனப்படும் சம்ஸ்கிருத மொழியில் தமது சமய நூல்களை எழுதவில்லை. ஏனென்றால், சம்ஸ்கிருத மொழி, பொது ஜனங்களால் பேசப்படாத (கற்றவர் கன்றி ஏனையோர்க்கு விளங்காத) பேச்சு வழக்கற்ற மொழியாக இருந்தது.[1]

ஆகவே, பொதுமக்கள் தெரிந்துகொள்ளக்கூடிய பேச்சுவழக்கில் இருந்த பிராகிருத மொழிகளிலே பௌத்த ஜைனர்கள் தமது மதநூல்களை அக்காலத்தில் எழுதி வைத்தார்கள். பௌத்தர், மாகதி எனப்படும் பாலிமொழியையும், ஜைனர் அர்த்தமாகதி எனப்படும் சூரசேனியையும் தமது 'தெய்வ' மொழியாகக் கொண்டு அம்மொழிகளிலே தமது மதநூல்களை எழுதிவைத்த படியினாலே, தமிழ்நாட்டிலே அந்த மதங்கள் பரவியபோது, தமிழரும் அந்த மதநூல்களைப் பயில வேண்டியதாயிற்று. அந்த பிராகிருத மொழிகளிலே, சம்ஸ்கிருத மொழியில் உள்ளதுபோன்று, நான்கு ககரங்களும் நான்கு டகரங்களும், இரண்டு சகரங்களும், இரண்டு ஜகரங்களும் ஷ. க்ஷ, ஸ, ஹ முதலிய எழுத்துக்களும் உள்ள படியினாலே, அவ்வெழுத்துக்கள் இல்லாத தமிழ்மொழியிலே அந்தப் பிராகிருத பாஷைகளை எழுதிப் படிக்க முடியவில்லை. ஆகவே, பௌத்த ஜைனர்கள் தமது சமயநூல்கள் எழுதப்பட்ட பிராகிருத

மொழிகளைத் தமிழருக்குக் கற்பிக்க வேண்டிப் புதிதாக ஒருவகை எழுத்துக்களை உண்டாக்கினார்கள். பிராமி எழுத்துக்களிலிருந்து புதிதாக உண்டாக்கப்பட்ட அவ்வெழுத்துக்களுக்குக் கிரந்த எழுத்து என்பது பெயர். இவ்வாறு பிராகிருத மொழிகள் முதன்முதல் தமிழ்நாட்டிலே பயிலப்படுவதற்குக் காரணமாக இருந்தவர்கள் பௌத்த ஜைனர்களே.

(இடைக்காலத்திலே கி.பி. 7ஆம் நூற்றாண்டிற்குப் பிறகு, பௌத்த ஜைன மதங்கள் செல்வாக்கிழந்து பிராமண மதம் செல்வாக்குப் பெற்ற காலத்திலே, பிராகிருத மொழிகளுக்குச் செல்வாக்குக் குறைந்து சம்ஸ்கிருத மொழிக்கு ஆதிக்கம் ஏற்பட்டது. அப்போது பௌத்தர்களும் (முக்கியமாக மகாயான பௌத்தர்களும்) ஜைனர்களும் தமது மத நூல்களை வடமொழியில் எழுதி வைத்தார்கள்.)

பௌத்தர்களும் ஜைனர்களும் பிராகிருத மொழியைக் கற்றவர்கள் என்பதைத் தேவாரத்தில் திருஞானசம்பந்தரும், சுந்தரமூர்த்தி சுவாமிகளும் கூறியுள்ளார்கள்.

> **"ஆகமத்தொடு மந்திரங்கள் அமைந்த சங்கத பங்கமாப்**
> **பாகதத்தோ டிரைத்துரைத்த சனங்கள் வெட்குறுபக்கமா**
> **மாகதக்கரி போற்றிரிந்து புரிந்துநின்றுணு மாசுசேர்**
> **ஆகதர்க்கெளி யேனலேன் திரு வாலவாயரன் நிற்கவே"** **(2)**

இதில், சங்கத பங்கதம் என்பது சம்ஸ்கிருத மொழியை; பாகதம் என்பது பிராகிருத மொழியை.

சுந்தரமூர்த்தி சுவாமிகள், பௌத்த ஜைனர்கள் பிராகிருத மொழியை ஓதியதை ஏளனம் செய்து காட்டுகிறார். அச்செய்யுள்:

> **"நமணநந்தியும் கருமவீரனும் தருமசேனனும் என்றிவர் (றியே**
> **குமணமாமலைக் குன்றுபோல்நின்று தங்கள் கூறையொன் றின்**
> **ஞமணஞாஞண ஞா ணஞோணமென் றோதியாரையு நாணிலா**
> **அமணராற்பழிப் புடையரோநமக் கடிகளாகிய அடிகளே"** **(9)**

சம்ஸ்கிருத மொழியில் க்ஷகர, ஸகர, ரகரங்கள் அதிகமாகப் பயின்று வருவதுபோல பிராகிருத மொழிகளிலே ஙகரம், ஞகரம்,ணகரம், மகரங்கள் அதிகமாகப் பயின்று வருகின்றன. மாகதி அர்த்தமாகதி மொழிகளைப் பயின்றவர்கள், அல்லது பயிலக் கேட்டவர்கள் இந்த உண்மையை நன்கறிவார்கள். இதைத்தான் மேலே காட்டிய தேவாரத்தில், சுந்தரமூர்த்திகள் "ஞமண ஞாஞண ஞாண ஞோணம்" என்று ஏளனம் செய்து காட்டுகிறார். இதனால்,

சம்பந்தர், சுந்தரர் காலத்திலும் அஃதாவது 7ஆவது 8ஆவது நூற்றாண்டுகளிலும் பௌத்த ஜைனர் பிராகிருத நூல்களை ஓதி வந்தார்கள் என்பது தெரிகிறது.

இடைக்காலத்திலே, பௌத்த ஜைனர்கள், தமிழ்ச் சொற்களையும் வடமொழிச் சொற்களையும் விரவிக் கலந்து மணிப் பிரவாளம் என்னும் புதியதோர் உரைநடையை உண்டாக்கினார்கள். மணிப்பிரவாள நடையில் எழுதப்பட்ட பௌத்த ஜைன நூல்கள் இடைக்காலத்திலே பயிலப்பட்டன. பௌத்தமதம் தமிழ்நாட்டிலே முழுவதும் மறைந்து போய்விட்டபடியால், பௌத்தச் சார்பான மணிப்பிரவாள நடை நூல்களும் அழிந்துவிட்டன. ஆனால், பௌத்தர் இயற்றிய வீரசோழியம் என்னும் தமிழ் இலக்கண நூலிலே மணிப்பிரவாள நடை குறிப்பிடப்படுகிறது.

"இடையே வடவெழுத் தெய்தில் விரவியல் ஈண்டெதுகை
நடையேது மில்லா மணிப்பிர வாளம்நற் றெய்வச்சொல்லின்
இடையே முடியும் பதமுடைத் தாங்கிள விக்கவியன்
தொடையே துறைநற் பிரளிகை யாதி துணிந்தறியே"

என வரும் வீரசோழியம், அலங்காரப் படலச் செய்யுள் 40 காண்க.

ஜைனமதம் தமிழ்நாட்டிலே முழுவதும் மறைந்துவிடாமல் இப்போது இருக்கிறபடியினாலே, அவர்கள் இயற்றிய ஸ்ரீபுராணம் முதலிய மணிப்பிரவாள உரைநடை நூல்கள் இன்னும் வழங்கப்படுகின்றன.

பிற்காலத்திலே, கி.பி. 13ஆம் நூற்றாண்டிற்குப் பின்னர். வைணவ சமயத்தார், ஆழ்வார்கள் அருளிய தூய செந்தமிழ்ப்பாக்களுக்கு உரையெழுதியபோது, பௌத்தர்களையும் சமணர்களையும் பின்பற்றி, மணிப்பிரவாள நடையில் உரைகளை (வியாக்கியானங்களை எழுதினார்கள். அவர்கள் எழுதிய மணிப் பிரவாள உரைநூல்கள். படிப்பார் இல்லாமல் இப்போது பயனற்றுக் கிடக்கின்றன. ஏனென்றால், சமஸ்கிருதம் படித்தவர்களுக்குத் தமிழ் தெரியாத காரணத்தால், அவர்களுக்கு மணிப் பிரவாளம் விளங்குவதில்லை. தமிழ்மொழி படித்தவர்களுக்கும் சமஸ்கிருதம் தெரியாதாகையினாலே, அவர்களுக்கும் மணிப் பிரவாளம் விளங்குகிறதில்லை. வடமொழி தமிழ்மொழி இரண்டையும் கற்றவர்களோ மிக மிகச் சொற்பமானவர்கள். ஆயிரத்தில் ஒருவராவது இரண்டையும் கற்றவர் உளரோ என்பதே ஐயத்திற்கிடமாயிருக்கிறது. அப்படி

படித்தவர்களிலும் வைணவப் பற்றுள்ளவர் எத்தனைப்பேர்? இவ்வாறு, நாலாயிரப்பிரபந்தத்தின் மணிப் பிரவாள உரை. இருந்தும் இறந்த நூலாக இருக்கிறது. இது தமிழ்நாட்டிலே மணிப்பிரவாள நடைக்கு இடமில்லை என்பதை மெய்ப்பிக்கும் சான்றாக விளங்குகிறது. மணிப்பிரவாள நடை, வடமொழி கற்றவருக்கும் விளங்காமல் தாய்மொழி கற்றவருக்கும் விளங்காமல், ஒரு புதிய மொழியாக இருக்கிறது. ஆகவே, இப்போது சென்னைப் பல்கலைக்கழகத்தார் நாலாயிரப் பிரபந்த மணிப் பிரவாள உரைக்குத் தமிழில் விளக்கஉரை எழுதி வெளியிட்டு வருகிறார்கள். மணிப்பிரவாள நடை தமிழ்மொழிக்கு வேண்டா ஒன்றாகும்.

இதனால், பாகத மொழிகளைத் தமிழ்நாட்டிலே பயிலச் செய்தவர் ஜைனர்கள் என்பதும், அவர்கள் மூலமாக தமிழ்மொழியிலே சில பாகதச் சொற்கள் கலந்தன என்பதும், தமிழ் பாகத மொழிகளைக் கற்பதற்காக அவர்கள் கிரந்த எழுத்துக்களை உண்டாக்கினார்கள் என்பதும், இடைக்காலத்திலே, பிராமணியம் ஆதிக்கம் பெற்று சம்ஸ்கிருதம் செல்வாக்குப் பெற்ற காலத்தில் பௌத்த ஜைனரும் சம்ஸ்கிருதத்தில் நூல்கள் இயற்றினார்கள் என்பதும், அன்றியும் அவர்கள் மணிப்பிரவாள நடையைத் தமிழில் அமைத்து மணிப்பிரவாள உரைநடை நூல்களை இயற்றினார்கள் என்பதும், இப்போது மணிப்பிரவாள நடை வழக்கொழிந்து விட்டதென்பதும் கூறப்பட்டன.

இந்தச் சரித்திர வரலாற்றினை அறியாதவர்கள், தமிழ்மொழி ஆராய்ச்சி செய்கிறபோது. தமிழிலே பிராகிருத மொழிச் சொற்கள் நேராகக் கலந்திருப்பதை உணராமல், அச்சொற்கள் சம்ஸ்கிருத மொழி வாயிலாகக் கலந்தன என்று தவறாக முடிவு கட்டுகிறார்கள் முதலில் பௌத்த ஜைனர்கள் வழியாகப் பிராகிருத மொழிச் சொற்கள் கலந்தன; சம்ஸ்கிருத மொழிச் சொற்கள் சில பிற்காலத்தில் நுழைந்தன என்னும் சரித்திர உண்மையை மனத்திற்கொண்டு மொழியாராய்ச்சி செய்ய முற்படுவோர் உண்மையை காண்பார்கள். இவ்வாறு மொழியாராய்ச்சி செய்வோர், தமிழ் மொழியை நன்கு கற்றிருக்க வேண்டியதோடு பிராகிருத மொழிகளையும் சம்ஸ்கிருத மொழியையும் கற்றிருக்க வேண்டும். அப்பொழுதுதான் அவர்கள் உண்மை காண முடியும்.

அடிக்குறிப்பு

1. சம்ஸ்கிருத மொழி என்று கூறினால், இருக்கு, யசுர், சாமம், அதர்வணம் என்னும் ஆரிய வேதங்கள் எழுதப்பட்டதும், ஆரியர்கள் பேசியதுமான பழைய மொழி என்று ஒரு தவறான எண்ணம் கற்றவர்கள் இடத்திலும் நிலவி வருகிறது. இது தவறு. ஆரிய வர்த்தம் எனப்படும். பஞ்சாப் சிந்து நதிக்கரைகளில் குடியேறிய ஆரியர் பேசியமொழி சமஸ்கிருதம் அன்று. வேதகாலத்து ஆரியர் பேசிய ஆரிய மொழி இறந்து அழிந்து ஒழிந்து போயிற்று. பழைய ஆரியம் அழிந்தொழிந்த பிறகு. சம்ஸ்கிருதம் எனப்படும் வடமொழி மெல்ல மெல்ல உருவடையத் தொடங்கிற்று. பிறகு ஏறத்தாழ கி.மு. ஐந்தாம் நூற்றாண்டிலே பழைய ஆரியச் சொற்களும், தொன்றுதொட்டு இந்தியாவில் வழங்கிவந்த பிராகிருத மொழிச் சொற்களும், திராவிட மொழிச் சொற்களும் கலந்துள்ளன. இவ்வாறு புதிதாக அமைக்கப்பட்ட சம்ஸ்கிருதத்துக்குப் புதிதாக இலக்கணமும் அமைக்கப்பட்டது. சம்ஸ்கிருதம் என்னும் பெயரே, இது புதிதாகத் தோன்றிய மொழி என்பதை வலியுறுத்துகிறது. (சமம் + கிருதம் = சமஸ்கிருதம் = நன்றாக, செம்மையாக செய்யப்பட்டது (Perfect of improved) என்று பொருள்.) பிராகிருதம் என்பதற்கு அடிப்படையானது. அநாதியாக உள்ளது என்பது பொருள், சம்ஸ்கிருத மொழியிலே பல நூற்றுக்கணக்கான திராவிட மொழிச் சொற்களும் கலந்திருப்பதைக் கற்றறிந்த அறிஞர் காட்டியுள்ளார்கள். புதிதாக உண்டாக்கப்பட்ட சம்ஸ்கிருதத்தில் திராவிடச் சொற்கள் கலக்கப்பட்டதற்குக் காரணம் என்னவென்றால், அக்காலத்திலே. (இரண்டாயிரம் ஆண்டுகளுக்கு முன்னே) வட இந்தியாவில் திராவிட மொழிகள் வழங்கி வந்தன. திராவிடச் சொற்களும், பிராகிருத பாஷை என்பதும், பழைய ஆரியச் சொற்களும் சேர்ந்து புதிதாக அமைந்ததே சம்ஸ்கிருதச் சொற்களும் பழைய ஆரிய பாஷைக்கும் மாறுபாடுகள் உண்டு என்பதும் அறியற்பாலன. பிராகிருத மொழிகள் முந்தியவை. சம்ஸ்கிருதம் பின்னால் உண்டானது. சம்ஸ்கிருதத்திலிருந்து பிராகிருத மொழிகள் உண்டாயின என்று சிலர் கருதுவது தவறு.

தமிழ்நாட்டுப் பௌத்தப் பெரியார்

1. இளம்போதியார்:

இவர் பெயரைக் கொண்டே இவர் பௌத்தர் என்பதை அறியலாம். இவர் தமிழ் மொழியில் வல்லவர். கடைச்சங்க காலத்தில் இருந்தவர். கி.பி. முதல் அல்லது இரண்டாவது நூற்றாண்டில் இவர் வாழ்ந்திருக்கக்கூடும். என்று தோன்றுகிறது. இவரது வரலாறு வேறொன்றும் தெரியவில்லை. இவர் இயற்றிய செய்யுள் ஒன்று நற்றிணை என்னும் சங்க இலக்கியத்தில் 72ஆம் பாட்டாகத் தொகுக்கப்பட்டிருக்கின்றது. அப்பாடல் இது.

பேணுப பேணார் பெரியோர் என்பது
நாணுத்தக் கன்றது காணுங் காலை!
உயிர்ஓர் அன்ன செயிர்தீர் நட்பின்
நினக்கியான் மறைத்தல் யாவது மிகப்பெரி
தழிதக் கன்றால் தானே! கொண்கன்
யான்யாய் அஞ்சுவல்! எனினும் தானே
பிரிதல் சூழான்; மன்னே! இனியே,
கானல் ஆயம் அறியினும், ஆனா
தலர்வ தன்றுகொல் என்னும்! அதனால்
புலர்வது கொல் அவன் நட்(பு) எனா
அஞ்சுவல் தோழிஎன் நெஞ்சத் தானே!

2. அறவண அடிகள்:

இவரது வரலாறு மணிமேகலை என்னும் நூலினின்றும் அறியக்கிடக்கின்றது. இவர் காவிரிப்பூம்பட்டினத்தில் நெடுங்காலம் வாழ்ந்திருந்தவர். இவரது இளமையில்

இவர் வடக்கே கங்கை முதல் தெற்கே இலங்கையில் உள்ள பாதபங்கய மலை வரையில் யாத்திரை செய்தவர் என்று தெரிகின்றது. பௌத்த தருமத்தை இவர் நன்கு கற்றவர். அதனோடு அதைப் பலருக்கும் போதித்து வந்தவர். இவர் நாவன்மை படைத்தவர் என்று தோன்றுகின்றது. காவிரிப்பூம்பட்டினத்தில் ஒரு பௌத்தப் பள்ளியின் தலைவராக இருந்தவர். கோவலன் கொலையுண்ட செய்தி கேட்டு மாதவி தன் மகள் மணிமேகலையுடன் இவரது பள்ளியை அடைந்து இவரிடம் பௌத்த தருமங் கேட்டுப் பஞ்சசீலத்தை மேற்கொண்டாள். சோழமன்னன் இராணி இராசமாதேவி மணிமேகலையைச் சிறைப்பிடித்து வைத்திருந்தபோது, அவளைச் சிறைவீடு செய்ய இவர் அரண்மனை சென்றார். இவரது வருகையைக் கண்ட இராசமாதேவி மிகுந்த வணக்கத்தோடு இவரை வரவேற்றாள் என்று கூறப்படுவதினின்றும், அரச குடும்பத்தினராலும் இவர் நன்கு மதிக்கப்பட்டிருந்தவர் என்பது விளங்கும். காவிரிப்பூம்பட்டினத்தில் கடற்பெருக்குண்டானபோது, இவர் அதனைவிட்டு மாதவியுடன் சேரநாட்டு வஞ்சி மாநகரம் சென்று, கடைநாள் வரையில் அங்கேயே தங்கியிருந்தார். பின்னர், அங்கு வந்த மணிமேகலைக்குப் பௌத்த தருமத்தை ஐயமறப் போதித்தார். நீண்டநாள் வாழ்ந்திருந்த இவர் காஞ்சிமாநகரத்திலே நிர்வாணம் (வீடுபேறு) பெற்றார். இவரது காலம் முதல் நூற்றாண்டின் பிற்பகுதியும் இரண்டாம் நூற்றாண்டின் முற்பகுதியும் ஆகும்.

இப்பொழுது காஞ்சிபுரத்தில், 'அறப்பணஞ்சேரி' என்னும் பெயருடைய தெரு ஒன்று இருக்கிறதென்றும், அஃது 'அற வணஞ்சேரி' என்பதன் மரூஉ என்றும், இந்த அறவணஞ்சேரி என்னும் தெருவில் அறவண அடிகள் வாழ்ந்திருத்தல் கூடுமென்றும், ஆனது பற்றியே அவர் பெயரால் அறப்பணஞ்சேரி (சேரி - தெரு) என்று வழங்கப்பட்டதென்றும் கூறுவர் வித்வான் ராவ்சாகிப் மு. இராகவ அய்யங்கார் அவர்கள். அறப்பணஞ்சேரித் தெரு காஞ்சிபுரத்துக் காமாட்சியம்மன் கோயில் சந்நதித் தெருவின் அருகில் உள்ளது.

அறவண அடிகளைப் பிற்காலத்தில் இருந்த தருமபாலர் என்னும் பௌத்தர் என்று கூறுவர் சிலர். தருமபாலர் என்பது அறவண அடிகள் என்பதன் நேர் மொழிப்பெயர்ப்பு என்று இவர் கருதுவதால், இவ்வாறு கூறுகின்றனர்போலும். அறவண அடிகள் கி.பி. இரண்டாம் நூற்றாண்டில் இருந்தவர். தருமபாலரோ கி.பி.

ஆறாம் நூற்றாண்டில் இருந்தவர். இதனால் அறவண அடிகள் வேறு என்பதை அறியலாம்.

அறவண அடிகள் என்பவர் ஒருவர் உண்மையில் இருந்திலர் என்றும், மணிமேகலையில் கூறப்படுமவர் ஒரு கற்பனைப் பெரியார் என்றும் சிலர் கூறுவர். இவ்வாறு இவர்கள் கூறுவதன் காரணம் யாதெனில், அறவண அடிகள் ஆகாய வழியாகச் சென்றார் என்பதும், மணிமேகலை, மாதவி முதலியவர்களின் பழம்பிறப்பில் இவர் அவர்களைக் கண்டதாகக் கூறப்படுவதுமே. இவை மானிட ஆற்றலுக்கு அப்பாற்பட்ட செய்கைகளாதலின். இவரைக் கற்பனைப் பெரியார் என்பர். இவ்வாறு கருதுவது தவறு என்று தோன்றுகிறது. இறந்தகால, நிகழ்கால, எதிர்கால நிகழ்ச்சிகளையறிதல், வேறிடங்களுக்கு வானத்தில் பறந்து செல்லுதல் முதலியவை பௌத்த மதக்கொள்கைப்படி பௌத்த தேரர்களுக்கு ஏற்பட்ட இலக்கணங்களாகும். இதனை 'சித்தி' என்பர். 'ரித்தி' எனினும் 'சித்தி' எனினும் ஒக்கும். பௌத்தமதத்தில் மட்டுமன்று: இந்து மதத்திலும் சங்கராச்சாரியார். சம்பந்தர் முதலிய பெரியார்களும் மானிட ஆற்றலுக்கு அப்பாற்பட்ட தெய்விகச் செயலைச் செய்தவர் என்று கூறப்படுகின்றனர். அதுகொண்டு இவர்களையும் கற்பனைப் பெரியார் என்று கருதத் தகுமோ? இவற்றை அவ்வச்சமயக் கொள்கை என்று ஒதுக்கிவிடுவோமாயின், அவர்களும் உண்மைப் பெரியாரே என்பது விளங்கும்.

3. மணிமேகலை:

யாம் அறிந்த வரையில், தமிழ்நாட்டில் பெயர்பெற்ற பௌத்தப் பிக்குணி இவள் ஒருத்தியே. இவளது வரலாறு மணிமேகலை நூலினால் அறியப்படுகின்றது. காவிரிப்பூம்பட்டினத்தில் செல்வத்திற் சிறந்த கோவலன் என்பவனுக்கும், அவனது காமக் கிழத்தி மாதவி என்பவளுக்கும் பிறந்தவள் மணிமேகலை. இக்குழந்தை செல்லமாக வளர்க்கப்பட்டுத் தக்க வயதடைந்த பின்னர், இசைக்கலை நாடகக்கலைகளைக் கற்றுத்தேர்ந்து மங்கைப் பருவம் அடைந்தது. இந்நங்கையின் கட்டழகினையும், இசைக்கலை நாடகக் கலைகளில் அடைந்துள்ள தேர்ச்சியினையும் கண்டு, சோழ அரசன் மகன் உதயகுமரன் என்பவன் இவள்மேல் காதல் கொண்டான்.

இவ்வாறிருக்க, மணிமேகலையின் தந்தை கோவலன் மதுரை மாநகரம் சென்று, ஆங்குப் பொய்க்குற்றஞ் சாற்றப்பெற்றுக் கொலையுண்டிறந்தான். கோவலன் இறந்த கொடுஞ் செய்தியைக்

கேட்டு மாதவி மனம் நொந்து, உலகினை வெறுத்துத் தன் மகள் மணிமேகலையுடன் அறவண அடிகள் என்னும் பௌத்த பிக்ஷு இருந்த பௌத்தப் பள்ளியில் சரணடைந்து, பௌத்த சீலத்தை மேற்கொண்டாள். மணிமேகலையை நாடகக் கணிகை வாழ்க்கையில் புகுத்த அவள் பாட்டி சித்திராபதி என்பவள் கடுமையாக முயன்றாள். ஆயினும், மணிமேகலை அந்த வாழ்க்கையில் புக இசையவில்லை. அரசன் மகன் உதயகுமாரனும் அவளைத் தன் காமக்கிழத்தியாக்க முயன்றான். அதற்கும் அவள் உடன்படவில்லை. ஆனாலும், அவன் அவளை விடாமல் அவளிடம் சென்று, அடிக்கடி பிக்குணிக் கோலத்தை விட்டுவிடும்படி வேண்டினான். மணிமேகலை இலங்கையின் வடபால் உள்ள மணிபல்லவம் சென்று, அங்கிருந்த பாத பீடிகையைத் தொழுது, மீண்டும் காவிரிப்பூம்பட்டினம் வந்தாள். அதுமுதல் அவள் உலகவறவி என்னும் அம்பலத்தில் சென்று, தான் ஐயமேற்று வந்த உணவை அங்கிருந்த கூனர், குருடர், முடவர் முதலிய எளியவருக்குக் கொடுத்து, அவர்களது பசிப்பிணியை நீக்கி வந்தாள். இந்தச் செய்தியைக் கேட்ட சோழமன்னன் மணிமேகலையை அழைத்து, அவளது பொதுநல ஊழியத்தை பாராட்டி, அவளுக்கு வேண்டிய வரத்தை கேட்கச் சொன்னான் அவள் சிறைச்சாலையை அறச்சாலையாக மாற்றியமைக்க வேண்டும் என்று வேண்ட, அவ்வாறே அரசன் செய்தான்.

காயசண்டிகை என்பவள் ஒருத்தி வடநாட்டினின்றும் காவிரிப்பூம்பட்டினம் வந்து பிச்சையேற்றுண்டு வாழ்ந்து வந்தாள். அவள் மணிமேகலையைப் போன்ற உருவம் உடையவள். இந்தக் காயசண்டிகையைத் தேடிக்கொண்டு அவள் கணவன் வடநாட்டிலிருந்து அந்நகரத்திற்கு வந்தான். அப்போது, உலகவறவி என்னும் அம்பலத்தில் மணிமேகலையுடன் உதய குமரன் சொல்லாடிக் கொண்டிருந்தான். அவனுக்கு மணிமேகலை, நிலையாமையைக் கூறித் தன்மேல் அவனுக்குள்ள காதலை விட்டு விடும்படி கூறிக்கொண்டிருந்தாள். காயசண்டிகையைத் தேடிக் கொண்டு வந்த அவள் கணவன் மணிமேகலையைக் கண்டு அவள்தான் தன் மனைவியாகிய காயசண்டிகை என்று தவறாகக் கருதி, அவள் இன்னோர் ஆடவனோடு பேசுவதைக் கண்டு பொறானாய், உண்மையை அறிய அங்கு ஒரு மூலையில் பதுங்கியிருந்தான். உதயகுமரன் மணிமேகலையைவிட்டுச் சென்று, இரவு வந்தபோது மீண்டும் அவ்விடம் வந்தான். உருவ ஒற்றுமையால் தன் மனைவி என்று தவறாகக் கருதியிருந்தவனாதலின், காயசண்டிகையின் கணவன், இரவில் வந்த உதயகுமரனை வாளால் வெட்டி வீழ்த்தினான். தன்

மயிலை சீனி. வேங்கடசாமி 109

மனைவி என்று மணிமேகலையைக் கருதியதும், உதயகுமரன் அரசன் மகன் என்று அறியாததும் இந்நிகழ்ச்சிக்கு காரணம்.

தவறுதலால் ஏற்பட்ட இந்த நிகழ்ச்சியைப் பொழுது விடிந்த பின்னர் மக்கள் அறிந்தனர். உலகவறவியில் இருந்த முனிவர்கள் இதனை அரசனுக்கு அறிவித்தனர். அரசன் உண்மை அறிந்து மணிமேகலையை நகரமக்கள் துன்புறுத்தா வண்ணம் காவலில் வைத்தான். இராசமாதேவி தன் மகன் இறந்தது மணிமேகலையினால் என்று கருதி, அவளுக்கு ஊறு செய்ய நினைத்து, அவளைக் காவலினின்று தன்னிடம் அழைத்துக்கொண்டு, அவளுக்குப் பற்பல துன்பங்களைச் செய்து பார்த்தாள்; ஒழுக்கவீனமுள்ளவள் என்று அலர் தூற்றவும் முயன்றாள். இவற்றிற்கெல்லாம் மணிமேகலை உட்படாமல் தன் நிலையைக் காத்துக்கொண்டாள். இவளது உண்மை நிலையை அறிந்தபின்னர், இராசமாதேவி தன் குற்றத்தை மன்னிக்கும்படி வேண்டிக் கொண்டு மணிமேகலையைச் சிறைவிட்டாள்.

பின்னர், மணிமேகலை, தான் அந்நகரில் இருந்தால் அரச குமாரன் இறப்பதற்குக் காரணமாயிருந்தவள் என்று ஊரார் குறை கூறுவராதலின், அந்நகரத்தில் இருக்க விரும்பாமல், அறவண அடிகள், மாதவி முதலியவர்களிடம் விடைபெற்றுச் சாவகநாடு (ஜாவாதீவு) சென்றாள். சின்னாள் சென்ற பின்னர், அங்கிருந்து சேரநாட்டின் தலைநகரமான வஞ்சிமாநகர் சென்று கண்ணகி கோட்டத்தை வணங்கி, அங்கு வாழ்ந்திருந்த பற்பல சமயத்தவரையுங் கண்டு, அவ்வவர்களின் சமய உண்மைகளை அறிந்தாள். அவற்றால் ஒன்றும் மனம்தேறாமல், கடைசியாகக் காஞ்சி மாநகருக்குச் சென்று, அங்கு வந்திருந்த அறவண அடிகளிடம் பௌத்த தரும மெய்ப்பொருளைக் கேட்டு உணர்ந்து, நெடுநாள் நோற்றுக் கடைசியில் அவ்வூரிலேயே காலமானாள்.

மணிமேகலைக் காவியத் தலைவியாகிய மணிமேகலை ஆகாயத்தில் பறந்து சென்றதாகக் கூறப்படுகிறபடியால் அவள் உண்மையில் வாழ்ந்திருந்தவள் அல்லள், கற்பனையாகக் கற்பிக்கப்பட்டவள் என்று சில ஆராய்ச்சிக்காரர் மேலோட்டமாக ஆராய்ந்து கூறுகிறார்கள். காவிரிப்பூம்பட்டினத்திலிருந்து மணிமேகலை மணிபல்லவத் தீவுக்கு (யாழ்ப்பாணத்துக்கு வடக்கே உள்ள தீவு) ஆகாய வழியே பறந்து போய்த் திரும்பி வந்தாள் என்றும், பிறகு கிழக்கே வெகு தூரத்திலிருக்கும் சாவக நாட்டுக்கு (கிழக்கிந்தியத் தீவுகளைச் சேர்ந்த ஜாவாதீவு) ஆகாய வழியே பறந்து

போய் அங்கிருந்து ஆகாய வழியே பறந்து மணிபல்லவத்துக்கு வந்தாள் என்றும் பின்னர் அங்கிருந்து ஆகாய வழியே பறந்து சேரநாட்டு வஞ்சி மாநகரத்துக்குப் போனாள் என்றும் மணிமேகலைக் காவியம் கூறுகிறது. ஆகவே மணிமேகலை உண்மையில் இருந்தவள் அல்லள் என்றும் அவள் கற்பனையாகக் கற்பிக்கப்பட்டவள் என்றும், கருதத் தோன்றுகிறது. ஆனால், ஆழ்ந்து ஆராய்ந்து பார்த்தால் இதன் உண்மை விளங்கும். மணிமேகலை ஆகாயத்தில் பறந்து சென்றாள் என்பது வெறுங்கற்பனைதான். ஏன் இப்படிக் கற்பித்தார் என்பதை ஆராய வேண்டும். மணிமேகலைக் காவியம் சங்ககாலத்தில் எழுதப்பட்ட நூல்.

சங்ககாலத்தில் தமிழ்மகளிர் கடலில் பிரயாணம் செய்யக் கூடாது என்னும் மரபு இருந்தது. அந்த மரபைக் அக்காலத்துத் தமிழரும் தமிழ்ப் புலவர்களும் கடைப்பிடித்துக் கையாண்டார்கள். அவ்வாறே இலக்கணமும் எழுதி வைத்தார்கள். முந்நீர் வழக்கம் மகடூ உவோடில்லை என்று தொல்காப்பியம் கூறுகிறது. ஆனால், பௌத்தமதத்துப் பெண்மணிகளுக்கு இந்த தடை இல்லை. பௌத்தமதத்தைச் சேர்ந்த மணிமேகலை, கடல் கடந்த நாடுகளுக்குப் போகவேண்டிய அவசியம் நேர்ந்தபடியால் அவள் கடலில் கப்பற் பிரயாணம் செய்தாள். கடல் யாத்திரை செய்தது பௌத்தமதத்தவருக்குக் குற்றம் அன்று. ஆனால், இந்த வரலாற்றைக் காவியமாக எழுதிய சாத்தனார், பௌத்தருக்காக மட்டும் காவியம் எழுதவில்லை. பௌத்தரல்லாத தமிழருக்காகவும் மணிமேகலை காவியத்தை எழுதினார். ஆனால் பௌத்தரல்லாத தமிழருக்கு மகளிர் கடற்பிரயாணம் செய்வது உடன்பாடன்று. அஃது அவர்களுடைய மரபுக்கும் பண்பாட்டுக்கும் மாறுபட்டது. ஆகவே, சங்கப் புலவரான சாத்தனார் தம்முடைய காவியத்தில் கற்பனையைப் புகுத்த வேண்டியவரானார். மணிமேகலை கடற்பிரயாணஞ் செய்தாள் என்னும் உண்மையைக் கூறினால் அக்காலத்துத் தமிழுலகம் இந்த நூலை ஏற்காது. ஆகவே அவர்களும் ஏற்கத்தக்க விதத்தில் மணிமேகலை ஆகாயவழியாக அயல்நாடுகளுக்குப் பறந்து சென்றாள் என்று கற்பனை செய்து காவியத்தை முடித்தார். அந்தக் காலத்துத் தமிழரின் பழக்கவழக்கப் பண்பாடுகளுக்கு முரண்படாமல் கற்பனை செய்தபடியால் மணிமேகலைக் காவியத்தை அக்காலத்துத் தமிழர் ஏற்றுக்கொண்டார்கள். இந்த உண்மையை ஆராய்ந்தவர் மணிமேகலையைக் கற்பனை உருவம் என்று கருதமாட்டார்கள். மணிமேகலை உண்மையில் வாழ்ந்து இருந்த ஒரு பெண்மணி என்றே கொள்வார்கள். இதன் விரிவான ஆராய்ச்சியை இந்

நூலாசிரியர் எழுதியுள்ள மணிமேகலையின் விண்வழிச் செலவு என்னும் கட்டுரையில் காண்க.

மணிமேகலையின் காலம் கி.பி. இரண்டாம் நூற்றாண்டின் முற்பகுதி.

மணிமேகலை வரலாற்றில் 'அமுதசுரபி' என்னும் சிறுபாத்திரத்தினின்றும் நினைத்தபோதெல்லாம் வேண்டிய அளவு உணவை உண்டாக்கிக் கொடுத்தல், பதுமைகள் பேசுதல், உருவம் மாறுதல் முதலிய சித்திகள் கூறப்பட்டிருக்கின்றன. இவற்றை உண்மை என்று கொள்ளாமல் சமயக்கொள்கை என்று ஒதுக்கிவிடுவர் பகுத்தறிவாளர்.

'மணிமேகலை' என்னும் பெயருள்ள பௌத்த தெய்வம் ஒன்று உண்டு. அதன் வரலாற்றினை இந்நூல் இணைப்பில் காண்க.

4. சீத்தலைச் சாத்தனார்

இவர் பௌத்தர் என்பதை இவரது பெயரே விளக்குகின்றது புத்தருக்குரிய பெயர்களுள் சாஸ்தா என்பதும் ஒன்று. இச்சொல் திரிந்து தமிழில் 'சாத்தன்' என்று வழங்குகின்றது. 'சீத்தலை' என்னும் அடைமொழி கொண்டு சீ வழிந்தோடும் புண்ணுடைய தலையரீ இவர் என்றும், பிறர் பாடும் பாட்டுக்களிற் குற்றங் கண்டால் அக்குற்றத்தைப் பொறாமல், எழுத்தாணியால் தமது தலையைக் குத்திக்கொள்ள, அதனால் எப்போதும் இவர் தலையில் புண் இருந்து சீழ்ப்பிடித்திருந்தது என்றும் பொருந்தாக்கதைளைக் கூறுவர். சீத்தலை என்னும் ஊரைச் சேர்ந்தவராகையால் இவருக்குச் 'சீத்தலை' என்னும் அடைமொழி கொடுக்கப்பட்டதென்று கூறுவார் கூற்றுப் பொருத்தமாகத் தோன்றுகிறது. மதுரை மாநகரில் இவர் கூலவாணிகஞ் செய்திருந்தமை பற்றி இதுவரை மதுரைக் கூலவாணிகர் சாத்தனார் என்றும் கூறுவர்.

சீத்தலைச் சாத்தனார் என்று இவர் வழங்கப்படுதல் பற்றி, சீத்தலை என்னும் ஊரில் கிராம தேவதையாகக் கோயில் கொண்டிருந்த ஐயனாரின் பெயராகிய 'சாத்தன்' என்னும் பெயரே இவருக்குப் பெயராக அமைந்தது என்று வேறு சிலர் கூறுவர். இது பொருத்தமாகத் தோன்றவில்லை. ('சாத்தனார்' என்னும் இந்நூல் இணைப்புக் காண்க.)

'சாத்தன்' என்னும் பெயர் தமிழ்நாட்டிலே பண்டைக் காலத்தில் பெரும்பான்மையோருக்கு வழங்கி வந்தது. சங்க காலப் புலவர்களில்

மட்டும் இருபது பேருக்கு மேற்பட்டவர் சாத்தன் என்னும் பெயரைக் கொண்டவர்கள். ஆகவே, இவர்கள் ஒவ்வொருவரையும் வெவ்வேறு அடைமொழியுடன் சங்க நூல்கள் குறிப்பிடுகின்றன. நம் சாத்தனாருக்கும் அவ்வாறே 'சீத்தலை' 'மதுரைக் கூல வாணிகர்' என்னும் அடைமொழிகள் கொடுக்கப்பட்டுள்ளன.

செந்தமிழ்ப் புலமை வாய்ந்த இவர் வாணிக முயற்சியை மேற்கொண்டிருந்தார். எனவே, புலவர் என்கிற முறையிலும், வணிகர் என்கிற முறையிலும் இவர் பல நாடுகளைச் சுற்றிப் பார்த்தவராதல் வேண்டும். எங்ஙனமெனில், அக்காலத்து வழக்கப்படி, தமிழ்நாட்டுப் புலவர்கள் வறியராயினும் செல்வராயினும் வெவ்வேறு நாடுகளுக்குச் சென்று, அவ்வந்நாட்டிலுள்ள அறிஞரோடு கலந்து உறவாடுவது வழக்கம். வியாபாரிகளும் வாணிக சம்பந்தமாக அயல்நாடுகளுக்குச் சரக்குக் கொள்ளவும் விற்கவும் போவது இயற்கை. அன்றியும், பொதுவாக வாணிகர்களுக்குத்தான் பொதுப்படையான பல செய்திகள் அறிய முடியும். இவர் பல நாடுகளுக்குச் சென்றவர் என்பது இவர் இயற்றிய மணிமேகலையில் புகார், மதுரை, வஞ்சி, காஞ்சிபுரம் முதலிய ஊர்களைப் பற்றிக் கூறியிருக்கும் முறையினின்று நன்கு தெரிய வருகின்றது. சேர நாட்டினை அரசாண்டிருந்த செங்குட்டுவனுக்கும், அவன் தம்பியாராகிய இளங்கோவடிகளுக்கும் இவர் உற்ற நண்பர். இவர் காலத்தில்தான் கோவலன் பாண்டி நாட்டில் கொலையுண்டான். கோவலன், கண்ணகி இவர்களின் செய்தியை இவர் செங்குட்டுவனுக்கும், இளங்கோவடிகளுக்கும் சொல்ல, அதைக் கேட்ட செங்குட்டுவன் கண்ணகியின் கற்பினைப் பாராட்டி, அவளுக்குக் கோயில் அமைத்தான்; இளங்கோ அடிகள் அவ்வரலாற்றினைச் சிலப்பதிகாரம் என்னும் காப்பியமாக இயற்றி, இவர் முன்னிலையில் அரங்கேற்றினார். சிலப்பதிகாரத்தின் தொடர்ச்சியாகிய 'மணிமேகலை' என்னும் காப்பியத்தை இவர் இயற்றி, இளங்கோ அடிகள் முன்னர் அரங்கேற்றினார்.

மணிமேகலையை இயற்றியதுமன்றி, வேறு சில செய்யுள்களையும் இவர் இயற்றியிருக்கின்றார். அவை சங்க நூல்களுள் தொகுக்கப்பட்டுள்ளன. நற்றிணையில் மூன்று, குறுந்தொகையில் ஒன்று, புறநானூற்றில் ஒன்று, அகநானூற்றில் ஐந்து.

சங்க நூல்களில் தொகுக்கப்பட்டுள்ள மேற்கண்ட செய்யுள்களின் நடையிலும், மணிமேகலையின் நடையிலும் வேறுபாடு காணப்படுவது கொண்டு இவ்விருவகைச் செய்யுளையும்

இயற்றிவர் ஒருவர்தாமோ என்று சிலர் ஐயுறுவர். ஒரே புலவர், தாம் மேற்கொண்ட நோக்கத்தை நிறைவேற்ற வெவ்வேறு நடையில் செய்யுள் செய்யக் கூடுமன்றோ? ஆனால், ஒருவரே வெவ்வேறு நடையில் செய்யுள் இயற்றுவது தேர்ந்த புலவருக்கு மட்டுந் தான் இயலும் என்பது உண்மையே. சீத்தலைச்சாத்தனார், புலவர் உலகம் ஏற்றுக்கொள்ளத்தக்க நடையில் அகப்பொருள், புறப் பொருள் பொதிந்த சில செய்யுள்களை இயற்றினார். ஆனால், புலவர் உலகத்துக்காக மட்டும் அன்று, பாமர உலகத்துக்காகவும் அவர் மணிமேகலையை இயற்றினார். ஆகலின், இது சிறிது எளிய நடையில் அமைக்கப்பட்டது. தமது மதக்கொள்கையை ஒரு சிறு கூட்டத்துக்கு மட்டும் தெரிவிப்பது தவறு என்பதும், எல்லா மக்களுக்கும் அதை அறிவிப்பதுதான் சிறந்தது என்பதும் பௌத்தர்கள் கருத்து. ஆகவே, பௌத்தமதக் கொள்கை நிறைந்த மணிமேகலையை இவர் வேண்டுமென்றே சிறிது எளிய நடையில் இயற்றினார் என்று கருதுவதே பொருத்தமானது.

இவர் தாம் இயற்றிய மணிமேகலையில்,

'தெய்வந் தொழாஅள் கொழுநற் றொழுதெழுவாள்
பெய்யெனப் பெய்யும் பெருமழை என்றவப்
பொய்யில் புலவன் பொருளுரை தேறாய்'

என்று திருக்குறளை மேற்கோள் காட்டித் திருவள்ளுவரைப் புகழ்கின்றபடியால், இவர் திருவள்ளுவருக்குப் பிற்காலத்தவராவர். இவரது காலம் கி.பி. இரண்டாம் நூற்றாண்டின் பிற்பகுதி. 'மணி மேகலை நூலின் காலம்' என்னும் இணைப்புக் காண்க.

5. சங்கமித்திரர்:

இவர் சோழநாட்டைச் சேர்ந்த தமிழர். இவரது சமயக் கொள்கை மகாயான பௌத்தம். இவர் சோழநாட்டில் வாழ்ந்திருந்த காலத்தில், இலங்கையில் கோதாபயன் என்றும், மேகவர்ணாபயன் என்றும் பெயருள்ள அரசன் அரசாண்டு வந்தான். இந்த அரசன் கி.பி. 302 முதல் 315 வரையில் அரசாண்டான். இவன் காலத்தில் இலங்கையின் தலைநகரான அநுராதபுரத்தில், அபயகிரி விகாரையில் இருந்த அறுபது பிக்ஷுக்கள் வைதுல்ய மதத்தை யேற்கொண்டிருந்தபடியால், அவர்களை அரசன் அக்கரைக்கு, அஃதாவது தமிழ்நாட்டில், நாடு கடத்திவிட்டான். இலங்கை மன்னன் ஈனயான (தேரவாத) பௌத்த மதத்தைச் சேர்ந்தவன் ஆகையால், அதற்கு மாறான மகாயான பௌத்தமான வைதுல்ய மதத்தைத் தனது நாட்டில் பரவவிடக்கூடாது

என்னும் நோக்கத்தோடு, அப் பிக்ஷுக்களைத் தமிழ்நாட்டிற்குத் துரத்திவிட்டான். நாடு கடத்தப்பட்ட பிக்ஷுக்கள் சோழ நாட்டிற்கு வந்தார்கள்.

இவர்கள் நாடு கடத்தப்பட்டுச் சோழ நாட்டுக்கு வந்த காரணத்தையறிந்த சங்கமித்திரர், தாமும் வைதுல்ய (மகாயான) பௌத்தமதத்தைச் சேர்ந்தவராதலின், தமது மதத்தை இலங்கையில் நாட்டவேண்டும் என்னும் உறுதி கொண்டு இலங்கைக்கு சென்றார். சென்று வைதுல்ய மதத்தைப் போதித்தார். இதையறிந்த ஈனயான பௌத்த பிக்ஷுக்கள் அரசனிடத்தில் முறையிட்டார்கள். அரசன் சங்கமித்திரரையும் ஈனயான பிக்ஷுக்களின் தலைவரான சங்கபாலர் என்பவரையும் அழைத்துத் தனது முன்னிலையில் வாது செய்க என்றும், யார் வாதில் வெற்றி பெறுகிறாரோ அவரது மதந்தான் சிறந்தது என்றும் கூறினான். இருவருக்கும் அரசன் அவைக்களத்தில் வாதப்போர் நிகழ்ந்தது. வாதத்தில் தமிழரான சங்கமித்திரரே வெற்றி பெற்றார். இலங்கை வேந்தன் சங்கமித்திரரின் ஆழ்ந்த கல்வியறிவைப் பாராட்டி இவரை ஆதரித்தான். ஆதரித்ததுமட்டும் அன்றித் தமது பிள்ளைகளான ஜேட்டதிஸ்ஸன், மகாசேனன் என்னும் இருவருக்கும் கல்வி கற்பிக்க இவரை ஆசிரியராக நியமித்தான். சங்கமித்திரர், இவ்விருவரில் இளையவனான மகாசேனனிடத்தில் அதிக அன்பு பாராட்டினபடியால், மூத்தவனான ஜேட்டதிஸ்ஸன் இவரிடம் பகைமை பாராட்டி வந்தான். இவர், அரசனிடம் பெற்றிருந்த செல்வாக்கைக் கொண்டு வைதுல்ய மதத்தை இலங்கையில் பரப்ப முயற்சி செய்தார்.

இவ்வாறிருக்க, மேகவர்ணாபயன் காலஞ்சென்றான். அரசு உரிமையை மூத்த மகனான ஜேட்டதிஸ்ஸன் (கி.பி.332-33) ஏற்று அரசுகட்டில் ஏறினான். ஏறியவுடன் மந்திரிகளில் சிலரைக் கொலைசெய்துவிட்டான். இதைக்கண்ட சங்கமித்திரர் தம் மாணவனான இவன் ஏற்கனவே தம்மிடம் பகைமை பாராட்டி வந்தவனாதலின், தம்மையும் கொன்றுவிடுவானோ என்று அஞ்சிச் சோழ நாட்டிற்கு வந்துவிட்டார். பிறகு பத்து ஆண்டு கழிந்து பின்னர், ஜேட்ட திஸ்ஸன் இறந்துவிட்டான். அப்போது அரசு உரிமையை இவரின் அன்புக்குரிய மாணவனான மகாசேனன் (கி.பி.334-361) மேற்கொண்டான். இச்செய்தி அறிந்த சங்கமித்திரர் இலங்கைக்குச் சென்று, தம் மாணவனாகிய அரசனுக்குத் தமது கையினாலேயே முடிசூட்டினார். அது முதல் இலங்கையில் தங்கி மீண்டும் தமது வைதுல்ய மதத்தைப் பரப்ப முயற்சி செய்தார்.

மகாவிகாரை என்னும் பௌத்த பள்ளியில் இருந்த ஈனயான பிக்ஷுக்கள் உண்மையான பௌத்தமதத்தைப் போதிக்கவில்லை என்று இவர் அரசனிடம் குற்றம் சாற்றினார். அரசன் இவர் சொல்லைத் தவறாதவன் ஆகையால், மகாவிகாரையில் வாழும் பிக்ஷுக்களுக்கு நகர மக்கள் உணவு கொடுக்கக்கூடாதென்றும், மீறிக் கொடுப்பவர்களுக்கு நூறு பொன் அபராதம் விதிக்கப்படும் என்றும் கட்டளையிட்டான். இதன் காரணமாக மகாவிகாரையில் இருந்த ஈனயான பிக்ஷுக்கள் உண்ண உணவு கிடைக்கப் பெறாமல் நகரத்தைவிட்டு இலங்கையின் தென்பகுதிக்குப் போய்விட்டார்கள். போய்விடவே 'மகாவிகாரைப்பள்ளி உரியவர் இன்றிக் கிடக்கிறபடியால், அஃது அரசனுக்குரிய பொருளாய் விட்டது' என்று சங்கமித்திரர் அரசனுக்குத் தெரிவிக்க, அரசன் அதனை இவரிடத்திலே ஒப்படைத்தான். சங்கமித்திரர் அந்த விகாரையை இடித்து, அப்பொருள்களை கொண்டு தமது கொள்கையைச் சேர்ந்த பிக்ஷுக்கள் வாழும் அபயகிரி விகாரையைப் புதுப்பித்துப் பெரியதாகக் கட்டினார். இச்செய்கைக்கு சோணன் என்னும் மந்திரியும் துணையாயிருந்தான். இவற்றையெல்லாம் அறிந்த அரசனுடைய மனைவியர்களுள் ஒருத்தி - அவனால் அதிகமாகக் காதலிக்கப்பட்டவள் - இலங்கைத் தீவின் பழைய மதமாகிய ஈனயான பௌத்தமதத்தைப் பின்பற்றி நடப்பவளாதலின், அபயகிரி விகாரையிலிருந்த பிக்ஷுக்களைத் துரத்திவிட்டு, அந்த விகாரையையும் இடித்தொழித்த சங்கமித்திரரையும் அவருக்கு துணையாயிருந்த மந்திரி சோணனையும் கொன்றுவிடும்படிச் சிலரை ஏவினாள். அவர்கள் மந்திரியையும் சங்கமித்திரரையும் கொலை செய்துவிட்டார்கள். இந்தச் செய்திகள் மகாவம்சம் 36, 37ஆம் அதிகாரங்களில் சொல்லப்பட்டிருக்கின்றன.

சங்கமித்திரர் வைதுல்ய மதத்தை நன்கு கற்று, அதன்வழி ஒழுகியதோடு, அந்த மதத்தைச் சிங்களத்தீவிலும் பரவச் செய்ய முயன்றார். பௌத்த மதக்கொள்கைகளை நன்கு அறிந்தவர். இவரது வரலாறு வேறு ஒன்றும் தெரியவில்லை. இவர் ஏதேனும் நூல் இயற்றியிருக்கிறாரா என்பதும் தெரியவில்லை. கி.பி. நான்காம் நூற்றாண்டின் முற்பகுதியில் இவர் வாழ்ந்திருந்தவர்.

சைவ சமய குரவர்களில் ஒருவரான மாணிக்கவாசகர் இலங்கை வேந்தன் ஒருவனைச் சைவ சமயத்தில் புகச் செய்தார் என்னும் வரலாறும், சங்கமித்திரர் இலங்கை மன்னனை வைதுல்ய மதத்தில் புகச் செய்த வரலாறும் ஒத்திருத்தலின், சங்கமித்திரர் என்று

மகாவம்சம் கூறுவது மாணிக்கவாசகரைக் குறிக்கும் என்று திரு.கே.ஜி. சேஷையர் என்பவர் ஒரு திங்கள் வெளியீட்டில் எழுதியிருக்கிறார்; *(Tamilian AntiQuary Vol I. No. 4.P.54)* இவர் கருத்தையே உண்மை எனக் கொண்டு ஸ்மித் என்னும் சரித்திர ஆசிரியரும் எழுதியிருக்கிறார். அவர், இலங்கை வேந்தனை, மாணிக்கவாசகர் சைவமதத்தில் சேர்ந்தார் என்பதை ஆதாரமாகக் கொண்டு, அந்த அரசன் மகாவம்சத்தில் கூறப்பட்ட கோதாபயனாக இருக்கக்கூடும் என்றும், மகாவம்ச ஆசிரியர் சைவராகிய மாணிக்கவாசகரைப் புத்தபிக்ஷு சங்கமித்திரர் என்று தவறாக எழுதியிருக்கக்கூடும் என்றும் கூறுகிறார்.[1] இவ்விருவர் கருத்துக்களும் தவறு என்பது எமது கருத்து. ஏனென்றால் மாணிக்கவாசகர் இலங்கைக்குச் சென்று இலங்கை மன்னனைச் சைவ சமயத்தில் சேர்த்ததாக அவர் வரலாற்றில் காணப்படவில்லை. இலங்கை மன்னன் சிதம்பரத்திற்கு வந்தபோது அவனை மதம் மாற்றியதாகச் சொல்லப்பட்டிருக்கிறது. சங்கமித்திரரோ நேரே இலங்கைக்குச் சென்று அந்த நாட்டரசனை மதம் மாறச் செய்தார். அன்றியும், சங்கமித்திரர் இலங்கையில் கொல்லப்பட்டிறந்தார். மாணிக்கவாசகர் கி.பி.10ஆம் நூற்றாண்டில் இருந்தவர். சங்கமித்திரர் கி.பி. 4ஆம் நூற்றாண்டில் இருந்தவர். இக்காரணங்களினால் சங்கமித்திரரும் மாணிக்கவாசகரும் ஒருவரே என்று கூறுவது பொருத்தமாகத் தோன்றவில்லை.

6. நாதகுத்தனார்:

இப்பெயர் "நாதகுப்தனார்" என்பதன் திரிபுபோலும். இவர் குண்டலகேசி என்னும் காப்பியத்தைத் தமிழில் இயற்றியவர். இவர் இந்தக் காவியத்தின் ஆசிரியர் என்பது, நீலகேசி (மொக்கல வாதச் சருக்கம் 78ஆம் பாட்டின்) உரையில் புழுக்குலந் தம்மால் நுகரவும் வாழவும் பட்ட வினைய வுடம்பு என்னும் அடியை மேற்கோள்காட்டி, இதனை 'நாதகுத்தனார் வாக்கு' என்று குறிப்பிட்டிருப்பதிலிருந்தும் அறியப்படும். மேற்கோள் காட்டப்பட்ட இப்பகுதி குண்டலகேசிச் செய்யுளிலிருந்து எடுக்கப்பட்டது. அச்செய்யுள் இது;

"எனதெனச் சிந்தித்த லான்மற் றிவ்வுடம் பின்பத்துக் காமேல்
தினைப்பெய்த புன்கத்தைப் போலச் சிறியவு மூத்தவு மாகி
நுனைய புழுக்குலந் தம்மால் நுகரவும் வாழவும் பட்ட
இனைய வுடம்பினைப் பாவி யானெனை தென்னலு மாமோ."

நாதகுத்தனாரை நாகசேனர் என்று கஸ்ஸபதேரர் கூறுகிறார். பௌத்தராகிய கஸ்ஸபதேரர் சோழநாட்டுத் தமிழர். இவர்

திரிபிடகங்களில் ஒன்றான விநய பிடகத்துக்குப் பாலிமொழியில் சில உரை நூல்களை எழுதினார். அவ்வுரைகளில் ஒன்று விமதி விநோதனீ என்பது. இந்த நூலில் இவர் குண்டலகேசி நூலாசிரியரின் பெயர் நாகசேனர் என்று கூறுகிறார். தமிழ்நாட்டில் குண்டலகேசி என்னும் செய்யுள் நூலை நாகசேனர் என்பவர் பிற மதங்களைக் கண்டிப்பதற்காக எழுதினார் என்று கூறுகிறார். இவர் கூறுகிற பாலிமொழி வாசகம் இது:

> **"புப்பேகிர இம்ஸ்மிம் தமிளரட்டே கொஸி பின்னலத்திகோ நாகஸேனோ நாம தேரோ குண்டல கேஸி வத்தும் பரவாத மதன நயதஸ்ஸனத்தம் கப்பரூபேன கரேந்தோ."**

இதனால் நாதகுத்தனாருக்கு நாகசேனர் என்னும் பெயரும் இருந்தது என்று தெரிகிறது.

நாதகுத்தனாரைப் பற்றிய வரலாறு வேறொன்றும் தெரியவில்லை; 'குண்டலகேசி' என்னும் பௌத்தப் பிக்குணி ஒருத்தி, வடநாட்டில் இருந்த 'ஆவணம்' என்னும் ஊரில் 'நாதகுத்தனார்' என்னும் ஆருகத சமயத்தவரை வாதில் வென்றதாக நீலகேசி உரையினால் தெரிகிறது. ஆருகதராகிய அந்த நாதகுத்தனார் வேறு. குண்டலகேசியின் ஆசிரியரும் பௌத்தருமாகிய இந்த நாதகுத்தனார் வேறு.

நீலகேசி என்னும் ஜைன நூல் கி.பி. பத்தாம் நூற்றாண்டுக்கு முற்பட்டதென்று கூறப்படுவதால், குண்டலகேசியும் பத்தாம் நூற்றாண்டுக்கு முற்பட்டதாதல் வேண்டும். ஏனென்றால், குண்டலகேசியை மறுப்பதற்காகவே நீலகேசி இயற்றப்பட்டதென்பது வரலாறு. ஆகவே, குண்டலகேசியின் ஆசிரியராகிய நாதகுத்தனாரும் கி.பி. பத்தாம் நூற்றாண்டுக்கு முற்பட்டவராதல் வேண்டும்.

7. ஆசாரிய புத்ததத்த மகாதேரர்:

இவர் பௌத்தர்களால் பெரிதும் போற்றப்படுகிறார். சோழ நாட்டில் பிறந்த தமிழராகிய இவர், கவீரபட்டினம் (காவிரிப்பூம்பட்டினம்) உரகபுரம் (உறையூர்) பூதமங்கலம், காஞ்சிபுரம் முதலான இடங்களிலும், இலங்கையிலே அநுராதபுரத்தில் இருந்த மகா விகாரையிலும் வசித்திருநதார். காவிரிப்பூம்பட்டினத்தில் கணதாசர் என்னும் சோழ அமைச்சர் கட்டிய விகாரையில் தங்கியிருந்தபோது இவர், தம் மாணவராகிய புத்தசிகா என்பவர் வேண்டுகோளின்படி மதுராத்தவிலாசினீ என்னும் நூலை எழுதினார். இந்நூல், சூத்திரபிடகத்தின் 5ஆவது பிரிவாகிய குட்டகநிகாய

என்னும் நிகாயத்தின் உட்பிரிவாகிய புத்தவம்சம் என்னும் 14ஆவது பிரிவுக்கு உரையாகும். இவ்வுரை நூலைப் புத்தவம்சாட்டகதா என்றும் கூறுவர். மற்றொரு மாணவராகிய சுமதி என்பவர் வேண்டுகோளின்படி அபிதம்மாவதாரம் என்னும் நூலை இயற்றினார். இது அபிதம்ம பீடகத்திற்குப் பாயிரம் போன்றது. பூதமங்கலம் என்னும் ஊரில், வேணுதாசர் என்பவர் கட்டிய விகாரையில் தங்கியிருந்தபோது வினயவினிச்சயம் என்னும் நூலைப் புத்தசிகா என்பவர் வேண்டுகோளின்படி இயற்றினார். களம்ப (களபர) குலத்தில் பிறந்த அச்சுதவிக்கந்தன் என்னும் அரசன் சோழநாட்டை அரசாண்ட காலத்தில் இந்நூலை எழுதியதாக இந்நூலில் இவர் கூறியிருக்கிறார். இலங்கையிலே மகாவிகாரையில் இருந்த மகாதேரர் என்னும் சங்கபாலருடைய வேண்டுகோளின்படி உத்தரவினிச்சயம் என்னும் நூலை இவர் இயற்றினார். ரூபாரூபவிபாகம் என்னும் நூலையும் இயற்றியிருக்கிறார். ஜினாலங்காரம் என்னும் நூலையும் இவர் இயற்றியதாகக் கூறுவர். இவர் இயற்றிய வினய வினிச்சயம் என்னும் நூலுக்கு, இலங்கையை அரசாண்ட பராக்கிரமபாகு (கி. பி. 1247-1282) என்னும் அரசன், சிங்கள மொழியில் ஓர் உரை எழுதினார். இப்போது அவ்வுரை நூல் கிடைக்கவில்லை.

ஆசாரிய புத்ததத்த மகாதேரர் பாலிமொழியை நன்கு கற்றவர், பாலிமொழியில் உள்ள பௌத்தருடைய வேதமாகிய திரிபிடகம் முதலிய நூல்களைத் துறைபோக ஓதியுணர்ந்தவர். பாலிமொழியிலே இனிய கவிகளை இயற்றும் ஆற்றல் வாய்ந்தவர். இவரது நூலுக்குப் பிற்காலத்தில் உரை எழுதிய ஒருவர் இவரைப்பற்றிக் கூறியிருப்பது குறிப்பிடத்தக்கது: "மாதிஸாபி கவி ஹொந்தி, புத்ததத்தே திலங்கதே" புத்ததத்தர் காலஞ்சென்று விட்டபடியால், நாமுங்கூடக் கவிவாணர் என்று கூறிக்கொள்ளலாம் என்பது இதன் பொருள்.

இவர்தாம் இயற்றிய நூல்களில், தாம் பிறந்த சோழ நாட்டையும் காவிரிப்பூம்பட்டினத்தையும் பூதமங்கலத்தையும் இனிமையான கவிகளால் புகழ்ந்து பாடியிருக்கிறார்.

திரிபிடகத்தின் பல பகுதிகளுக்கும் உரை எழுதிய புத்த கோஷ மகாசாரியரும், புத்ததத்த தேரரும் ஒரே காலத்தில் இருந்தவர்கள் என்றும், ஒருவரையொருவர் கண்டு உரையாடினார்கள் என்றும், புத்தகோஷரைவிட புத்ததத்தர் வயதில் மூத்தவர் என்றும் நூல்கள் கூறுகின்றன.

(புத்ததத்தரைப் பற்றிச் சில செய்திகளை, சான்றுகள் ஆதாரங்கள் இல்லாமலே தமது மனம் போனவாறு ஒருவர் எழுதியிருக்கிறார்.[2]

இவர் கூறும் சில செய்திகளாவன: புத்ததத்தர் அச்சுதவிக்கந்த அரசனுக்கு மந்திரியாக இருந்தாராம். இளந்தத்தர் என்று புத்ததத்தருக்குத் தமிழ்நாட்டுப் பௌத்தர் வேறுபெயர் இட்டு வழங்கினார்களாம். உரகபுரம், அஃதாவது இப்போதுள்ள உறையூர், காவிரிக் கரையில் ஒரு துறைமுகப்பட்டினமாக இருந்ததாம். வேங்கி நாட்டு அரசர்களாலும் மிலாநாட்டுச் சிற்றரசராலும் புத்த தத்தர் ஆதரிக்கப்பட்டாராம். இவ்வாறு எல்லாம் இவர், ஆதாரம் காட்டாமல், காரணம் கூறாமல், ஆராய்ச்சித் துறையைச் சிறிதும் பின்பற்றாமல், மனம் போன போக்காக எழுதி வெளுத்துக்கட்டியிருக்கிறார். புறநானூற்றில் கூறப்படுகிற இளந்தத்தன் என்னும் தமிழ்ப் புலவரை மனதில் எண்ணிக்கொண்டு. அதை வெளிப்படையாகக் கூறாமல், அவ்விளந்தத்தரையும் நம் புத்ததத்தரையும் முடிச்சுப் போடுகிறார். இவ்வுரைகளை அறிவுடையோர் ஏற்க மாட்டார்.)

இவர் வாழ்ந்திருந்த காலம் கி.பி. 5ஆம் நூற்றாண்டின் முற்பகுதியாகும். எப்படி என்றால், புத்தகோஷர் வினய பிடகத்துக்குத் தாம் எழுதிய ஸமந்தபாஸாதிகா என்னும் உரையில், இலங்கையரசன் ஸ்ரீநிவாசனுடைய 20ஆம் ஆட்சி ஆண்டில் அவ்வுரையைத் தொடங்கி 21 ஆம் ஆண்டில் முடித்ததாகக் கூறுகிறார். மகாவம்சம் என்னும் நூலில், புத்தகோஷர், இலங்கையை யாண்ட மகாநாமன் என்னும் அரசன் காலத்தில் இலங்கைக்கு வந்து உரை எழுதினார் என்று கூறப்பட்டுள்ளது. புத்தகோஷர், தாம் எழுதிய தம்மபதாட்டகதா என்னும் உரையில், சிறீகுட்ட என்னும் இலங்கை மன்னன் கட்டிய ஒரு விகாரையில், தங்கியிருந்து அவ்வுரையை எழுதியதாகக் கூறுகிறார். ஸ்ரீநிவாசன், மகாநாமன், சிறீகுட்டன் என்னும் பெயர்கள் ஒரே அரசனைக் குறிக்கின்றன. இந்த அரசன், இலங்கையை கி.பி 409 முதல் 430 வரையில் அரசாண்டான். எனவே, இவர் காலத்தில் இருந்த புத்தகோஷரும், புத்தகோஷருக்குச் சற்று வயதில் மூத்தவரான புத்ததத்தரும் இதே காலத்தில் இருந்தவர் ஆவர்.

மேலும், பேர்பெற்ற புத்தகோஷர் என்னும் பௌத்த ஆசிரியரும் இவரும் தற்செயலாக ஒருவரை ஒருவர் கண்டு உரையாடியதாகக் கூறப்படுவதாலும், புத்தகோஷர் முதலாவது குமார குப்தன் என்னும் அரசன் காலத்தில் வாழ்ந்திருந்தவராகையாலும், சோழநாட்டை ஆண்ட அச்சுத நாராயணன், அல்லது அச்சுதவிக்கந்தன் என்னும் களபர (களம்ப) அரசனும் குமார குப்தனும் ஒரே காலத்தவராகையாலும், புத்ததத்த தேரரை அச்சுதவிக்கந்தன் ஆதரித்தவனாகையாலும், இவர் கி.பி. ஐந்தாம் நூற்றாண்டின் தொடக்கத்தில் வாழ்ந்தவர் ஆவர்.

8. கணதாசர்:

கணதாசர் என்பது, கண்ண (கிருஷ்ண) தாசர் என்பதன் திரிபு. சோழநாட்டுக் காவிரிப்பூம்பட்டினத்தில், இவர் ஒரு பௌத்த விகாரையைக் கட்டியிருந்தார் என்றும், அவ்விகாரையில் தங்கியிருந்தபோதும். ஆசாரிய புத்ததத்த மகாதேரர் அபிதம்மாவதாரம், மதுராத்த விலாசினீ (புத்த வம்சம் என்னும் நூலின் உரை) என்னும் நூல்களை இயற்றியதாகவும் ஆசாரிய புத்ததத்தர் கூறுகிறார். இந்தக் கணதாசர் வைணவராக இருக்க வேண்டும் என்று சிலர் கருதுகிறார்கள். இவரைப்பற்றி வேறு செய்தி ஒன்றும் தெரியவில்லை. பௌத்த பிக்ஷுக்கள் தங்குவதற்கு விகாரையைக் காட்டியபடியால் இவர் பௌத்த மதத்தைச் சேர்ந்தவர் ஆவர். பூஜாவலீ என்னும் சிங்கள நூல், இவரை ஆமாத்தியர் (அமைச்சர்) என்று கூறுகிறது. "மிகவும் ஞானமுள்ளவரான புத்ததத்தர் என்னும் பெயரையுடைய அர்த்தகதாசாரியர், வினய வினிச்சயம், புத்தவம்சாட்டகதா, அபிதம்மாவதாரம் என்னும் பௌத்த தர்ம நூல்களைச் சுமதி என்னும் தேரருடையவும், கணதாசர் என்னும் ஆமாத்தியருடையவும் வேண்டுகோளின்படி எழுதினார்," என்று அந்நூல் கூறுகிறது. ஆகவே, இவர் சோழ அரசனுடைய மந்திரி என்று தெரிகிறது. களம்ப (களபர) குலத்தைச் சேர்ந்த அச்சுத விக்கநந்தன் என்னும் அரசன் சோழநாட்டை அரசாண்ட காலத்தில் தாம் வினய வினிச்சயம் என்னும் நூலை எழுதி முடித்ததாகப் புத்ததத்தர் கூறுகிறபடியினாலே அவ்வரசனுடைய மந்திரியாக இவர் இருந்தார் என்று கருதலாம்.

9. வேணுதாசர்:

இது விஷ்ணுதாசர் என்பதன் மரூஉ. இவர் சோழநாட்டில் பூதமங்கலம் என்னும் ஊரில், ஒரு பௌத்த விகாரையைக் கட்டியிருந்ததாகவும், அவ்விகாரையில் தங்கியிருந்தபோது, ஆசாரிய புத்ததத்த மகாதேரர் வினயவினிச்சயம் என்னும் நூலை எழுதியதாகவும் அவர் அந்நூலில் கூறுகிறார். இவரைப்பற்றி வேறு ஒன்றும் தெரியவில்லை. இந்த வேணுதாசரும், மேலே கூறிய கணதாசரும் ஒருவரே என்று, ஆராய்ச்சியாளர்கள் கூறுகிறார்கள். ஆனால், ஆசாரிய புத்ததத்தர் இவ்விருவரும் ஒருவரே என்று யாண்டும் கூறவில்லை. ஆகையால் இருவரும் வேறு வேறு ஆட்கள் என்பது எமது கருத்து.

கணதாசர், வேணுதாசர் என்னும் பெயர்கள் ஒருவரையே குறிக்கின்றன என்றும், இந்த விஷ்ணுதாசர், ஸ்கந்த புராணம் Chap.

{XXVI - XXVII) விஷ்ணுகாண்டம், கார்த்திகமாச மகாத்மியத்தில் கூறப்படுகிற விஷ்ணுதாசரே என்றும் பரூவா என்பவர் கூறுகிறார்.[3] விஷ்ணு புராணம் 10ஆம் அதிகாரத்தில் கூறப்படுகிற விஷ்ணு தாசர்தான் இந்த வேணுதாசர் என்று ஜம்புநாதன் அவர்கள் கூறுகிறார்.[4] இவர்கள் கூற்றையும் எம்மால் ஒப்புக்கொள்ள முடியவில்லை. அறிஞர்கள் ஆராய்ந்து காண்க.

10. சுமதி, ஜோதிபாலர்:

கி.பி. 5ஆம் நூற்றாண்டின் முற்பகுதியில் இருந்தவர்கள். பேர்பெற்ற புத்தகோஷாசாரியர், தமிழ்நாட்டில் தங்கியிருந்தபோது, இவர்களுடன் வசித்திருந்தார். காஞ்சிபுரத்தில் புத்தகோஷர் இவர்களுடன் தங்கியிருந்தபோது, இவர்கள் புத்தகோஷரை இலங்கைக்குச் சென்று அங்குள்ள திரிபிடக உரைநூல்களைப் படிக்கத் தூண்டினார்கள். இதனை,

> **“ஆயாசிதோ ஸுமதினா தேரேன பத்தந்த ஜோதிபாலேன**
> **காஞ்சீபுராதிஸு மயா புப்பே ஸத்திம் வஸந்தேன”**

என்று புத்தகோஷர் தாம் எழுதிய மனோரத பூரணி என்னும் நூலில் கூறுகிறார். இவர்கள் வேண்டுகோளின்படி புத்தகோஷர், ஸாராத்த பகாசினீ, மனோரத பூரணி என்னும் உரைநூல்களை இயற்றினார். இவர்களைப்பற்றி வேறு ஒன்றும் தெரியவில்லை.

11. புத்தமித்திரர்:

இவர் கி.பி.5ஆம் நூற்றாண்டின் முற்பகுதியில் தமிழ்நாட்டில் இருந்தவர். ‘வீரசோழியம்’ என்னும் இலக்கண நூலை இயற்றிய பௌத்தராகிய புத்தமித்திரருக்கு முன்பு இருந்தவர். இவர் மயூர பட்டணத்தில் (மாயவரம்?) ஒரு பௌத்த விகாரையில் இருந்தபோது, பேர்பெற்ற புத்தகோஷாசாரியர் வந்து இவருடன் சில காலம் தங்கியிருந்தார். இவர் வேண்டுகோளின்படி திரிபிடகத்தின் ஒரு பகுதியாகிய மஜ்ஜிம நிகாயத்திற்குப் புத்தகோஷ ஆசாரியர் பபஞ்சசூடனீ என்னும் உரையை எழுதினார். இவரைப்பற்றி வேறு செய்தி ஒன்றும் தெரியவில்லை.

12. போதி தருமர்:

இவர் காஞ்சிபுரத்தை அரசாண்ட ஓர் அரசனுடைய குமாரர், இவர் ‘தியான மார்க்கம்’ என்னும் பௌத்தமதப் பிரிவைச் சேர்ந்தவர். சீனதேசம் சென்று, அங்குத் தமது கொள்கையைப்

போதி தருமர்

போதித்து வந்தார். இவரது கொள்கை சங்கரரின் அத்வைத மதக் கொள்கையைப் போன்றது. இவர் கி.பி. 520இல் சீன தேசத்துக் காண்டன் பட்டினத்தைச் சேர்ந்ததாகக் கூறுவர். வேறு சிலர் கி.பி. 525 இல் சீன தேசம் சென்றதாகக் கூறுவர். அக்காலத்தில் சீனதேசத்தை ஆண்டுவந்த லியாங் குடும்பத்தைச் சேர்ந்த ஊ-டி (Wu-Ti) என்னும் அரசன் அவைக்களத்தில் இவர் தமது தியான மார்க்கத்தைப் போதித்தார். இந்த அரசன், கி.பி.502 முதல் 549 வரை அரசாண்டவன். பௌத்தமதத்தில் மிகுந்த பற்றுள்ளவன் பின்னர் இந்த அரசனுக்கும் இவருக்கும் மனத்தாங்கல் ஏற்பட, சீனதேசத்தின் வடபகுதியிற் சென்று இவர் தமது கொள்கையைப் பரப்பியதாகக் கூறுவர். இவருக்குப் பிறகு, இவர் போதித்த மதம் சீன தேசத்திலும் ஜப்பான் தேசத்திலும் சிறப்புற்றது. இவரது தியான மார்க்கத்திலும் ஜப்பானியர் ஸென் (Zen) மதம் என்றும், சீனர் சான் (Ch'an) மதம் என்றும் பெயர் கூறுவர். போதி தருமரைச் சீனா தமக்குரிய இருபத்தெட்டுச் சமய குரவர்களில் ஒருவராகக் கொண்டிருக்கின்றனர். இவரைச் சீனர் டா-மொ (Ta-mo) என்பர்.

மயிலை சீனி. வேங்கடசாமி

இவரது மாணவர் சீனராகிய ஹூய் கெ-ஓ (*Hui-K'o*) என்பவர். போதி தருமர் சீன தேசத்தில் தமது மதத்தைப் போதித்த பிறகு, ஜப்பான் தேசத்துக்குச் சென்றதாகவும், அங்குக் கடோகயாமா (*kataoka Yama*) என்னும் இடத்தில் ஷோடகு டாய்ஷி (*Shotoku Taishi*) என்பவர் இவரைக் கண்டு உரையாடியதாகவும் ஜப்பான் தேசத்து வரலாறு கூறுகின்றது. ஜப்பான் தேசத்திலும் சீன தேசத்திலும் இருவருக்குக் கோவில்கள் உண்டு. இந்தக் கோயில்களில் இரவும் பகலும் எண்ணெய் விளக்குகள் எரிந்து கொண்டிருக்கின்றன:

13. ஆசாரிய திக்நாகர் (தின்னாகர்):

இவரது வரலாற்றைச் சீன யாத்திரிகரான யுவான் சுவாங் என்பவர், தமது யாத்திரைக் குறிப்பில் எழுதியிருக்கிறார். இவர் காஞ்சிபுரத்திற்குத் தெற்கில் இருந்த சிம்ம வக்த்ரம் என்னும் ஊரில் பிறந்தவர் என்பர். சிம்மவக்த்ரம் என்பது சீயமங்கலமாக இருக்கக்கூடும். (சீயம் =சிம்மம் சிங்கம்) சீயமங்கலம் என்பது செங்கல்பட்டு ஜில்லா காஞ்சிபுரம் தாலுகாவில் உள்ளது. இவ்வூரில், பிராமண குலத்தில் பிறந்து, வைதீக வேத நூல்களைக் கற்ற இவர் தேரவாத பௌத்தமதத்தின் ஒரு பிரிவாகிய வாத்சீபுத்திரி பிரிவைச்சேர்ந்து பௌத்தரானார். பிறகு இவருக்கும் இவருடைய குருவுக்கும் கொள்கை மாறுபாடு ஏற்பட்டு, குருவைவிட்டுப் பிரிந்து, காஞ்சியிலிருந்து வடநாட்டிற்குச் சென்றார். அங்கே பேர்பெற்ற வசுபந்து என்பவரிடம் மகாயான பௌத்த நூல்களைக் கற்றுத் தேர்ச்சியடைந்தார். பின்னர், நளாந்தைப் பல்கலைக்கழகஞ் சென்று பல நாள் தங்கியிருந்து. அங்கும் பல நூல்களைக் கற்றார். தர்க்க நூலில் இவர் நன்கு பயின்றவர். இவர் பற்பல தேசம் சென்று தர்க்க வாதம் செய்து, கடைசியாக மீண்டும் காஞ்சிபுரம் வந்து வாழ்ந்திருந்தார். காஞ்சிபுரம் திரும்புவதற்கு முன்னரே, ஒரிசா தேசத்தில் காலஞ்சென்றார் என்று சிலர் கூறுவர். இவர் பௌத்தமதத்தில் விஞ்ஞான வாதப் பிரிவை உண்டாக்கினார் என்பர். நியாயப் பிரவேசம், நியாயத் துவாரம் என்னும் இரண்டு தர்க்க (அளவை) நூல்களை வடமொழியில் இயற்றியிருக்கின்றார். இவரது மாணவர் சங்கர சுவாமி என்பவர். இன்னொரு மாணவர், நளாந்தைப் பல்கலைக் கழகத்தின் தலைமைப் பேராசிரியராக விளங்கிய ஆசாரிய தருமபாலர் (கி.பி. 528-560) என்பவர். இவர் வசுபந்து என்பவரிடம் சில நூல்களைக் கற்றார் என்று கூறப்படுகின்றபடியால், இவர் வசுபந்து காலத்தவராவர், வசுபந்து, கி.பி. 420 முதல் 500 வரை இருந்தவர். சமுத்திர குப்தன் என்னும் அரசனால் ஆதரிக்கப்பட்டவர்.

அவன் சபையில் காளிதாசருடன் ஒருங்கிருந்தவர். எனவே, அவரின் மாணவராகிய திக்நாகர் ஐந்தாம் நூற்றாண்டின் பிற்பகுதியிலும், ஆறாம் நூற்றாண்டின் முற்பகுதியிலும், வாழ்ந்திருந்தவராதல் வேண்டும்.

14. தருமபால ஆசாரியர் (கி.பி. 528-560):

இவர் பதராதித்த விகாரை என்னும் பௌத்தப் பள்ளியில் இருந்த தருமபால ஆசாரியரின் வேறானவர். இவர் காஞ்சிபுரத்து அரசனிடம் மந்திரியாயிருந்த ஒருவரின் மூன்றாவது குமாரர் இவருக்குத் தக்க வயது வந்த காலத்தில் காஞ்சி மன்னன் இவருக்குத் திருமணம் செய்விக்க ஏற்பாடு செய்தான். ஆனால், இவர் உலகத்தை வெறுத்தவராய், ஒருவருக்குஞ் சொல்லாமல் ஒரு பௌத்த மடத்தையடைந்து துறவு பூண்டு பௌத்த பிக்ஷு ஆனார். பின்னர்ப் பல நாடுகளில் யாத்திரை செய்து தமது கல்வியை மேன்மேலும் வளர்த்துக் கொண்டார். இவர் கல்வியிலும் அறிவிலும் மேம்பட்டவர்.

ஆசாரிய தருமபாலர் தின்னாக (திக்நாத) ரிடத்திலும் சமயக் கல்வி பயின்றவர் என்பர்.

இவர் வடநாடுகளில் சுற்றுப் பிரயாணஞ் செய்தபோது கௌசாம்பி என்னும் இடத்தில் பௌத்தருக்கும் ஏனைய மதத்தாருக்கும் நிகழ்ந்த சமயவாதத்தில் பௌத்தர்களால் எதிர்வாதம் செய்ய முடியாமற்போன நிலையில், இவர் சென்று தனித்து நின்று பௌத்தர் சார்பாக வாது செய்து வெற்றி பெற்றார். அதனோடு அமையாமல், எதிர்வாதம் செய்தவர்களையும் அவைத் தலைவராக வீற்றிருந்த அரசனையும் பௌத்தமதத்தில் சேர்த்தார். இதனால் இவர் புகழ் எங்கும் பரவியது. மற்றொருமுறை, நூறு ஈனயான பௌத்தர்களுடன் ஏழுநாள் வரையில் வாதுசெய்து வெற்றிபெற்றுத் தமது மகாயான பௌத்தக் கொள்கையை நிலைநாட்டினார். மகாயான பௌத்தர்கள் இவரைத் தமது மதத்தை நிலைநிறுத்த வந்த சமயகுரவரெனப் போற்றினார்கள். இவர் பௌத்தமத நூல்களையும் ஏனைய மத நூல்களையும் கற்றுத் தேர்ந்து பேராசிரியராக விளங்கியமையால், அக்காலத்தில் வட இந்தியாவில் பேர்பெற்று விளங்கிய நளாந்தைப் பல்கலைக்கழகத்தின் தலைமைப் பேராசிரியராக இவரை ஏற்படுத்தினார்கள். நாளத்தைப் பல்கலைக்ழகத்தின் தலைமைப் பதவி, யாருக்கும் எளிதில் வாய்ப்பதொன்றன்று. துறைபோகக் கற்றுக் தேர்ந்த அறிஞர்களுக்குத் தான் அப்பதவி வாய்க்கும். இவர்க்கு இத்

தலைமைப் பதவி கொடுத்ததிலிருந்து அக்காலத்து மக்கள் இதுவரை எவ்வளவு உயர்வாக மதித்தனர் என்பது விளங்கும்.

இவருக்குப் பிறகு அப்பல்கலைக்கழகத்தின் தலைமைப் ஆசிரியராக விளங்கிய புகழ்படைத்த சீலபத்திரர் என்பவர் இவரிடம் பயின்ற மாணவர்களில் தலைசிறந்தவர். தருமபாலர் நளாந்தைக் கழகத்தின் தலைமையாசிரியராய் வீற்றிருந்த காலத்தில், தமிழ் நாட்டிலிருந்து ஒரு பிராமணர் அங்குச் சென்று இவரைத் தம்முடன் வாது செய்ய அழைத்தார். இவர் தமது மாணவராகிய சீலபத்திரரை அப்பிராமணருடன் வாது செய்யச் செய்து அவரைக் கடுமையாகத் தோல்வியுறச்செய்தார். இந்தச் சீலபத்திரரிடத்தில்தான் சீனயாத்திரிகரான யுவான் சுவாங் என்பவர் சமஸ்கிருதம் பயின்றார். சீலபத்திரர் கி.பி. 585-640 வரையில் தலைமையாசிரியராக நளாந்தைக் கழகத்தில் இருந்தவர். இந்தத் தருமபால ஆசாரியர் ஏதேனும் நூல் இயற்றினாரா என்பது தெரியவில்லை. யுவான் சுவாங், தமது யாத்திரைக் குறிப்பில் தருமபால ஆசாரியரின் வரலாற்றைக் கூறியிருக்கிறார்.

தருமபாலர் இளமையிலேயே, அதாவது தமது 32ஆவது வயதில், கி.பி. 560இல் காலமானார். இவருடைய தலைமாணவர் சீலபத்திரர் என்று சொன்னோம். இவரது மற்ற மாணவர்கள்: 1. விசேக்ஷமித்திரர்-இவர் மைத்திரேயர் அருளிச்செய்த 'யோகசார பூமி' என்னும் நூலுக்கு உரை எழுதியவர். 2. ஜின புத்திரர் - இவர் மைத்திரேயர் அருளிச்செய்த 'போதிசத்வபூமி' என்னும் நூலுக்கு உரை இயற்றிவர். 3. ஞான சுந்தரர் - இவர் இத்சிங் என்னும் சீன யாத்திரிகர் இந்தியாவுக்கு வந்தபோது (கி.பி. 671 முதல் 695 வரையில்) திலக விகாரையில் வாழ்ந்திருந்தார்.

இந்தத் தருமபாலரும் மணிமேகலை நூலில் கூறப்படும் அறவண அடிகளும் ஒருவரே எனச் சிலர் கருதுகிறார்கள். 'அறவனை அடிகள்' என்னும் தமிழ்ச் சொல்லின் மொழிபெயர்ப்பாகத் 'தரும பாலர்' என்னும் பெயர் காணப்படுவது கொண்டு இவ்வாறு கருதுகின்றனர்போலும். இந்தக் கருத்துத் தவறானதாகத் தோன்றுகின்றது. ஏனென்றால், அறவண அடிகள் காஞ்சிபுரத்தில் கடைசி நாட்களில் தங்கினதாகக் கூறப்படடபோதிலும், அவர் தமது வாழ்நாளில் பெரும்பகுதியைக் காவிரிப்பூம்பட்டினம் முதலிய தமிழ்நாட்டு ஊர்களில் கழித்தவராவர். தருமபாலரோ, தமிழ்நாட்டில் காஞ்சிபுரத்தில் பிறந்தவராகவிருந்தும், தமது வாழ்நாட்களில் பெரும் பகுதியையும், கடைசி நாட்களையும் வட இந்தியாவில் கழித்தவர்.

அறவண அடிகள் கி.பி. இரண்டாம் நூற்றாண்டில் வாழ்ந்தவர். தருமபாலரோ கி.பி. ஆறாம் நூற்றாண்டில் இருந்தவர். இந்தக் காரணங்களாலும், பிற சான்றுகளாலும் தருமபாலர் வேறு, அறவண அடிகள் வேறு என்பது வெள்ளிடை மலைபோல் விளங்குகின்றது.

15. ஆசாரிய தருமபாலர்;

பாலிமொழியில் இவரைத் தம்மபால ஆசாரியர் என்பர். இவரது ஊரைப்பற்றி, "தம்பரட்டே வஸந்தேன நகரே தஞ்சா நாமகே" என்று கூறப்பட்டிருப்பதால், இவர் தாம்பிரபரணி ஆறு பாய்கிற திருநெல்வேலியில் இருந்த தஞ்சை நகரத்தைச் சேர்ந்தவர் என்று தெரிகிறது. இந்தச் தஞ்சையைச் சோழநாட்டுத் தஞ்சாவூர் என்று தவறாகக் கருதுகிறார். திரு. பி.சி.லா அவர்கள்.[5] என்னை? சோழநாட்டுத் தஞ்சையில் காவேரி ஆறு பாய்கிறதேயன்றித் தாம்பிரபரணி பாயவில்லை. இப்பொழுது சோழநாட்டில் தஞ்சாவூர் இருப்பதுபோல, பண்டைக்காலத்தில் பாண்டிய நாட்டிலும் ஒரு தஞ்சாவூர் இருந்தது. அந்தச் தஞ்சாவூரை ஒரு காலத்தில் அரசாண்ட வாணன் என்னும் சிற்றரசன்மேல் பாடப்பட்டதுதான் தஞ்சைவாணன் கோவை என்னும் சிறந்த தமிழ்நூல். ஆகவே, தம்மபால ஆசாரியாரின் ஊர் பாண்டிநாட்டுத் தஞ்சை என்று கொள்வது அமைவுடைத்து.

தருமபால ஆசாரியர், பாலிமொழியையும் பௌத்த நூல்களையும் நன்கு கற்றுத் தேர்ந்தவர். பௌத்தமத உரையாசிரியர்களில் சிறந்தவர். இலங்கையில் அநுராதபுரத்தில் இருந்த மகாவிகாரை என்னும் பௌத்தப் பள்ளியில் தங்கியிருந்து, பிடக நூல்களுக்கு சிங்கள மொழியில் எழுதப்பட்டிருந்த பழைய உரைகளையும், தமிழ்நாட்டுப் பௌத்தப் பள்ளிகளில் இருந்த பழைய திராவிட உரைகளையும் கற்று ஆராய்ந்து சூத்திரபிடகத்தின் சில பகுதிகளுக்கு இவர் உரை எழுதியிருக்கிறார். சூத்திர பிடகத்தின் ஐந்தாவது பிரிவாகிய சூட்டகநிகாய என்னும் பிரிவைச் சேர்ந்தன உதான, இதிவுத்தக, விமான வத்து, பேதவத்து, தேரகாதா, தேரிகாதா, சரியாபீடக என்னும் பகுதிகளுக்குப் பரமார்த்த தீபனீ என்னும் உரையை எழுதியிருக்கிறார். அன்றியும், பரமார்த்த மஞ்ஜுஸா, நெட்டிப கரணாத்தகதா என்னும் நூல்களையும் எழுதியிருக்கிறார். "இதிவுத்தோதான சரியாபிடக-தேர-தேரீ- விமானவத்து- பேதவத்து- நெத்தியட்டகதாயோ ஆசாரிய தம்மபால தேரோ அகாஸீ ஸோச ஆசாரிய தம்மபாலதேரோ ஸீஹள தீபஸ்ஸ ஸமீபே டமிளாரட்டே படரதித்தமிஹி நிவாஸீத்தா ஸீஹளதீபே ஏவஸங்ஹேத்வா வத்தபோ,"

என்று இவரைப் பற்றிச் சாசன வம்சம் என்னும் நூல் கூறுகிறது. இதன் கருத்து யாதெனில், இதிவுத்தக முதலாக நெத்தியட்டகதா இறுதியாகக் கூறப்பட்ட உரைநூல்களை ஆசாரிய தம்மபாலர் எழுதினார். இந்த ஆசாரிய தம்மபால தேரர் சிங்கள (இலங்கை) த் தீவுக்கு அருகில் உள்ள தமிழ்நாட்டில் படரதித்த விகாரையில் வசித்தபோது எழுதினார் என்பதாம். இவர் பதினான்கு நூல்களை இயற்றியதாகக் கந்தவம்சம் என்னும் நூல் கூறுகிறது.

இவர் எழுதிய உரைநூல்களின் இறுதியில், அந்நூல்களைப் படராதித்தை விகாரையில் எழுதியதாகக் கூறப்பட்டிருக்கிறது. இந்த விகாரை நாகப்பட்டினத்தில் அசோக சக்கரவர்த்தியால் கட்டப்பட்டது என்பர். அன்றியும், நெத்தி என்னும் நூலுக்கு இவர் எழுதிய நெத்திபகரணாட்டகதா என்னும் உரையை நாகப்பட்டினத்தில் இருந்த அசோக சக்கரவர்த்தியால் கட்டப்பட்ட விகாரையில் இருந்து எழுதியதாக அந்நூல் இறுதியில் எழுதியிருக்கிறார்.

அன்றியும், சூத்திரபிடகத்தின் முதல் நான்கு நிகாயங்களுக்குப் புத்தகோஷ ஆசாரியார் எழுதிய அட்டகதா என்னும் உரைகளுக்கு இவர் டீகம் என்னும் உரையை எழுதினார். இதனை, "விஸுத்தி மக்கஸ்ஸ மஹாடீகம், தீகநிகாயட்டகதாய டீகம் மஜ்ஜிமநிகாயட்டதாய டீகம், ஸம்யுக்த நிகாயட்டகதாய டீகம், ஸாதி இமாயோ ஆசாரிய தம்மபால தேரோ அகாஸி" என்று சாகனவம்சம் என்னும் நூல் கூறுவது காண்க.

இவர், புத்தகோஷாசாரியர் இருந்த கி.பி.5-ஆவது நூற்றாண்டுக்குப் பிற்காலத்தில் இருந்தவர். ஆனால், எப்பொழுது இருந்தார் என்பதைத் தெரிவிக்க யாதொரு சான்றும் கிடைக்கவில்லை.

16. மாக்கோதை தம்மபாலர்:

இலங்கை அநுராதபுரத்தில் உள்ள ஒரு சாசனம் மாக்கோதை தம்மபாலர் என்பவரைப் பற்றிக் கூறுகிறது. அச்சாசனச் செய்யுள்[6] இது:

**"போதி நிழலமர்ந்த புண்ணியன்போ லெவ்வுயிர்க்கும்
தீதி லருள்சுரக்கும் சிந்தையான் - ஓதி
வருதன்மங் குன்றாத மாதவன் மாக்கோதை
ஒருதன்ம பால னுளன்."**

இவரைப் பற்றி வேறு ஒன்றும் அறியக்கூடவில்லை.

17. புத்தி நந்தி, சாரி புத்தர்:

இவ்விருவரும் சோழநாட்டில் போதிமங்கை என்னும் ஊரில் இருந்தவர். சைவ சமய ஆசாரியராகிய திருஞானசம்பந்தர் இந்த ஊர் வழியாகச் சங்கு, தாரை முதலான விருதுகளை ஊதி ஆரவாரம் செய்துகொண்டு வந்தபோது, பௌத்தர்கள் அவரைத் தடுத்து, வாதில் வென்ற பின்னரே வெற்றிச் சின்னங்கள் ஊத வேண்டும் என்று சொல்ல, அவரும் அதற்குச் சம்மதித்தார். பிறகு பௌத்தர்கள் புத்த நந்தியைத் தலைவராகக் கொண்டு வாது நிகழ்த்தியபோது சம்பந்தருடன் இருந்த சம்பந்த சரணாலயர் என்பவர் இயற்றிய மாயையினால் இடிவிழுந்து புத்த நந்தி இறந்தார் என்று பெரியபுராணம் கூறுகின்றது. இதனைக் கண்ட பௌத்தர்கள், 'மந்திரவாதம் செய்யவேண்டா, சமயவாதம் செய்யுங்கள்,' என்று சொல்லிச் சாரிபுத்தரைத் தலைவராகக் கொண்டு மீண்டும் வந்தார்கள். அவ்வாறே சாரி புத்தருக்கும் சம்பந்தருக்கும் சமயவாதம் நிகழ, அதில் சாரி புத்தர் தோல்வியுற்றார் என்று பெரியபுராணம் கூறுகின்றது. (சாரி புத்தர் காண்க.) இவர்களைப் பற்றி வேறு வரலாறு தெரியவில்லை. திருஞானசம்பந்தர் கி.பி. ஏழாம் நூற்றாண்டிலிருந்தவராதலால், இவர்களும் அந்த நூற்றாண்டிலிருந்தவராவர்.

18. வச்சிரபோதி (கி.பி. 661-730):

இவர் பாண்டி மண்டலத்தைச் சேர்ந்த பொதிகைமலைக்கு அருகில் மலைநாட்டில் இருந்தவர். இவர் தந்தையார் ஓர் அரசனுக்கு மதபோதகராக இருந்தார். இவர் கி.பி. 661இல் பிறந்தார். வட இந்தியாவில் இருந்த பேர்பெற்ற நளாந்தைப் பல்கலைக்கழகத்தில் 26 வயது வரையில் கல்வி பயின்றார். பின்னர், 689இல் கபிலவாஸ்து என்னும் நகரம் வரையில் யாத்திரை செய்தார். பின்னர், மீண்டும் தமிழ்நாட்டிற்கு வந்தார். அக்காலத்தில் தொண்டைமண்டலத்தில் வற்கடம் உண்டாகி மக்கள் வருந்தினர். அந்த நாட்டினை அரசாண்ட நரசிம்ம போத்தவர்மன் என்னும் அரசன் வச்சிரபோதியின் மகிமையைக் கேள்விப்பட்டு, இவரை யணுகி, நாட்டுக்கு நேரிட்டுள்ள வருத்தத்தைப் போக்க வேண்டுமென்று கேட்டுக்கொள்ள, இவர் தெய்வத்தைப் போற்றி வேண்ட, மழை பெய்து நாடு செழிப்படைந்தது என்று இவரது வரலாறு கூறுகின்றது.

இவர் தந்திரயான பௌத்தமதத்தைச் சேர்ந்தவர். தந்திரயான மதத்துக்கு 'வெச்சிரயானம்', 'மந்திரயானம்' என்னும் பெயர்களும் உண்டு. இவரது மாணவர் அமோகவச்சிரர் என்பவர். இவர்

இலங்கைக்குச் சென்று அங்கிருந்த அபயகிரி விகாரையில் ஆறு திங்கள் தங்கியிருந்தார். பின்னர், மீண்டும் தமிழ்நாட்டிற்கு வந்து சில நாள் தங்கியிருந்தார். பின்னர், தமது தந்திரயான பௌத்த மதத்தைச் சீன தேசத்தில் பரவச் செய்ய எண்ணங்கொண்டு சீனதேசம் செல்ல விரும்பினார். இவர் எண்ணத்தை அறிந்த காஞ்சி அரசன், கடல் யாத்திரையின் துன்பங்களை எடுத்துரைத்துப் போகவேண்டா என்று தடுத்தான். இவர் பிடிவாதமாக இருந்தபடியால், அரசன் இவரது சீனதேச பிரயாணத்துக்கு வேண்டும் உதவிகளைச் செய்து கொடுத்தான். 'மகா பிரஜ்ஞ பாரமிதை' என்னும் பௌத்த நூலின் பிரதியொன்றினையும் மற்றும் விலையுயர்ந்த பொருள்களையும் சீன அரசனுக்குக் கையுறையாக வழங்க, ஒரு தூதுவனையும் இவருடன் அரசன் அனுப்பினான்.

வச்சிரபோதி தமது மாணவருடன் புறப்பட்டுச் சென்றார். கப்பல் அடுத்த நாள் இலங்கையையடைந்தது ஸ்ரீசைலன் என்னும் இலங்கை அரசன், இவரை வரவேற்றுத் தனது அரண்மனையில் ஒரு திங்கள் வரையில் இருக்கச் செய்தான். பின்னர், மரக்கலமேறிச் சீனநாட்டுக்குச் செல்லும் வழியில், சுமாத்ரா தீவில் இருந்த ஸ்ரீவிஜய தேசத்தில் ஐந்து திங்கள் தங்கினார். மீண்டும் புறப்பட்டு, கி.பி. 720இல் சீனதேசம் சேர்ந்தார். ஆங்குத் தமது தந்திரயான பௌத்தக் கொள்கையைப் போதித்துத் தாந்திரிக பௌத்த நூல்களைச் சீனமொழியில் மொழிபெயர்த்தார். இவர் அந்நாட்டிலே கி.பி. 730இல் காலமானார்.

19. புத்த மித்திரர்:

இவர் புத்த மித்திரனார் என்றும் கூறப்படுவார். இவரது பெயரைக் கொண்டே இவர் பௌத்தர் என்பதை அறியலாம்.

**"மிக்கவன் போதியின் மேதக் கிருந்தவன் மெய்த்தவத்தால்
தொக்கவன் யார்க்குந் தொடரஒண் ணாதவன் தூயனெனத்
தக்கவன் பாதந் தலைமேற் புனைந்து தமிழ்உரைக்கப்
புக்கவன் பைம்பொழிற் பொன்பற்றி மன்புத்த மித்திரனே."**

என்னும் இவர் இயற்றிய வீரசோழியப் பாயிரச் செய்யுள் இதனை வலியுறுத்துகின்றது.

இவர், சோழ நாட்டில், மாலைக்கூற்றத்தில், பொன் பற்றி என்ற ஊரில் சிற்றரசராய் விளங்கியவர். 'பொன் பற்றி' என்னும் ஊர் தஞ்சை ஜில்லா புதுக்கோட்டைத் தாலுகாவில் உள்ளது என்பர் சிலாசாசன ஆராய்ச்சியாளர் காலஞ்சென்ற திரு. வெங்கையா

அவர்கள். தஞ்சாவூர் ஜில்லா அறந்தாங்கி தாலுகாவில் பொன் பேத்தி என்று இப்போது வழங்குகின்ற ஊர்தான் புத்தமித்திரனாரின் 'பொன்பற்றி' என்பர் வித்வான். ராவ்சாகிப் மு. இராகவ அய்யங்கார் அவர்கள்.

புத்த மித்திரர் வீரசோழியம் என்னும் இலக்கண நூலை இயற்றியிருக்கிறார். வீரசோழன் அல்லது வீர ராசேந்திரன் என்னும் பெயருள்ள சோழ மன்னன் வேண்டுகோளின்படி இந்நூலை இவர் இயற்றி அவன் பெயரையே இதற்குச் சூட்டினார். இதனை,

"ஈண்டுநூல் கண்டான் எழில்மாலைக் கூற்றத்துப்
பூண்டபுகழ்ப் பொன்பற்றிக் காவலனே- மூண்டவரை
வெல்லும் படைத்தடக்கை வெற்றிபுணை வீரன்றன்
சொல்லின் படியே தொகுத்து"

என்னும் வெண்பாவினாலும்,

"நாமே வெழுத்துச்சொல் நற்பொருள் யாப்பலங் காரமெனும்
பாமேவு பஞ்ச அதிகார மாம்பரப் பைச்சுருக்கித்
தேமே வியதொங்கற் றேர்வீர சோழன் திருப்பெயரால்
பூமேல் உரைப்பன் வடநூல் மரபும் புகன்றுகொண்டே"

என்னும் கலித்துறைச் செய்யுளினாலும் அறியலாம்.

இவரது காலம், இதுவரை ஆதரித்த வீரசோழன் காலமாகும். வீரசோழன் என்பவன் வீரராசேந்திரன் என்னும் பெயருடன், கி.பி. 1063 முதல் 1070 வரையில் சோழநாட்டை அரசாண்டவன்; 'வீரசோள கரிகால சோள ஸ்ரீ வீரராஜேந்திர தேவ ராஜகேசரி வன்ம பெருமானடிகள்' என்று சாசனத்தில் புகழப்படுபவன். எல்லா உலகுமேவிய வெண்குடைச் செம்பியன் வீரராசேந்திரன் என்று புத்த பித்திரனாரால் கிருஷ்ணை, துங்கபத்திரை என்னும் இரண்டு ஆறுகள் ஒன்று கூடுகின்ற 'கூடல் சங்கமம்' என்னும் இடத்தில் சோமேஸ்வரன் II விக்கிரமாதித்தன் என்னும் இரண்டு சாளுக்கிய அரசர்கள் அரசுரிமைக்காகச் செய்த போரில், இந்தச் சோழன், விக்கிரமாதித்தன் பக்கம் சேர்ந்து போர் செய்து, சோமேஸ்வரனை முறியடித்து, விக்கிரமாதித்தனை அரசுகட்டில் ஏறச்செய்தான். அன்றியும், அவனுக்குத் தன்மகளை மணஞ்செய்து கொடுத்தான். இவனால் ஆதரிக்கப்பட்ட புத்த மித்திரனாலும் இவன் காலத்தில், அஃதாவது கி.பி. பதினொன்றாம் நூற்றாண்டில் இருந்தவராவர்.

'அணி' என்னும் அலங்கார இலக்கணத்தை, தண்டியாசிரியரைப் பின்பற்றிச் சொன்னதாக இவர் தமது வீர சோழியத்தில் கூறுவதால், இவர் தண்டியாசிரியருக்குப் பிற்பட்டவராதல் வேண்டும்.

சிவபெருமானிடத்தில் அகத்திய முனிவர் தமிழ் மொழியைக் கற்றார் என்று ஒரு கொள்கை சைவர்களுக்குள் உண்டு. புத்தமித்திரனார், பௌத்தத் தெய்வமாகிய அவலோகிதீஸ்வரரிடத்தில் அகத்திய முனிவர் தமிழ் பயின்றதாகக் கூறுகின்றார். இதனை, 'ஆயுங்குணத்தவலோகிதன்' என்னும் வீரசோழிய அவையடக்கச் செய்யுளால் அறியலாம். (இணைப்பு காண்க.)

புத்த மித்திரனார் வீரசோழியத்தைத் தவிர வேறு நூல் யாதேனும் செய்திருக்கின்றாரா என்பது தெரியவில்லை. இவர் இருந்த சோழநாட்டிலேயே இவர் பெயரைக் கொண்ட பௌத்த பிக்கு ஒருவர் இருந்ததாகவும், அவர் இலங்கை சென்று அநுராதபுரத்தில் தங்கியிருந்ததாகவும், இலங்கையில் அவருக்குச் 'சோழ தேரர்' என்ற பெயர் வழங்கியதாகவும் பௌத்த நூல்களால் அறிகின்றோம். ஆனால், அந்த புத்தமித்திரர் இவரின் வேறானவர் என்று தெரிகின்றது.

20. பெருந்தேவனார்:

'பெருந்தேவனார்' என்னும் பெயருடைய தமிழாசிரியர் சிலர், பண்டைக் காலத்தில் இருந்தனர். கடைச்சங்க காலத்தில் இருந்த பாரதம் பாடிய பெருந்தேவனார் என்பவரும், பிற்காலத்திலிருந்த பாரத வெண்பாப் பாடிய பெருந்தேவனாரும் இவரின் வேறானவர்கள். இந்தப் பெருந்தேவனார் பௌத்தர். புத்தமித்திரனாரின் மாணவர்; புத்தமித்திரனார் இயற்றிய வீரசோழியம் என்னும் இலக்கண நூலின் உரையாசிரியர். இதனை,

> **'தடமார் தருபொழிற் பொன்பற்றி காவலன் தான்மொழிந்த**
> **படிவீர சோழியக் காரிகை நூற்றெண் பஃதொடொன்றின்**
> **திடமார் பொழிப்புரை யைப்பெருந் தேவன் செகம்பழிச்சக்**
> **கடனாக வேநவின் றான்றமிழ் காதலிற் கற்பவர்க்கே'**

என்னும் வீரசோழியம் உரைப்பாயிரச் செய்யுளால் அறியலாம். வீரசோழிய நூலின் சிறப்பை அதிகப்படுத்துவது இவரது உரையே என்று கூறுவது மிகையாகாது இவர் எழுதிய உரை தமிழாராய்ச்சியாளருக்கும், தமிழ் நாட்டுச் சரித்திர ஆராய்ச்சியாளருக்கும் மிக்க உதவியாக இருக்கின்றது.

இந்த நூலில் சேர்க்கப்பட்டுள்ள புத்தரைப் போற்றும் செய்யுள்களில் பெரும்பான்மையும் இவர் உரையில் மேற்கோள் காட்டப்பட்ட செய்யுள்களே. (இணைப்புக் காண்க.)

இவர் தமது உரையில் நியாய சூடாமணி, புதியாநுட்பம், வச்சத் தொள்ளாயிரம், உதயணன் கதை, கலிவிருத்தம், எலி விருத்தம், நரிவிருத்தம் என்னும் நூல்களைக் குறிப்பிட்டிருக்கின்றார். அன்றியும் குண்டலகேசி, பாரதவெண்பா, யாப்பருங்கலம் முதலிய நூல்களினின்றும் செய்யுள்களை மேற்கோள்களாக எடுத்தாண்டிருக்கின்றார்.

இவரது வரலாறு வெறொன்றும் தெரியவில்லை. இவரது காலம் புத்தமித்திரனாரும் வீரராசேந்திர சோழனும் வாழ்ந்திருந்த, கி.பி. பதினொன்றாம் நூற்றாண்டின் பிற்பகுதியாகும்.

21. தீபங்கர தேரர்:

இவர் சோழநாட்டினைச் சேர்ந்தவர். ஆனதுபற்றிச் 'சோளிய தீபங்கரர்' என்று இவர் வழங்கப்படுகின்றார். புத்தப் பிரிய தேரர் என்றும் வேறொரு பெயர் இவருக்கு உண்டு. இவர் இலங்கைக்குச் சென்று, அங்கு ஆனந்த வனரதனர் என்னும் தேரரிடம் சமயக் கல்வி பயின்றார். பின்னர், காஞ்சிபுரத்திலிருந்த பாலாதிச்ச விகாரை என்னும் பௌத்தப் பள்ளியின் தலைவராக இருந்தார். பாலி மொழியை நன்கு பயின்றவர். அந்த மொழியில் பஜ்ஜமது என்னும் நூலை இயற்றியிருக்கின்றார். புத்தரது உருவ அழகினையும், அவர் உபதேசித்த பௌத்தக் கொள்கை, அவர் அமைத்த பௌத்த சங்கம், இவற்றின் செவ்விகளையும் இந்நூலில் வியந்து கூறியிருக்கின்றார். இந்நூல் நூற்று நான்கு செய்யுள்களைக் கொண்டது. இவர் இயற்றிய இன்னொரு நூல் ரூப சித்தி என்பது. "பாடரூப சித்தி" என்றும் இதற்குப் பெயர் உண்டு. இது பாலிமொழி இலக்கண நூல். இதற்கு ஓர் உரையும் உண்டு. இந்த உரையினையும் இவரே இயற்றினார் என்று கூறுவர். இவர் இயற்றிய 'பஜ்ஜமது' என்னும் நூல் கி.பி.1100இல் இயற்றப்பட்டிருக்கலாம் என்று கருதப்படுகின்றபடியால், இவர் பன்னிரண்டாம் நூற்றாண்டின் முற்பகுதியில் இருந்தவராவர்.

22. அநுருத்தர்:

'அநிருத்தர்' என்றும் இவருக்குப் பெயர் உண்டு. இவர் மூலசோம விகாரை என்னும் பௌத்தப் பள்ளிக்குத் தலைவராக இருந்தவர். இவர் பாண்டிய தேசத்தவர் என்று தெரிகின்றது. 'அபிதம்மாத்த சங்கிரகம்',

'பரமார்த்த வினிச்சயம்', 'நாமரூபப் பரிச்சேதம்' என்னும் நூல்களை இவர் இயற்றியிருக்கின்றார். 'அபிதம்மாத்த சங்கிரகம்' இலங்கையிலும், பர்மாதேசத்திலும் உள்ள பௌத்தர்களால் நெடுங்காலமாகப் போற்றிக் கற்கப்பட்டு வருகின்றது.

23. புத்தமித்திரர், மகாகாசபர் (சோழ தேரர்கள்):

இவ்விருவரையும் சோழ தேரர்கள் என்று இலங்கை நூல்கள் கூறுகின்றன. சோழநாட்டவராகிய இவர்கள் இலங்கைக்குச் சென்று அங்கு வாழ்ந்து வந்தனர் போலும். இவர்கள் வேண்டுகோளின்படி 'உத்தோதயம்', 'நாபரூபப் பரிச்சேதம்' என்னும் நூல்கள் இயற்றப்பட்டன. 'நாமரூபப் பரிச்சேதம்' இயற்றிய அநிருத்தர் பன்னிரண்டாம் நூற்றாண்டில் இருந்தவர்: ஆதலால், இவர்களும் அக்காலத்தவராவர். இவர்களைப் பற்றிய வேறு வரலாறுகள் தெரியவில்லை. இந்த புத்தமித்திரர், வீரசோழியம் இயற்றிய புத்தமித்திரரின் வேறானவர்.

24. ஆனந்த தேரர்?-(1245)

இவர் காஞ்சிபுரத்தில் இருந்தவர். பௌத்தமத நூல்களை நன்கு கற்றுத் தேர்ந்தவர். பர்மா தேசத்தவரான சத்தம்ம ஜோதி பாலர் என்னும் சிறப்புப் பெயரைக் கொண்ட சாபதர் என்பவர் இவரை இலங்கையிலிருந்து (பர்மா) அரிமர்த்தனபுரத்துக்கு அழைத்துச் சென்றார் என்று 'சாசன வம்சம்' என்னும் நூல் கூறுகின்றது. பர்மா தேசத்தை அரசாண்ட நரபதி ஜயசூரன் என்னும் அரசன் இவருக்கு யானை ஒன்றைப் பரிசாக அளித்தான் என்றும், அந்த யானையை இவர் காஞ்சிபுரத்திலிருந்த தமது உறவினருக்கு அனுப்பினார் என்றும் கல்யாணி நகரத்துக் கல்வெட்டுச் சாசனம் கூறுகிறது. இவர் தமக்குக் கிடைத்த யானையைத் தமது உறவினருக்கு அளித்தார் என்று கூறுகிறபடியால், யானையைக் காப்பாற்றக்கூடிய பெருஞ்செல்வத்தையுடைய குடும்பத்தைச் சேர்ந்தவர் என்று தோன்றுகின்றது. இவர் ஐம்பது ஆண்டு பர்மா தேசத்தில் பௌத்தமத குருவாக இருந்து, பின்னர்க் கி.பி. 1245இல் காலமானார் என்று கல்வெட்டுச் சாசனம் கூறுகின்றது. இவரது வரலாறு வேறொன்றும் தெரியவில்லை.

25. தம்மகீர்த்தி:

இவர் 'தம்பராட்டா' என்னும் பாண்டிய மண்டலத்தைச் சேர்ந்தவர். (தாமிரவர்ணி பாயும் பாண்டிய நாட்டினைத் தம்ப

ராட்டா என்று பௌத்த நூல்கள் கூறுகின்றன.) கல்வி அறிவு ஒழுக்கங்களினால் சிறந்தவர். இவரது மேன்மையைக் கேள்வியுற்று. பராக்கிரம பாகு (இரண்டாமவன்) என்னும் இலங்கை மன்னன் இவரைத் தன்னிடம் வணக்கமாக வரவழைத்துக் கொண்டான். அன்றியும், சோழநாட்டிலிருந்த பௌத்தப் பிக்குகளையும் இவன் இலங்கைக்கு வரவழைத்து, ஒரு பெரிய பௌத்த மகாநாடு நடத்தினான். இந்த அரசன் மற்றப் பிக்ஷுக்களைவிடத் தம்ம கீர்த்தியிடத்தில் தனிப்பட்ட அன்பும் மரியாதையும் கொண்டிருந்தான். தாட்டா வம்சம் என்னும் நூலினை இவர் பாலி மொழியில் இயற்றியதாகக் கூறுவர். இந்த நூலை வேறொருவர் இயற்றியதாகச் சிலர் கூறுகின்றனர். இலங்கையின் வரலாற்றினைக் கூறும் மகாவம்சம் என்னும் நூலின் பிற்பகுதியாகிய சூலவம்சம் என்னும் நூல் (மகாசேனன் என்னும் அரசன் காலமுதல் பராக்கிரமபாகு இரண்டாமவன் காலம் வரையில்) இவர் இயற்றியதாகக் கருதப்படுகின்றது. இவரை ஆதரித்த பராக்கிரமபாகு இரண்டாமவன், இலங்கையைக் கி.பி. 1236 முதல் 1268 வரையில் அரசாண்டவன். ஆகையால், இவரது காலம் பதின்மூன்றாம் நூற்றாண்டாகும்.

26. கவிராசராசர்:

இவர் ஒரு பௌத்தப் புலவர். இவர் தமிழ்க்கவி இயற்றுவதில் தேர்ந்தவர் என இவரது பெயரினால் அறியப்படும். இவரது காலம் தெரியவில்லை. ஆயினும், கி.பி. பதினொன்றாம், அல்லது பன்னிரண்டாம் நூற்றாண்டிலிருந்தவராகக் கருதலாம். இவர் இயற்றிய நூலின் பெயர் தெரியவில்லை. 'வன்பசிக் கடும்புலிக் குடம்பளித் துடம்பின்மேல் வாளெறிந்த வாயினூடு பால்சுரந்து' என்னும் செய்யுளடியை மேற்கோள் காட்டி, 'இது கவிராசராசன் வாக்கு' என்று தக்கயாகப் பரணி உரையாசிரியர் கூறியிருப்பதிலிருந்து, இப் பெயரையுடைய புலவர் ஒருவர் இருந்தாரென்பது தெரிகின்றது. (377-ஆம் தாழிசை உரை காண்க.)

27. காசப தேரர்:

சோழ காசபர் என்றும் வழங்கப்படுகிறார். பாலி மொழியையும் பௌத்த நூல்களையும் நன்கு கற்றவர், மோகவிச்சேதனீ, விமதிவிச்சேதனீ, விமதி வினோதனீ, அநாகத வம்சம் என்னும் நூல்களை இவர் இயற்றியிருக்கிறார். இவர் டமிள (தமிழ்) தேசத்துச் சோழநாட்டவர் என்று கந்தவம்சம், சாசனவம்ச தீபம் என்னும் நூல்கள் கூறுகின்றன. ஆகவே, இவர் சோழநாட்டைச்

சேர்ந்த தமிழர் என்பது தெரிகின்றது. இவர் இயற்றிய மோக விச்சேதனீ என்னும் நூலிலே, காவிரியாறு பாய்கிற சோழநாட்டில் நாகநகரத்தில் (நாகைப்பட்டினம்?) இருந்த நாகானை விகாரையில் இவர் இருந்ததாகக் கூறப்படுகிறார். மேலும் அந்நூலிலே, இவர் கீழ்வருமாறு கூறப்படுகிறார்: "முற்காலத்திலே இருந்த மகாபாசபர் என்பவரின் பெயரைச் சூடி அவரைப் போலவே புகழ்பெற்று விளங்குகிறவரும், விசாலமும் அலங்காரமும் உள்ள மதில்களால் சூழப்பட்ட நாகானன விகாரையில் வசிக்கிறவரும், வானத்தில் விளங்கும் வெண்ணிலாப் போன்று ஞானத்தினால் விளங்குபவரும், எல்லாவிதமான சாத்திரங்களையும் சூத்திர, வினய, அபிதம்மம் என்னும் மூன்று பிடக நூல்களையும் துறை போகக் கற்றவரும், பகைவராகிய யானைகளுக்குச் சிங்கம் போன்றவரும், சீலம் உடையவராய்த் திருப்தி முதலான குணங்களால் அலங்கரிக்கப்பட்டவரும் தர்மத்தையும் விநயத்தையும் நன்றாகப் போதித்துப் புத்த தர்மத்தை விளங்கச் செய்பவரும் ஆகிய மகாகாசிபதேரர், அபிதம்ம பிடகம் என்னும் பெருங்கடலிலே ஆங்காங்கு நிறைந்திருக்கும் சாரார்த்தம் ஆகிய இரத்தினங்களை எடுத்து ஒன்று சேர்த்துக் கற்போருடைய கழுத்தில் அணியும் மாலை போன்று, 'மோகவிச்சேதனீ' என்னும் இரத்தின மாலையை அமைத்துக் கொடுத்தார். இந்த நூல் புகழோடு விளங்கி மக்களுடைய மோகாந்த காரமாகிய இருளை நீக்கி, அவர்களைத் தர்மத்தில் ஒழுகச் செய்து, நன்மை பயந்து நல்ல கதியைத் தந்து உலகத்திலே பௌத்த தர்மம் உள்ளவரையில் நிலைத்திருக்கும்."

இவருடைய வரலாறு வேறு ஒன்றும் தெரியவில்லை.

28. சாரிபுத்தர்:

இவர் சோழநாட்டினைச் சேர்ந்தவர் என்பதும், 'பாடாவதாரம்' என்னும் பாலிமொழி நூலை இயற்றியவர் என்பதும் 'கந்த வம்சம்' (கிரந்தவம்சம்). 'சாசன வம்சம்' என்னும் நூல்களினால் தெரிகின்றது. இவரது காலம் வரலாறு முதலியவை ஒன்றும் தெரியவில்லை.

திருஞானசம்பந்த சுவாமிகள் காலத்தில் சோழநாட்டில் சாரிபுத்தர் என்னும் ஒரு தேரர் போதிமங்கை என்னும் ஊரில் இருந்தார் என்றும், அவருடன் ஞானசம்பந்தர் சமயவாதம் செய்தார் என்றும் பெரியபுராணம் கூறுகின்றது. பெரியபுராணம் கூறுகின்ற சாரிபுத்தரும், கந்தவம்சம் கூறுகின்ற சாரிபுத்தரும் வெவ்வேறு காலத்திலிருந்த வெவ்வேறு சாரிபுத்தர்கள் ஆவர்.

29. புத்தாதித்தியர்:

இவர் காஞ்சிபுரத்தைச் சேர்ந்த பௌத்த பிக்கு. இவர் சாவகத் தீவின் (ஜாவா) அரசன் ஒருவனைப் புகழ்ந்து சில பாடல்கள் இயற்றியிருக்கிறார். இவரது காலம், வரலாறு ஒன்றும் தெரியவில்லை.

தமிழ்நாட்டிலே இன்னும் எத்தனையோ தேரர்கள் பல நூல்களை இயற்றியிருக்கிறார்கள். புத்தசிகா, ஜோதி பாலர், இராகுல தேரர், பூர்வாசாரியர் இருவர், (இவர்கள் பெயர் தெரியவில்லை.) மகா வஜ்ஜிரபுத்தி, சுல்ல வஜ்ஜிரபுத்தி, சுல்ல தம்மபாலர் முதலியவர்களைப் பற்றிய வரலாறுகள் ஒன்றும் தெரியவில்லை. இவர்களன்றி, வேறு இருபது பௌத்த ஆசிரியர்களும் காஞ்சிபுரத்தில் நூல்கள் இயற்றியதாகக் 'கந்த வம்சம்' (கிரந்த வம்சம்) என்னும் நூல் கூறுகின்றது. இவர்களது வரலாறும் தெரியவில்லை.

அடிக்குறிப்பு:

1. The Early History of India: Page 246-7, Third Edition: V.A. Smith.
2. Buddhadatha by S. Jambunathan, P. 111-117. Journal of Oriental Research, Madras.Vol. II (1928)
3. Vishnudasa - A Vaisnava Reformer of south India by B.M. Barua. Indian Culture Vol.I. Page 71-74.
4. Buddhadatha. by S. Jambunathan. journal of Oriental Research, Madras Vol. II. 1928, Page 111-117.
5. Geography of Early Buddhism by B. C. Law.
6. S.I.I. Vol. No. 1405.

பௌத்தர் இயற்றிய தமிழ் நூல்கள்

முன்னொரு காலத்தில் தமிழ்நாட்டிலே பௌத்தமதம் செல்வாக்குற்றுச் சிறந்திருந்ததென்பதை அறிந்தோம். அந்த மதக் கொள்கைகளை நன்கறிந்த பௌத்த ஆசிரியர் பற்பலர் ஆங்காங்கே தமிழ்நாட்டில் இருந்ததையும் கண்டோம். அந்தப் பௌத்த ஆசிரியர் பாலிமொழியில் பல நூல்களை இயற்றி வைத்தனர் என்பதையும் அறிந்தோம். ஈண்டு பௌத்த ஆசிரியர் தமிழ்மொழியில் என்னென்ன நூல் இயற்றியுள்ளார் என்பதை ஆராய்வோம்.

இப்போது தமிழில் உள்ள பௌத்த நூல்கள் மிகச் சில இலக்கியத்தில் ஒன்றும் இலக்கணத்தில் ஒன்றும் ஆக இரண்டு நூல்களே இப்போது முழுநூலாக எஞ்சி நிற்கின்றன. ஏனைய நாலைந்து நூல்களின் பெயர் மட்டும் வழங்கப்படுகின்றனவேயன்றி நூல் முழுவதும் கிடைக்கப் பெற்றிலம்.

ஜைனரும், பௌத்தரும் தத்தம் மதக் கொள்கைகளை அந்தந்த நாட்டுத் தாய்மொழி வாயிலாகப் பரவச் செய்தனர் என்று 'பௌத்தரும் தமிழும்' என்னும் அதிகாரத்தில் கூறினோம். அங்ஙனமாயின், தமிழ்மொழியிலும் அவர்கள் பல நூல்களை இயற்றியிருக்க வேண்டுமென்றோ? ஆம், பல நூல்களை இயற்றி வைத்தனர் என்பதில் யாதோர் ஐயமுமில்லை. கி.பி. நான்காம் நூற்றாண்டில் உரகபுரம் (உறையூர்), பூம்புகார், பூதமங்கலம் முதலான இடங்களில் தங்கி, பௌத்தமத ஊழியம் புரிந்துவந்த பேர்பெற்ற புத்ததத்தர் என்னும் தமிழ்ப்பௌத்தர், பாலிமொழியில்

பாலிமொழி நூல்களுக்குப் பல உரைகள் எழுதியிருப்பதில், தென்னாட்டில் வழங்கிய பல பௌத்தக் கொள்கைகளை எடுத்துக் கூறியிருக்கிறார் என்றும், அவற்றை அக்காலத்திலிருந்த தமிழ்ப் பௌத்த நூல்களினின்றும் எடுத்திருக்கக்கூடும் என்றும் ரைஸ் டேவிட் என்னும் மேல்நாட்டு ஆராய்ச்சியாளர் கூறுகின்றார். நீலகேசி உரையிலும், வீரசோழிய உரையிலும் பௌத்தமதச் செய்யுள்கள் மேற்கோள் காட்டப்பட்டுள்ளன. அவற்றில் சில பாடல்கள் எந்த நூலினின்று எடுக்கப்பட்டன என்பது அறியக்கூடாமல் இருக்கின்றது. எனவே, பண்டைக்காலத்தில், பௌத்தமதம் தமிழ்நாட்டில் வழங்கி வந்தபோது, பௌத்தரால் இயற்றப்பட்ட பல தமிழ்நூல்கள் இருந்தன என்பதில் ஐயமில்லை.

அங்ஙனமாயின், அந்த நூல்கள் இப்போது எங்கே? இவ் வினாவிற்கு விடைபெறுவது கடினமன்று. பௌத்தமதத்துக்குப் பெரும் பகைஞராக இருந்தவர் ஜைனரும் வைதீகரும் என்பதனை ஆறாம் அதிகாரத்தில் அறிந்தோம். பௌத்தமதத்தின் பிறவிப் பகைஞராகிய இவர்களால் பௌத்த நூல்கள் அழிவுண்டனபோலும். பௌத்தமத வீழ்ச்சிக்கு பிறகு நடைபெற்ற சமயப் போரில், வைதீக மதம் ஜைன மதத்தை அழித்துவிட்டபோதிலும், சில ஜைனர்கள் ஆங்காங்கே தமிழ்நாட்டில் அருகிக் காணப்படுகின்றனர். இவ்வாறு எஞ்சி நின்ற ஜைனரால் ஜைனமத நூல்கள் சில இறந்துபடாமல் பாதுகாக்கப்பட்டுள்ளன. ஆனால், பௌத்தமதம் ஜைன மதத்தைவிடக் கடுமையான வீழ்ச்சியை அடைந்துவிட்டது. பௌத்தத் தமிழ் நூல்களைப் போற்றிப் பாதுகாக்கத் தமிழ்ப் பௌத்தர் இருந்ததாகத் தெரியவில்லை. இந்த நிலையில் தமிழ்ப் பௌத்த நூல்கள் எவ்வாறு உயிர் பெற்றிருக்கும்? அவை யாவும் 'கொலை' செய்யப்பட்டன. இப்போது எஞ்சி நிற்கும் இரண்டொரு பௌத்த நூல்கள் எவ்வாறு தப்பிப் பிழைத்திருக்கின்றன என்பது பெருவியப்பாக இருக்கின்றது. தமிழ்நாட்டுப் பௌத்த ஆசிரியர் இயற்றிய பாலிமொழி நூல்கள் மட்டும் எவ்வாறு இன்றும் நின்று நிலவுகின்றன என்றால், அவை இலங்கை, பர்மா முதலான தேசத்துப் பௌத்தர்களால் போற்றிப் பாதுகாக்கப்படுகின்றன. தமிழ்ப் பௌத்த நூல்களைப் போற்றுவதற்குத் தமிழ்ப் பௌத்தர் இல்லாதபடியால், அவை இறந்துபட்டன.

பௌத்த நூல்களை இழந்துவிட்டோம்.. அஃதாவது தமிழ் இலக்கியச் செல்வத்தின் ஒரு பகுதியைத் தமிழ்நாடு இழந்துவிட்டது. ஒருநாடு தனது பொருட்செல்வத்தை இழந்து வறுமைப்படுவதைவிட

இலக்கியச் செல்வத்தை இழந்துவிடுவது பெரிதும் வருந்தத்தக்கது. இலக்கியங்கள் மறைந்துவிட்டன என்றால் அவற்றில் கூறப்பட்ட கருத்துக்களும் இறந்துவிட்டன என்பது பொருள். என்ன செய்வது ? சென்றது சென்றுவிட்டது. இனி தமிழில் இப்போது எஞ்சியுள்ள பௌத்த நூல்களைப் பற்றி ஆராய்வோம்.

1. மணிமேகலை:

தமிழில் உள்ள ஐம்பெருங்காப்பியங்கள் பௌத்தர் ஜைனர் என்னும் இரு சமயத்தாரால் இயற்றப்பட்டவை. சிந்தாமணி, சிலப்பதிகாரம் இரண்டும் ஜைனரால் இயற்றப்பட்டன. மணிமேகலை, குண்டலகேசி என்பன பௌத்தர்களால் இயற்றப்பட்டவை. இந்த இரண்டில் மணிமேகலையைத் தவிர மற்றது இறந்துவிட்டது. மணிமேகலை ஐம்பெருங் காப்பியங்களுள் ஒன்றென்று கூறப்படுகின்றபோதிலும், இது சிலப்பதிகாரத்துடன் தொடர்புடையது. இதனை,

'மணிமே கலைமே லுரைப்பொருண் முற்றிய
சிலப்பதிகார முற்றும்'

என்னும் சிலப்பதிகார வஞ்சிக்காண்டக் கட்டுரைச் செய்யுட் பகுதியினால் அறியலாம். எனவே, சிலப்பதிகாரத்தையும், மணிமேகலையையும் ஒரே காப்பியம் என்று கூறினும் பொருந்தும். ஆயினும், ஆன்றோர் இவையிரண்டனையும் வெவ்வேறு காப்பியங்களாகவே கொண்டனர்.

மணிமேகலையை இயற்றியவர் மதுரைக் கூலவாணிகர் சீத்தலைச் சாத்தனார். (இவர்களது வரலாற்றினை 11ஆம் அதிகாரத்தில் காண்க.) இந்நூல் முழுவதும் ஆசிரியப்பாவினால் அமைந்தது. 'கதை பொதி பாட்டு' என்னும் பதிகத்தைத் தவிர்த்து, 'விழாவறை காதை' முதலாகப் 'பவத்திற மறுகெனப் பாவை நோற்ற காதை' இறுதியாக முப்பது காதைகளையுடையது. இதற்கு மணிமேகலை துறவு என்றும் பெயர் உண்டு. இதனை இயற்றிய சாத்தனார், இளங்கோ வேந்தர் என்னும் இளங்கோ அடிகள் முன்னிலையில் இதனை அரங்கேற்றினார். இவற்றை,

"இளங்கோ வேந்த னருளிக் கேட்ப
வளங்கெழு கூல வாணிகன் சாத்தன்
மாவண் டமிழ்த்திற மணிமே கலைதுற
வாறைம் பாட்டினு ளறியவைத் தனனென்"

எனவரும் பதிக ஈற்றடிகளால் அறியலாம்.

மணிமேகலை பல திறத்தானும் சிறப்புடைய நூல். சொல் வளமும் பொருள் வளமும் ஆழமும் செறிந்து திகழும் இந்நூல் வெறும் இலக்கியம் மட்டும் அன்று. பண்டைத் தமிழ்நாட்டின் வரலாற்றினையும், கலைகளையும், நாகரிகத்தினையும் அக்காலத்திலிருந்த சமயங்கள் அவற்றின் கொள்கைகள் முதலியவற்றையும், அக்கால வழக்க ஒழுக்கங்களையும் ஆராய்வதற்கு இது பெரிதும் பயன்படுகிறது. இந்த மணிமேகலை நூல் தமிழ்த் தாய்க்கு அணிசெய்யும் மணிமேகலையாகவே இலங்குகின்றது. இந்த நூல் இயற்றப்பட்ட காலம், கி.பி. இரண்டாம் நூற்றாண்டு; (இணைப்பு காண்க.)

சுவைமலிந்த இச்செந்தமிழ் நூலை முதன்முதல் அச்சிற்பதிப்பித்தவர் மகாவித்துவான் திருமயிலை சண்முகம் பிள்ளையவர்களாவர். 1894 ஆம் ஆண்டுக்கு நேரான 'விஜய வருடம் தனுர் ரவியில் இப்புத்தகம் மதராஸ் ரிப்பன் அச்சியந்திரசாலையில் பதிக்கப்பட்டு, 12- அணாவுக்கு விற்கப்பட்டது. மகாவித்துவான் சண்முகம் பிள்ளையவர்கள் தம்மிடமிருந்த ஏட்டுச் சுவடியை மட்டும் ஆராய்ந்து வெளியிட்ட நூலாதலின், இதில் சிற்சில பிழைகள் ஆங்காங்கே காணப்படுகின்றன. பிள்ளையவர்கள் பதிப்பு வெளிவந்த நான்கு ஆண்டுகளுக்குப் பின்னர், டாக்டர் உ.வே. சாமிநாத ஐயரவர்கள் பல பிரதிகளை ஆராய்ந்து 1898 ஆம் ஆண்டில் அரும்பத உரையுடன் இந்நூலை அச்சிற்பதிப்பித்தார்கள். ஐயரவர்களுக்கு உதவியாயிருந்த பல ஏட்டுப் பிரதிகளுள் மகா வித்துவான் சண்முகம் பிள்ளையவர்கள் உதவிய பிரதியும் ஒன்றாகும். பிள்ளையவர்கள் பதிப்பித்த மணிமேகலைப் புத்தகத்தையும் ஐயரவர்கள் பார்த்திருக்கக்கூடும். ஆனால், எக்காரணத்தினாலோ ஐயரவர்கள், பிள்ளையவர்கள் பதிப்பித்த மணிமேகலையைப் பற்றிக் குறிப்பிடாமலே விட்டார்கள். பிள்ளையவர்களின் பதிப்பில் காணப்பட்ட பிழைகள் பலவும் ஐயரவர்களின் பதிப்பில் திருத்தப்பெற்றன. எஞ்சிநின்ற ஒரு சில பிழைகளும் இரண்டாவது, மூன்றாவது பதிப்புக்களில் திருத்தப்பெற்றன. இந்த அருமையான சிறந்த செந்தமிழ் நூல் இறந்துபடாமல் உய்வித்தருளிய இரண்டு பெரியாருக்கும் தமிழ்நாட்டின் நன்றி என்றும் உரியதாகுக.

இந்நூல் நடையினை அறியக் கீழே சில பகுதிகளை எடுத்துக்காட்டுவோம். புகார்பட்டினத்தின் உவவனம் என்னும் பூஞ்சோலையைக் கூறும் பகுதி இது:-

‘குரவமு மரவமுங் குருந்துங் கொன்றையுந்
திலகமும் வகுளமுஞ் செங்கால் வெட்சியும்
நரந்தமு நாகமும் பரந்தலர் புன்னையும்
பிடவமுந் தளவமு முடமுட் டாழையுங்
குடசமும் வெதிரமுங் கொழுங்கா லசோகமுஞ்
செருந்தியும் வேங்கையும் பெருஞ்சண் பகமும்
எரிமல ரிலவமும் விரிமலர் பரப்பி
வித்தக ரியற்றிய விளங்கிய கைவினைச்
சித்திரச் செய்கைப் படாம்போர்த் ததுவே
ஒப்பத் தோன்றிய வுவவனந் தன்னைத்
தொழுதனள் காட்டிய சுதமதி தன்னொடு
மலர்கொய்யப் புகுந்தனள் மணிமே கலையென்’

(மலர்வனம் புக்க காதை, 160-171)

மேற்சொன்ன உவவனத்திற்குச் சென்றது மணிமேகலைக்கு அதுவே முதல் தடவையாதலின், அவளுடன் சென்ற சுதமதி என்பவள், அப்பூஞ்சோலையின் இயற்கை எழிலினை மணிமேகலைக்கு காட்டி விளக்குகின்றாள். அப்பகுதி இது:-

“பரிதியஞ் செல்வன் வரிகதிர்த் தானைக்
கிருள்வளைப் புண்ட மருள்படு பூம்பொழில்
குழலிசை தும்பி கொளுத்திக் காட்ட
மழலை வண்டினம் நல்லியாழ் செய்ய
வெயினுழை பறியாக் குயினுழை பொதும்பர்
மயிலா டரங்கின் மந்திகாண் பனகாண்!
மாசறத் தெளிந்த மணிநீ ரிலஞ்சிப்
பாசடைப் பரப்பிற் பன்மல ரிடைநின்
றொருதனி யோங்கிய விரைமலர்த் தாமரை
அரச வன்ன மாங்கினி திருப்பக்
கரைநின் றாலும் ஒருமயில் தனக்குக்
கம்புட் சேவற் கனைகுரன் முழவாக்
கொம்ப ரிருங்குயில் விளிப்பது காணாய்!
இயங்குதேர் வீதி யெழுதுகள் சேர்ந்து
வயங்கொளி மழுங்கிய மாதர்நின் முகம்போல்
விரைமலர்த் தாமரை கரைநின் றோங்கிய
கோடுடைத் தாழைக் கொழுமட லவிழ்ந்த
வால்வெண் சுண்ண மாடிய திதுகாண்!
மாதர் நின்கண் போமெனச் சேர்ந்து
தாதுண் வண்டின மீதுகடி செங்கையின்
அஞ்சிறை விரிய வலர்ந்த தாமரைச்
செங்கயல் பாய்ந்து பிறழ்வன கண்டாங்
கெறிந்தது பெறாஅ திரையிழந்து வருந்தி

மறிந்து நீங்கு மணிச்சிரல் காண்! எனப்
பொழிலும் பொய்கையுஞ் சுதமதி காட்ட
மணிமே கலையம் மலர்வனம் காண்புழி"

(பளிக்கறை புக்க காதை, 1-26)

2. வீரசோழியம்:

இஃதோர் இலக்கண நூல். வடமொழி இலக்கணத்தைச் சிறுபான்மை தழுவித் தமிழ் ஐந்திலக்கணங்களையும் சுருக்கமாகக் கூறுவது. இதனை இயற்றியவர் புத்தமித்திரனார். இந்நூற்கு உரை எழுதியவர் இவர் தம் மாணவராகிய பெருந்தேவனார். (நூலாசிரியர், உரையாசிரியர் வரலாறுகளை 11ஆம் அதிகாரத்தில் காண்க.) புத்தமித்திரனாரை ஆதரித்த வீரராசேந்திரன் என்னும் வீரசோழன் பெயரால் இந்நூல் இயற்றப்பட்டதாகலின், இதற்கு இப்பெயர் வாய்த்தது. இதனை 'எதிர்நூல்' என்பர்.

இதற்கு 'வீரசோழியக் காரிகை' என்னும் பெயரும் உண்டு. எழுத்ததிகாரம், சந்திப்படலம் என்னும் ஒரே படலத்தையுடையதாய் 28 செய்யுள்களையுடையது. சொல்லதிகாரம், வேற்றுமைப் படலம் (9 செய்யுள்), உபகாரப் படலம் (6-செய்யுள்), தொகைப் படலம் (8-செய்யுள்) தத்திதப்படலம் (8-செய்யுள்), தாதுப் படலம் (11-செய்யுள்) கிரியாபதப்படலம் (13+2-செய்யுள்) என்னும் ஆறு படலங்களையுடையது. ஏனைய பொருள், யாப்பு, அணி என்னும் மூன்று அதிகாரங்களும் முறையே பொருட் படலம் (21-செய்யுள்), யாப்புப்படலம், (36-செய்யுள்), அலங்காரப்படலம் (41- செய்யுள்) என்னும் ஒவ்வொரு படலமுடையன. இவற்றையன்றி மூன்று பாயிரச் செய்யுள்களையும் உடையது.

இது வழக்கொழிந்த இலக்கண நூல்களுள் ஒன்று, கச்சியப்ப சுவாமிகள் கந்தபுராணத்தை இயற்றிக் கச்சிக்குமரகோட்டத்தே அரங்கேற்றுங் காலத்தில், அப்புராணத்தின் முதற் செய்யுளில் வருகிற 'திகடசக்கரம்' என்னும் சொற்புணர்ச்சிக்கு இலக்கணங் காட்டும்படி அவையிலுள்ளோர் தடை நிகழ்த்தியபோது, அவர்களுக்கு இந்த வீர சோழியத்திலிருந்து இலக்கணம் காட்டப்பட்டதென்றும், பின்னர் அவையிலுள்ளோர் அப்புணர்ச்சியை ஒப்புக்கொண்டனரென்றும் ஒரு வரலாறு கூறப்படுகின்றது. இவ்வரலாற்றினின்றும், அக்காலத்திலேயே இந்நூல் வழக்கொழிந்துவிட்டதென்பதை நன்குணரலாம். இது இயற்றப்பட்ட காலம் பதினொன்றாம் நூற்றாண்டு.

இந்த நூலும் இதன் உரையும் தமிழ்நாட்டின் சரித்திரம் முதலியவற்றை ஆராய்வதற்குச் சிறிது உதவிபுரிகின்றன. சோழர்கள் கூடல், சங்கமம் முதலிய இடங்களில் அயல்நாட்டு வேந்தரை வென்ற செய்திகள் இவ்வுரையில் காட்டப்படும் மேற்கோட் செய்யுள்களினால் விளங்குகின்றன. இச் செய்திகளைக் கல் வெட்டுச் சாசனங்கள் உறுதிப்படுத்துகின்றன. குண்டலகேசி விருத்தம், கலிவிருத்தம், எலி விருத்தம், நரிவிருத்தம், உதயணன் காதை, நியாய சூடாமணி, புதியா நுட்பம், யாப்பருங்கலம், தண்டியலங்காரம், வச்சத்தொள்ளாயிரம் முதலிய நூல்களின் பெயர் இவ்வுரையில் கூறப்படுகின்றன. புத்தரைப் பற்றிய அழகான பாடல்கள் யாப்புப் படல உரையின் மேற்கோள்களாகக் காட்டப்பட்டுள்ளன. இந்நூல் இணைப்பில் சேர்க்கப்பட்ட செய்யுள்களில் பல இவ்வுரையினின்றும் எடுக்கப்பட்டவையே.

போற்றுவோரின்றி இறந்துபட்ட சில நூல்களைப் போன்றே இந்நூலும் இறந்துபட்டிருக்கும். நற்காலமாக இறக்குந் தறுவாயிலிருந்த இந்த நூலினைக் காலஞ்சென்ற ராவ்பகதூர். சி.வை. தாமோதரம் பிள்ளையவர்கள் அச்சிற் பதிப்பித்துப் புத்துயிர் கொடுத்தார்கள். 1881ஆம் ஆண்டு அச்சிற் பதிப்பிக்கப்பட்டது இப்புத்தகம்.

அகத்திய முனிவர், சிவபெருமானிடத்தில் தமிழைக் கற்றார் என்று சைவ நூல்கள் கூறுகின்றன. ஆனால், பௌத்தராகிய புத்தமித்திரனார், அகத்தியர் அவலோகிதீஸ்வரர் (போதி சத்துவர்) இடத்தில் தமிழ் கற்றதாகக் கூறுகிறார்.

> **"ஆயுங் குணத்தவ லோகிதன் பக்கல் அகத்தியன் கேட்டு**
> **ஏயும் புவனிக்கு இயம்பிய தண்டமிழ்"**

என்று, இவர் தமது வீரசோழியப் பாயிரத்தில் கூறுவது காண்க. அன்றியும் அவலோகிதரே தமிழ்மொழியை உண்டாக்கினார் என்றும் இவர் கூறுகிறார். "பன்னூறாயிரம் விதத்திற் பொலியும் புகழ் அவலோகிதன் மெய்த் தமிழ்" என்று இவர். கிரியா பதப் படலக் கடைசி செய்யுளில் கூறுவது காண்க.

கீரா சந்தேஸ்யம் என்னும் செய்யுள் நூல் சிங்கள மொழியில் கி.பி 15ஆம் நூற்றாண்டில், இலங்கையரசன் பராக்கிரமபாகு (கி.பி. 1412-1467) காலத்தில் இயற்றப்பட்டது. இலங்கையிலே தோட்டகமுவா என்னும் இடத்தில் இராகுலதேரர் தலைமையில் ஒரு கல்லூரி நடைப்பெற்றிருந்ததென்றும், அக்கல்லூரியில்

சம்ஸ்கிருதம், பாலி, சிங்களம், தமிழ் மொழிகள் பயிலப்பட்டன என்றும் இந்நூலில் கூறப்பட்டுள்ளது. சோழமன்னர் இலங்கையைக் கைப்பற்றி அரசாண்ட காலத்தில், இலங்கையில், தமிழ் நாகரிகம் போற்றப்பட்டதோடு, தமிழ் மொழியையும் சிங்களவர் கற்று வந்தனர் என்பது தெரிகிறது.

இலங்கையிலே சிங்களவர் தமிழ் பயின்றபோது, பௌத்தராகிய அவர்கள், பௌத்தர்களால் இயற்றப்பட்ட வீரசோழியம் என்னும் தமிழ் இலக்கணத்தைக் கற்றிருக்க வேண்டும். ஏனென்றால், சிங்களவர் சம்ஸ்கிருதம் படிக்கும்போது, சந்திரகோமினி என்னும் பௌத்தர் இயற்றிய சம்ஸ்கிருத இலக்கணத்தைத்தான் கற்பது அவர்கள் வழக்கமாக இருந்து வருகிறது. அதுபோல, தமிழ் கற்பதற்குப் பௌத்தர் இயற்றிய வீரசோழிய இலக்கணத்தைத் தான் கற்றிருக்க வேண்டும். அன்றியும், ஸிததஸங்கரா என்னும் சிங்கள மொழி இலக்கணம், கி.பி. 13 ஆம் நூற்றாண்டில் இயற்றப்பட்டது. இந்நூலில், இரண்டாம் வேற்றுமையைக் கூறுகிற பகுதி வீரசோழியத்தைப் பின்பற்றி எழுதியதாகக் கூறப்பட்டிருக்கிறது.[1] இதனால், இந்த இலக்கண நூல், பௌத்தர்களால் போற்றப்பட்டதென்பது விளங்குகின்றது.

மாதிரிக்காக, இந்நூலினின்றும் சில செய்யுள்களைக் காட்டுவோம்:-

'மிக்கவன் போதியின் மேதக் கிருந்தவன் மெய்த்தவத்தால்
தொக்கவன் யார்க்குந் தொடரவொண் ணாதவன் தூயனெனத்
தக்கவன் பாதந் தலைமேற் புனைந்து தமிழுரைக்கப்
புக்கவன் பைம்பொழிற் பொன்பற்றி மன்புத்த மித்திரனே.'

'ஆயுங் குணத்தவ லோகிதன் பக்க லகத்தியன்கேட்
டேயும் புவனிக் கியம்பிய தண்டமி ழீங்குரைக்க
நீயு முளையோ வெனிற்கரு டன்சென்ற நீள்விசும்பில்
ஈயும் பறக்கு மிதற்கென் கொலோசொல்லு மேந்திழையே!'

'நாமே வெழுத்துச்சொ னற்பொருள் யாப்பலங் காரமெனும்
பாமேவு பஞ்ச வதிகார மாம்பரப் பைச்சுருக்கித்
தேமே வியதொங்கற்றேர்வீர சோழன் றிருப்பெயராற்
பூமே லுரைப்பன் வடநூன் மரபும் புகன்றுகொண்டே.' *(பாயிரம்)*

'அறிந்த வெழுத் தம்முன் பன்னிரண் டாவிக ளான, கம்முன்
பிறந்த பதினெட்டுமெய், நடுவாய்தம், பெயர்த்திடையா
முறிந்தன யம்முத லாறும், ஙஞண நமனவென்று
செறிந்தன மெல்லினம், செப்பாத வல்லினந் தேமொழியே' *(சந்தி.1)*

இந்நூல் உரைப் பகுதியினின்று மாதிரிக்காகக் கீழ்க்கண்ட பகுதியைத் தருகின்றோம். இது, பொருட் படலத்தில், 'நாற்குலப் பக்கம்' என்னும் தொடக்கத்தினுடைய 19ஆவது செய்யுள் உரை.

'களவழி களத்திலழிவு. குரவையாவது, இன்றேர்க் குரவையிட்டாடுதல் ஆற்றலாவது, ஆரியரணாத் தன் பகை மிகையை மதியாது பொரும் ஆற்றல். வல்லாண் பக்கமாவது, பகைவென்று விளங்கி மதிப்பெரு வாகை வண்டாரத்துப் பெறுவான் செங்களத்துப் புலர்ந்து மாய்தல். வேட்கையார் பக்கமாவது விருந்தோம்பலு மழலோம்பலு முட்பட வெண்வகைத்தாம் பக்கம். மேன்மையாவது, பெரும்பகை தாங்குமேன்மை. அது அருளொடு புணர்ந்த வகற்சியாம்.

'புனிற்றுப் பசியுழந்த புலிப்பிணவு தனாஅது
முலைமறாஅக் குழவி வாங்கி வாய்ப்படுத்
தீரையெனக் கவர்ந்தது நோக்கி யாங்க
வேரிளங் குழவிமுன் சென்று தானக்
கூருகிர் வயமான் புலவுவேட்டுத் தொடங்கிய
வாளெயிற்றுக் கொள்ளையிற் றங்கினன் கதுவப்
பாசிலைப் போதி மேவிய பெருந்தகை
ஆருயிர் காவல் பூண்ட
பேரருட் புணர்ச்சிப் பெருமை தானே.'

பொருளாவது, அறம் பொருளின்ப மூன்று பொருளினும் விடாமற் புணர்ப்பது. காவலாவது, பிழைத்தோரைத் தாங்குதல். துறவாவது, தவத்தினை வென்ற பக்கம். அஃதாவது,

'வாடாப் போதி மரகதப் பாசடை
மரநிழ லமர்ந்தோ னெஞ்சம் யார்க்கும்
அருளின் றீந்தே னுரைப்பநனி நெகிழ்ந்து
மலரினு மெல்லி தென்ப வதனைக்
காமர் செவ்வி மாரன் மகளிர்
நெடுமா மழைக்கண் விலங்கி நிமிர்ந்தெடுத்த
வாளும் போழ்ந்தில வாயின்
யாதோ மற்றது மெல்லிய வாறே,'

கொடையென்பது,

'பாசடைப் போதிப் பேரருள் வாமன்
வரையா ஈகை போல யாவிருங்
கொடைப்படு வீரக் கொடைவலம் படுமின்
முன்ன ரொருமுறைத் தன்னுழை யிரந்த
அம்பி லரக்கர் வேண்டளவும் பருக

என்புதொறுங் கழிப்பித் தன்மெய் திறந்து வாக்கிக்
குருதிக் கொழும்பதங் கொடுத்தது மன்றிக்
கருசிமிட் பட்ட கள்ளற் புறவின்
மாய யாக்கை சொல்லிய தாற்றன்
உடம்பு நிறுத்தக் கொடுத்தது மன்றி' எனவரும்.

படையாளர் பக்கமாவது, கருதியறியும் படையாளர் பக்கம் ஒற்றுமையாவது, சிறியோர் நாணப் பெரியோர் கூறிய கூறுபாட்டிற் கழிமனத்தை யொற்றுமை கொள்ளல். 'மற்று' மென்றமையால், எட்டியல் சான்றோர் பக்கமுட்படக் கண்டுகொள்க. எட்டியலாவன:

'அமுக்கா றிலாமை யவாவின்மை தூய்மை
யொழுக்கங் குடிப்பிறப்பு வாய்மையிழுக்காத
நற்புலமை யோடு நடுவு நிலைமையே
கற்புடைய வெட்டுறுப்புக் காண்'

என்றமையாலறிக. சான்றோர் பக்கமாவது, பகைவர் கண்ணுந்தன் பாலார்கண்ணு மொப்புமையாகப் பாசறையுள்ளாச் சால்புடைமை கூறுதல். அஞ்சாச் சிறப்பென்பதுமது. "பிறவு மன்ன."

3. குண்டலகேசி:

ஐம்பெருங்காப்பியங்களுள் ஒன்றாகிய இந்த நூல் இப்போது இறந்துவிட்டது. 'தருக்கமாவன ஏகாந்த வாதமும் அனேகாந்த வாதமும் என்பன. அவை குண்டலம், நீலம், பிங்கலம், அஞ்சனம், தத்துவதரிசனம், காலகேசி முதலிய செய்யுடகளுள்ளும் சாங்கிய முதலிய ஆறு தரிசனங்களுள்ளும் காண்க' என்று யாப்பருங்கல விருத்தியுரையாசிரியர் 'மாலை மாற்றே சக்கரம் சுழிகுளம்' என்னும் சூத்திர உரையில் கூறியிருப்பதில் 'குண்டலகேசி' தருக்கநூல் என்பது அறியப்படும். எனவே, பௌத்த சமயச் சார்பான இந்நூல் தருக்க வாயிலாக ஜைனம், வைதீகம் முதலான சமயங்களைக் கண்டிப்பதாகும். இது பெரும்பான்மையும் விருத்தப் பாவினால் இயற்றப்பட்டதாகலின், இதனைக் 'குண்டலகேசிவிருத்தம்' என்றும் கூறுவர். 'குண்டலகேசி முதலான காப்பியமெல்லாம் விருத்தமாம்' என்பது வீரசோழிய (யாப்பு. 23-ஆம் பாட்டு) உரை. எனினும், இடையிடையே கலித்துறை செய்யுள்களும் விரவியிருந்தன என்பது "குண்டலகேசி விருத்தம்... முதலாயினவற்றுட் கலித்துறைகளுமுளவாம்" என வரும் வீரசோழிய (யாப்பு. 21-ஆம் செய்யுள்) உரையினால் விளங்குகின்றது. "குண்டலகேசி... முதலாகவுடைய வற்றிற்தெரியாத சொல்லும் பொருளும் வந்தன வெனின், அகலக்கவி செய்வானுக்கு அப்படியல்லதாகாதென்பது

அன்றியும், அவை செய்த காலத்து அச்சொற்களும் பொருள்களும் விளங்கியிருக்கும் என்றாலும் அமையுமெனக் கொள்க" என்ற வீரசோழிய (அலங் 4ஆம் செய்யுள்) உரைக் குறிப்பினால், இக் காவியத்தில் பொருள் தெரியாத சொற்கள் சில இருந்தன என்பது விளங்குகிறது.

இந்நூலாசிரியர் நாதகுத்தனார் என்பவர். இதனை நீலகேசி 344ஆம் பாட்டுரையில் 'புழுக்குலந் தம்மால் நுகரவும் வாழவும் பட்ட வினைய வுடம்பு' என்னும் குண்டலகேசிச் செய்யுள் அடியை எடுத்துக்காட்டி, நாதகுத்தனார் வாக்கெனக் குறிப்பிடுவதனால் அறியலாம். (கீழ்க்காணும் மாதிரிச் செய்யுள் 3ஆவது காண்க.)

மணிமேகலைக் காப்பியத்தின் தலைவி மணிமேகலை என்பவளின் பெயரையே அக்காப்பியத்தின் பெயராகச் சூட்டினமை போல, இக்காவியத் தலைவியின் பெயர் 'குண்டலகேசி' என்பதாகலின், இக்காப்பியத்திற்குக் குண்டலகேசி என்னும் பெயர் சூட்டப்பட்டது. குண்டலகேசி என்பவள் புத்தர் உயிர் வாழ்ந்திருந்த காலத்தில் வடநாட்டிலிருந்த ஒரு பெண் துறவி. இப்பெண்மணியின் வரலாறு பாலி மொழியில் எழுதப்பட்ட பௌத்த நூலாகிய 'தேரிகாதையிலும்' 'தம்ம பதா', 'அங்குத்தர நிகாயா' என்னும் நூலிலும் நீலகேசி என்னும் ஜைனத் தமிழ் நூல் (286ஆம் செய்யுள்) உரையிலும் கூறப்பட்டிருக்கின்றது. குண்டலகேசியின் வரலாற்றுச் சுருக்கம் வரலாறு:-

இராசகிருகம் என்னும் நகரத்தை அரசாண்ட அரசனின் மந்திரிக்கு ஒரு பெண்குழந்தை பிறந்தது. அக்குழந்தைக்குப் பத்திரை எனப் பெயரிட்டுப் பெற்றோர் சீராட்டிப் பாராட்டி வளர்த்தனர். இவ்வாறு வளர்த்த அப்பெண்மகவு பெரியதாகி மணம்செய்யத்தக்க வயதினையடைந்தது. ஒருநாள், இப்பெண் மாளிகையின் மேற்புறத்தில் உலாவியபோது, தெருவழியே கட்டழகு மிக்க காளையொருவனை அரசனது சேவகர் கொலைக் களத்துக்கு அழைத்துக் கொண்டு போவதைக் கண்டாள். கண்டு அக்காளையின் மேற் காதல் கொண்டாள். அவன் அரசனின் புரோகிதன் மகன். வழிப்பறி செய்த குற்றத்திற்காகக் கொலைத் தண்டனை அடையப்பெற்றுக் கொலைக்களத்திற்கு அழைத்தேகப்பட்டான். இக் குற்றவாளியின் மேல் காதல் கொண்ட பத்திரை, 'அவனையே மணம் புரிவேன்; அன்றேல் உயிர்விடுவேன்', என்று பிடிவாதம் செய்தாள். இதனையறிந்த இவள் தந்தை கொலையாளருக்குக் கைக்கூலி

கொடுத்து அவனை மீட்டுக் கொண்டு வந்து நீராட்டி ஆடையணிகளை அணிவித்துப் பத்திரையை அவனுக்கு மணஞ்செய்வித்தான்.

மணமக்கள் இருவரும் இன்பமாக வாழுங் காலத்தில் ஒரு நாள் ஊடல் நிகழ்ச்சியின்போது பத்திரை தன் கணவனை பார்த்து, "முன்பு கள்வன் அல்லனோ?" எனக் கூறினாள். அவன், அவள் தன்னை இகழ்ந்ததாகக் கருதி மிக்க சினங்கொண்டான். ஆயினும், அதனை அப்போது வெளியிற் காட்டாமல் அடக்கிக்கொண்டான்.

பின்னர், ஒரு நாள் அவன் பத்திரையை அழைத்து, அவளிடம் தன் உயிரைக் காப்பாற்றிய தெய்வத்தை வழிபடும் பொருட்டு அருகிலிருக்கும் மலையுச்சிக்குப் போக விரும்புவதாகவும், அவளையும் உடன்வரும்படியாகவும் கூறினான். அவளும் இசைய இருவரும் மலையுச்சிக்குச் சென்றனர். மலையுச்சியினை அடைந்தவுடன், அக்கொடியோன் அவளை சினந்து நோக்கி, 'அன்று நீ என்னைக் கள்வன் என்று கூறினாயன்றோ? இன்று உன்னைக் கொல்லப்போகிறேன். நீ இறக்குமுன் உனது வழிபடு கடவுளை வணங்கிக்கொள்', என்றான். இதனைக் கேட்டுத் திடுக்கிட்ட அவள், 'தற்கொல்லியை முற்கொல்ல வேண்டும்' என்னும் முதுமொழியைச் சிந்தித்து, அவன் கட்டளைக்குக் கீழ்ப்படிபவள் போல நடித்து, 'என் கணவனாகிய உன்னையன்றி எனக்கு வேறு தெய்வம் ஏது? ஆதலின், உன்னையே நான் வலம் வந்து வணங்குவேன்', என்று சொல்லி, அவனை வலம் வருவதுபோல் பின்புறம் சென்று, அவனை ஊக்கித் தள்ளினாள். இவ்வாறு அக்கொடியவன் மலையுச்சியினின்றும் வீழ்ந்து இறந்தான்.

இதன் பிறகு, பத்திரை உலகத்தை வெறுத்தவளாய் ஜைன மதத்தில் (நிகண்ட மதத்தில்) சேர்ந்து துறவு பூண்டாள். அந்த மதக்கொள்கைப்படி, துறவியான பத்திரையின் தலைமயிரைக் களைந்தவிட்டார்கள். ஆயினும், மீண்டும் தலையில் மயிர் வளர்ந்து சுருண்டு காணப்பட்டது. ஆகவே. 'சுருண்ட மயிரினை யுடையவள்' என்னும் பொருள்படும். 'குண்டலகேசி' என்று அவளைக் கூறினர். இப்பெயரே பிற்காலத்தில் இவளுக்குப் பெரும்பாலும் வழங்கப்பட்டது. சில வேளைகளில் இவளது இயற்கைப் பெயரையும் காரணப் பெயரையும் ஒருங்கு சேர்த்துப் 'பத்திரா குண்டலகேசி' என்றும் சொல்வதுண்டு.

ஜைன மதத்திற் சேர்ந்த குண்டலகேசி ஜைனர்களிடம் சமய சாத்திரங்களையும் தர்க்க நூல்களையும் கற்றுத்தேர்ந்து, சமயவாதம் செய்யப் புறப்பட்டு, சென்றவிடமெங்கும் நாவல் நட்டு, வாதப்போர்

செய்து வெற்றிக் கொண்டு வாழ்ந்தாள். (வாதப் போர் செய்வோர் நாவல் மரக்கிளையை ஊர் நடுவில் நட்டு வாதுக்கழைப்பது அக்கால வழக்கம்) இவ்வாறு நிகழுங்கால், ஒருநாள் ஓர் ஊரையடைந்து, அவ்வூர் நடுவில் மணலைக் குவித்து நாவல் மரக் கிளையை நட்டு, உணவு பெறுவதற்காக வீடுதோறும் பிச்சைக்குச் சென்றாள். அவ்வமயம் புத்தர் தமது சீடர்களுடன் அவ்வூர்க்கருகிலிருந்த ஒரு தோட்டத்தில் வந்து தங்கினார். அவருடைய சீடர்களில் சாரிபுத்தர் என்பவர் உணவுக்காக அவ்வூர்க்குட் சென்றார். சென்றவர் அங்கு நாவல் நட்டிருப்பதைக் கண்ணுற்று, அதன் காரணத்தை அங்கிருந்தவர்களால், அறிந்து, அங்கிருந்த சிறுவர்களை அழைத்து, அக்கிளையினைப் பிடுங்கி எறியும்படி கூறினார். அவர்களும் அவ்வாறே செய்தனர்.

பின்னர், உணவுகொள்ளச் சென்ற குண்டலகேசி மீண்டும் திரும்பிவந்தபோது, தான் நட்ட நாவல் மரக்கிளை வீழ்த்தப் பட்டிருப்பதைக் கண்டு, அதனை வீழ்த்தியவர் அருகிலிருந்த சாரிபுத்தர் என்பதனை அறிந்து, அவ்வூர்ப் பெரியோரை அழைத்து, அவைக் கூட்டச் செய்து, சாரி புத்தருடன் வாதம் செய்யத் தொடங்கினாள், நெடுநேரம் நடைபெற்ற வாதத்தில் குண்டலகேசி வினாவிய வினாக்களுக்கெல்லாம் சாரிபுத்தர் விடையளித்தார். பின்னர், சாரிபுத்தர் வினாவிய வினாவுக்குக் குண்டலகேசி விடையறுக்கத் தெரியாமல் தான் தோற்றதாகச் சொல்லி அவர் காலில் விழுந்து வணங்கி, அவரை அடைக்கலம் புகுந்தாள். சாரிபுத்தர் குண்டலகேசியைப் பார்த்து, "என்னிடம் அடைக்கலம் புகாதே; என் குரு புத்த பகவானிடம் அடைக்கலம் புகுவாயாக," என்று சொல்லி, அவளை அழைத்துச் சென்று புத்தரை வணங்கச் செய்தார். புத்தர் அவளுக்கு உபதேசம் செய்து, அவளைப் பௌத்தமதத்தில் சேர்த்தார். இதுவே குண்டலகேசி என்னும் தேரியின் வரலாறு.

இந்தக் குண்டலகேசி பௌத்தமதத்தைச் சேர்ந்த பிறகு சமயவாதம் செய்யப் புறப்பட்டு, ஜைனம், வைதீகம் முதலான சமயங்களைத் தருக்க முறையாகக் கண்டிப்பதாக இயற்றப் பட்டதுதான் குண்டலகேசி காப்பியம் என்பது. இந்தக் குண்டலகேசி நூலுக்கு விடையிறுத்து, ஜைனமதக் கொள்கையை நாட்ட இயற்றப்பட்டது நீலகேசி என்னும் நூல். குண்டலகேசி இயற்றப் படாமலிருந்தால், நீலகேசியும் இயற்றப்பட்டிராது. இப்போது நீலகேசி நூல் அழியாமல் இருக்க, குண்டலகேசியோ மறைந்துவிட்டது. இது சமயப் பொறாமையின் விளைவு. சமயப்

பகை தமிழ்நாட்டில் பெருந்தீங்கு விளைத்திருக்கின்றது. நினைத்தால் மனம் பதறுகின்றது. குண்டலகேசியை இழந்துவிட்டது தமிழ் இலக்கியத்துக்குப் பெருங்குறையே. ஏனென்றால், தமிழ்நாட்டின் பழக்கவழக்கங்கள், சரித்திரக் குறிப்புக்கள், அக்காலத்திலிருந்த சமயங்கள், அவற்றின் கொள்கைகள் இவற்றையும், அக்காலத்தில் தமிழ்நாட்டுப் பௌத்தமதக் கொள்கைகளையும், அம்மதத்தின் நிலைமையையும் தெரிவிக்கக்கூடிய ஒரு நூலை நாம் இழந்து விட்டோம். இந்த நூல் இயற்றப்பட்ட காலம் தெரியவில்லை.

குண்டலகேசி மறைந்துவிட்டது. ஆயினும், பல நூல்களினின்றும் தொகுக்கப்பட்ட 'புறத்திரட்டு' என்னும் நூலில் குண்டலகேசிச் செய்யுட்கள் காணப்படுகின்றன. அன்றியும் தொல்காப்பிய உரை. யாப்பருங்கல விருத்தியுரை, வீரசோழிய உரை என்னும் இவற்றில் குண்டலகேசிச் செய்யுள்கள் சில மேற்கோள் காட்டப்பட்டுள்ளன. செய்யுள் நடைமாதிரிக்காக அவற்றுட் சிலவற்றைக் கீழே தருகின்றோம்.

கடவுள் வாழ்த்து

"முன்றான் பெருமைக்க ணின்றான் முடிவெய்து காறும்
நன்றே நினைத்தான் குணமே மொழிந்தான் தனக்கென்
றொன்றானு முள்ளான் பிறர்க்கே யுறுதிக் குழந்தா
னன்றே யிறைவ னவன்றாள் சரணங்க ளன்றே."

அவையடக்கம்

"நோய்க்குற்ற மாந்தர் மருந்தின்சுவை நோய்க்கில்லார்
தீக்குற்ற காதலுடையார் புகைத்தீமை யோரார்
போய்க்குற்ற மூன்று மறுத்தான் புகழ் கூறுவேற்கென்
வாய்க்குற்ற சொல்லின் வழுவும்வழு வல்லவன்றே."

'எனதெனச் சிந்தித்த லான்மற் றிவ்வுடம் பின் பத்துக் காமேல்
தினைப்பெய்த புன்கத்தைப்போலச் சிறியவு மூத்தவுமாகி
நுனைய புழுக்குலந் தம்மால் நுகரவும் வாழவும் பட்ட
இனைய உடம்பினைப் பரவி யானென தென்னலு மாமோ'

'வகையெழிற் றோள்க ளென்று மணிநிறக் குஞ்சியென்றும்
புகழெழ விகற்பிக் கின்ற பொருளில்லா மத்தை மற்றோர்
தொகையெழுங் காதல் தன்னால் துய்த்துயாந் துடைத்து மென்பார்
அகையழ லழுவந் தன்னை நெய்யினா லவிக்க லாமோ'.

'அனலென நினைப்பிற் பொத்தி யகந்தலைக் கொண்ட காமக்
கனவினை யுவர்ப்பு நீராற் கடையற வலித்து மென்னார்

நினைவிலாப் புணர்ச்சி தன்னால் நீக்குது மென்று நிற்பார்
புனலினைப் புனலி னாலே யாவர்போ காமை வைப்பார்'.

'பாளையாந் தன்மை செத்தும் பாலனாந் தன்மை செத்துங்
காளையர் தன்மை செத்தும் காமுறு மிளமை செத்தும்
மீளுமிவ் வியல்பு மின்னே மேல்வரு மூப்பு மாகி
நாளுநாட் சாகின் றோமால் நமக்குநா மழாத தென்னோ'.

4. சித்தாந்தத் தொகை

இஃது இறந்துபட்ட நூல்களுள் ஒன்று. இது பௌத்தமதக் கொள்கைகளைத் தொகுத்துக் கூறும் நூல் எனத் தெரிகின்றது. இதனை இயற்றியவர் இன்னார் என்பதும், ஒருவரா பலரா என்பதும் தெரியவில்லை. சிவஞான சித்தியார் என்னும் சைவ சமய நூலுக்கு ஞானப் பிரகாசர் எழுதிய உரையில் பரபக்கம் சௌத்திராந்திகன் மதம், 2,3,1 பாட்டுக்களின் உரை கீழக்கண்ட செய்யுளை இந்நூலிலிருந்து மேற்கோள் காட்டியிருக்கின்றார்:

'அருணெறியாற் பாரமிகை யாறைந்து முடனடக்கிப்
பொருண் முழுதும் போதியின்கீழ் முழுதுணர்ந்த முனிவரன்றன்
அருண்மொழியா னல்வாய்மை யறிந்தவரே பிறப்பறுப்பார்
மருணெறியாம் பிறநூலும் மயக்கறுக்கு மாறுளதோ'.

'மருடரு மனம் வாய் மெய்யிற் கொலைமுதல் வினைப் பத்தாமே என்பது சித்தாந்தத் தொகை' என்று நீலகேசி, புத்தவாதச் சருக்கம் 64ஆம் பாட்டுரையில் கூறப்பட்டிருக்கின்றது. இவற்றைத் தவிர இந்நூற் செய்யுள்கள் வேறொன்றும் கிடைக்கவில்லை.

5. திருப்பதிகம்:

இதுவும் இறந்துபட்ட நூலுள் ஒன்று. இந்நூல் ஆசிரியர் யாவர், இந்நூல் எத்தனைப் பாக்களைக் கொண்டது என்னும் செய்திகள் ஒன்றும் தெரியவில்லை. காலமும் தெரியவில்லை. இந்நூலின் பெயரைக்கொண்டு இது புத்தர்மீது இயற்றப்பட்ட தோத்திரநூல் என்று கருத இடமுண்டாகிறது. சிவஞான சித்தியார் (பரபக்கம்: சௌத்திராந்திகன் மதம், 2ஆம் செய்யுள், மேற்படி மறுதலை, 8ஆம் செய்யுள்) உரையில் ஞானப்பிரகாசர் கீழ்க்கண்ட செய்யுளை மேற்கோள் காட்டி, 'இது திருப்பதிகம் எனக் கொள்க' என்று குறிப்பிட்டிருக்கின்றனர்.

'எண்ணிகந்த காலங்க ளெம்பொருட்டான் மிகவுழன்று
எண்ணிகந்த காலங்க ளிருடீர வொருங்குணர்ந்தும்

எண்ணிகந்த தானமுஞ் சீலமு மிவையாக்கி
எண்ணிகந்த குணத்தினா னெம்பெருமா னல்லனோ'

நீலகேசி உரையாசிரியர் கடவுள் வாழ்த்து உரையில் மேலே காட்டிய செய்யுளையும், கீழ்க்கண்ட செய்யுளையும் மேற்கோள் காட்டியுள்ளார். ஆனால், இச்செய்யுள்கள் இந்நூலிலிருந்து எடுக்கப்பட்டன என அவர் குறிப்பிடவில்லை. ஆயினும், அவர் காட்டிய கீழ்க்கண்ட செய்யுளும் இந்த நூலைச் சேர்ந்ததுதான் என்பதில் ஐயமில்லை.

'என்றுதா னுலகுய்யக் கோளெண்ணினா னதுமுதலாச்
சென்றிரந்தார்க் கீந்தனன் பொருளுடம் புறுப்புக்க
டுன்றினன் பிறக்குந னுளனாயின் மாமேருக்
குன்றியின் றுணையாகக் கொடுத்திட்டா னல்லனோ'.

6. விம்பசார கதை:

இந்தப் பெயர்கொண்ட பௌத்த நூல் ஒன்றிருந்ததென்பது நீலகேசி உரையினால் (190ஆவது பாட்டுரை) அறியப்படும். நீலகேசி உரையாசிரியர் விம்பசார கதையிலிருந்து நான்கு அடிகளை மேற்கோள் காட்டி, 'இது விம்பசார கதை என்னும் காவியம்; பௌத்தருடைய நூல்; அதன்கட் கண்டு கொள்க' என்று எழுதியிருக்கின்றார். சிவஞான சித்தியார் என்னும் நூலுக்கு உரையெழுதிய ஞானப்பிரகாசர் (பர: சௌத்தி: மறுதலை. 5-ஆம் செய்யுளுரை) நீலகேசி உரையாசிரியர் மேற்கோள்காட்டிய அதே நான்கடிகளை மேற்கோள்காட்டி, விம்பசார கதையைப் பற்றி அவர் எழுதியவற்றை அவ்வாறே எழுதியிருக்கிறார்.

விம்பசார கதை என்னும் இந்தக் காப்பியம் எத்தனை செய்யுள்களையுடையது. எத்தனை அதிகாரங்களையுடையது, இதனை இயற்றியவர் யாவர் என்பதைப்பற்றி ஒன்றும் தெரியவில்லை. ஆயினும், இக்காப்பியத்தின் பெயரைக் கொண்டு, புத்தர் காலத்தில் இருந்தவனும், அவருக்குப் பலவிதத்திலும் தொண்டு செய்து அவரை ஆதரித்து வந்தவனுமான விம்பசாரன் என்னும் அரசனது வரலாற்றினைக் கூறுவது இக்காப்பியம் என்று கருதக் கிடக்கின்றது. விம்பசாரனது வரலாற்றுச் சுருக்கம் இதுவாகும்.

விம்பசாரன் அல்லது பிம்பிசாரன் என்னும் அரசன் இராச கிருகம் என்னும் நகரைத் தலைநகராகக் கொண்டு மகத நாட்டை (கி. மு. 542 முதல் 490 வரையில்) அரசாண்டான். அக்காலத்தில் இல்லற வாழ்க்கையைத் துறந்து, துன்பத்தை நீக்கும் வழியைக் காண்பதற்காகச்

செல்லும் சித்தார்த்தர் (புத்தர்), இராசகிருக நகரத்திற்குச் சென்றபோது அவரைக் கண்ட பிம்பசார அரசன் அவரை அழைத்துத் தன் இராச்சியத்தில் சரிபாதியை அவருக்குக் கொடுப்பதாகக் கூறினான். சித்தாத்தர், தாம் செல்லும் நோக்கத்தைத் தெரிவிக்க, அவன் அவரது நோக்கம் நிறைவேறிய பிறகு தன்னிடம் வந்து தனக்கு உபதேசம் செய்யவேண்டும் என்று இரந்து வேண்டினான். சித்தார்த்தர் அதற்கு உடன்பட்டு அவனிடம் விடைபெற்றுச் சென்றார். பின்னர், சித்தார்த்தர் புத்தரான பிறகு விம்பசாரனுக்குத் தாம் வாக்களித்ததை நினைத்து, தம் சீடர்களுடன் இராசகிருகத்தின் அருகில் சுபதித்த சேதியத்தில் வந்து தங்கினார். இதனையறிந்த அரசன் தனது சுற்றத்தாருடன் சென்று புத்தரை வணங்க, அவர் அவர்களுக்கு உபதேசம் செய்தார். அன்று முதல் அரசன் பௌத்த மதத்தை மேற்கொண்டான். அடுத்த நாள் அரசன் புத்தரையும் அவருடைய சீடர்களையும் அரண்மனைக்கழைத்து அவர்களுக்கு விருந்தளித்த பின்னர், அவர்கள் தங்குவதற்கு 'வெளுவனம்' என்னும் தோட்டத்தை புத்தருக்குத் தானமாக் கொடுத்தான். அன்றியும், அவன் இறக்கும் வரையில் புத்தருக்கும் அவரது சங்கத்தாருக்கும் பற்பல உதவிகளையும் தொண்டுகளையும் செய்து வந்தான்.

இந்த அரசனுக்கு அஜாத சத்ரு என்னும் மகன் ஒருவன் இருந்தான். இவன் பிறந்தபோது இவனால் அரசனுக்கு மரணம் நேரிடும் என்று நிமித்திகர் கூறினர்.

கௌதம புத்தருக்கு மைத்துனன் ஒருவன் இருந்தான். அவன் பெயர் தேவதத்தன். அவன் புத்தரின் தாய்வழி மாமனின் மகன். இந்தத் தேவதத்தன், புத்தர் உலகத்தாரால் போற்றிப் புகழப்படுவதைக் கண்டு அவர்மேல் பொறாமை கொண்டான். பௌத்த சங்கத்தின் தலைவராக வீற்றிருக்கும் புத்தரை நீக்கிவிட்டு, அவர் இடத்தில் தான் அமர்ந்து பெருமையடைய அவாக் கொண்டான். ஆனால், புத்தரும் விம்பசார அரசனும் உயிரோடுள்ள வரையில் தனது விருப்பம் நிறைவேறாதெனக் கண்டு, அவர்களைக் கொல்லச் சூழ்ச்சி செய்தான்.

தேவதத்தன் சில சித்திகள் கைவரப்பெற்றவனாகலின், அவன் அரசன் மகன் அஜாதசத்ருவிடம் சென்று, அவன் அஞ்சும்படி சில சித்திகளை செய்து, அவனைத்தன் வசப்படுத்தி, அரசனைக் கொன்று அரசைக் கைப்பற்றிக்கொள்ளுமாறும், புத்தரைக் கொன்று பௌத்த சங்கத் தலைமைப் பதவியைத் தனக்களிக்குமாறும் அவனுக்குக் கூறினான். இவன் சித்திகளைக் கண்டு இவனிடம் அச்சமும்

மதிப்புங்கொண்ட அரசகுமாரன் இவன் கற்பித்த தீச்செயல்களைச் செய்ய உடன்பட்டான்.

தேவதத்தன், அரசகுமாரன் உதவியால் சில வில் வீரர்களை ஆங்காங்கேயிருக்கச் செய்து, புத்தர் பாதை வழியே செல்லும் போது அவரை அம்பெய்து கொல்லுமாறு ஏவினான். புத்தர் வீதி வழியே சென்றபோது, வில்வீரர்கள் அவர் மேல் அம்பெய்ய முடியாதவர்களாகி விறைந்து நின்றனர். பின்னர், அவர்கள் புத்தரிடம் வந்து அவரிடம் உபதேசம் பெற்றுச் சென்றனர். தனது நோக்கம் நிறைவேறாமற் போனதைக் கண்ட தேவதத்தன், தானே புத்தரைக் கொல்ல முடிவுசெய்து, அவர் பாதை வழியே செல்லும்போது பெரும்பாறைகளை மலைமீதிருந்து உருட்டினான். அவை அவருக்கு பெரிய ஊறு செய்யவில்லையாயினும், காலில் சிறிது காயத்தை யுண்டாக்கின. இதனையறிந்த அவருடைய சீடர்கள் அவரை வெளியே செல்லக்கூடாது என்று தடுத்தார்கள். புத்தர் 'ததாகதருடைய உயிரைப் போக்க ஒருவராலும் ஆகாது', என்று சொல்லி, தம் வழக்கம் போல் வெளியே சென்றுவந்தார். பின்னர், தேவதத்தன், அரசகுமாரன் உதவியால், 'நளாகிரி' என்றும் 'தன பாலன்' என்றும் பெயருள்ள மதம்பிடித்த யானையைக் கள்ளூட்டி வெறிகொள்ளச் செய்து, புத்தர் வீதி வழியே செல்லும் போது அவரைக் கொல்ல அதை ஏவினான். அவ்வியானை புத்தரைக் கண்டபோது மதமும் வெறியும் தணியப்பெற்று அவரை வணங்கியது.

இவ்வாறு, தேவதத்தன் புத்தரைக் கொல்ல சூழ்ச்சி செய்திருக்க, அஜாத சத்துரு, அரசனைக் கொல்லச் சூழ்ச்சி செய்தான். இதனையறிந்த அரசன் தன் மகளுக்கு அரசாட்சியைக் கொடுத்துவிட்டுத் தான் அப் பதவியினின்றும் விலகிக் கொண்டான். ஆயினும், தேவதத்தன் அரசகுமாரனிடம் சென்று, அரசனைக் கொல்லும்படி வற்புறுத்தினான். அதனைக் கேட்டு, அஜாதசத்துரு அரசனைச் சிறைப்படுத்தி, காற்றோட்டமில்லாத 'பொதியறை'யில் அடைத்து அரசியை தவிர ஒருவரும் அங்குச் செல்லக் கூடாதென்றும், ஒருவரும் அரசனுக்கு உணவு கொடுக்கக் கூடாதென்றும் கட்டளையிட்டான். இவ்வாறு சிறைப்பட்ட விம்பசார அரசனுக்கு அவன் மனைவி அவனைக் காணச் செல்லும்போதெல்லாம் தனது உடையில் உணவை மறைத்துக் கொண்டு போய்க் கொடுத்து வந்தாள். இது கண்டறியப்பட்டபின், தனது தலையணியில் சிறிது உணவை மறைத்துக் கொண்டு போனாள். இதுவுங் கண்டறியப்பட்ட போது, அந்த அரசி நீராடித் தன் உடம்பில் 'சாதுர் மதுரம்' என்னும்

நால்வகை இனிப்பு வகைகளைப் பூசிக்கொண்டு அரசனிடம் சென்றாள். அரசன் அவள் உடம்பில் பூசப்பட்ட இனிப்பை நக்கி உண்டு உயிர்வாழ்ந்தான். இதுவும் கண்டுபிடிக்கப்பட்டு அரசி விம்பசாரனைப் பார்க்க கூடாதென்று தடுக்கப்பட்டது. விம்பசாரன் மனம் கவலாமல் பொதியறையாகிய அச்சிறையில் உலாவிக் கொண்டிருந்தான். இதனையறிந்த அஜாதசத்ரு சில மயிர் வினைஞரை அனுப்பி, விம்பிசாரனுடைய பாதத்தைக் கத்தியால் கீறியறுத்து, உப்பையும் புளித்த காடியையும் இட்டுக் கட்டுமாறு கூறினான். இக் கொடுஞ்செயலை செய்ய மனமற்றவராக இருந்தும், அவ்வூழியர் அவ்வாறே செய்தனர். இக்கொடுமையால் ஏற்பட்ட துன்பத்தை தாங்கப் பொறாமல், விம்பசாரன் சிறைச்சாலையில் உயிர் நீத்தான்.

விம்பசாரன் உயிர் துறந்த அதே நாளில், அஜாத சத்துருவுக்கு ஒரு குழந்தை பிறந்தது. அப்போது குழந்தையிடத்தில் தந்தைக்கு உண்டாகும் அன்புணர்ச்சி அவனுக்கு ஏற்பட்டது. தன்னையும் தன் தந்தை இப்படித்தானே நேசித்திருப்பான் என்று கருதி, அவன் தன் தாயிடம் சென்று இதைப்பற்றி வினவினான். அஜாதசத்துரு பிறந்தது முதல் விம்பசார அரசன் எவ்வாறு அவனை அன்பாக நேசித்தான் என்பதனையும், எவ்வாறு கண்ணுக்குக் கண்ணாயும் உயிருக்கு உயிராயும் போற்றிக் காப்பாற்றினான் என்பதனையும் அவள் அவனுக்கு விளக்கிச் சொன்னாள். இவற்றையெல்லாங் கேட்ட அஜாதசத்துருதான் தன் தந்தையாகிய விம்பசார அரசனைக் கொடுமையாய் சித்திரவதை செய்து கொன்றதை நினைத்து வருந்தினான்.

இவ்வரலாற்றினைப் பொருளாகக் கொண்டு இயற்றப்பட்டது இந்த விம்பசார கதை என்னும் காப்பியம் எனத் தோன்றுகின்றது. இஃது இயற்றப்பட்ட காலம் தெரியவில்லை இந்தக் காப்பியத்தினின்று நமக்குக் கிடைத்திருப்பன நான்கு அடிகள் மட்டுமே. அவை பின்வருவன:

'உலும்பினி வனத்துள் ஒண்குழைத் தேவி
வலம்படு மருங்குல் வடுநோ யுறாமல்
ஆன்றோன் அவ்வழித் தோன்றினன் ஆதலின்
ஈன்றோள் ஏழ்நாள் இன்னுயிர் வைத்தாள்'.

இச்செய்யுள நடையை நோக்கும்போது, இந்தக் காப்பியம், மணிமேகலையைப் போன்று ஆசிரியப்பாவினால் இயற்றப்பட்டிருக்க வேண்டும் எனத் தோன்றுகிறது.

❀

தமிழில் பாலிமொழிச் சொற்கள்

வாணிகம், மதம், அரசாட்சி முதலிய தொடர்புகளினாலே ஒரு தேசத்தாரோடு இன்னொரு தேசத்தார் கலந்து உறவாடும்போது, அந்தந்தத் தேசத்து மொழிகளில் அயல்நாட்டுச் சொற்கள் கலந்துவிடுவது இயற்கை. வழக்காற்றிலுள்ள எல்லா மொழிகளிலும் வெவ்வேறு மொழிச் சொற்கள் கலந்திருப்பதைக் காணலாம். இந்த இயற்கைப்படியே தமிழிலும் வெவ்வேறு மொழிச் சொற்கள் சில கலந்து வழங்குகின்றன. இவ்வாறு கலந்து வழங்கும் வேறுமொழிச் சொற்களைத் திசைச்சொற்கள் என்பர் இலக்கண ஆசிரியர்.

தமிழில் போர்ச்சுகீசு, ஆங்கிலம், உருது, அரபி முதலிய அயல்மொழிச் சொற்கள் சில அண்மைக்காலத்தில் கலந்துவிட்டது போலவே, பாகத (பிராகிருத) மொழிகளில் ஒன்றான பாலி மொழியிலிருந்தும் சில சொற்கள் முற்காலத்தில் கலந்து காணப்படுகின்றன. பாலிமொழி இப்போது வழக்காறின்றி இறந்து விட்டது. என்றாலும், பண்டைக்காலத்தில், வட இந்தியாவில் மகதம் முதலான தேசங்களில் அது வழக்காற்றில் இருந்து வந்தது. 'தனக்கென வாழாப் பிறர்க் குரியாளன்' எனப் போற்றப்படும். கௌதம புத்தர், இந்தப் பாலிமொழியிலே தான் தம் உபதேசங்களை ஜனங்களுக்குப் போதித்து வந்தார் என்பர். பாலிமொழிக்கு மாகதி என்றும் வேறு பெயர் உண்டு. மகத நாட்டில் வழங்கப்பட்டதாகலின் இப்பெயர் பெற்றதுபோலும்; வைதீக மதத்தாருக்குச் சம்ஸ்கிருதம் 'தெய்வபாஷை'யாகவும் ஆருகதருக்குச்

சூரசேனி என்னும் அர்த்தமாகதி 'தெய்வபாஷை'யாகவும் இருப்பது போல, பௌத்தர்களுக்கு மாகதி என்னும் பாலிமொழி 'தெய்வ பாஷை'யாக இருந்துவருகின்றது. ஆகவே பண்டைக்காலத்தில் எழுதப்பட்ட பௌத்த நூல்கள் எல்லாம் பாலிமொழியிலே எழுதப்பட்டுவந்தன. பிற்காலத்தில், மகாயான பௌத்தர்கள், பாலி மொழியைத் தள்ளி, சம்ஸ்கிருத மொழியில் தம் சமய நூல்களை இயற்றத் தொடங்கினார்கள். ஆனாலும், தென்இந்தியா, இலங்கை, பர்மா ஆகிய இடங்களில் உள்ள பௌத்தர்கள் தொன்றுதொட்டு இன்றுவரையில் பாலிமொழியையே தங்கள் 'தெய்வமொழி'யாகப் போற்றி வருகின்றார்கள். பௌத்தமதம், தமிழ்நாட்டில் பரவி நிலைபெற்றிருந்த காலத்தில் அந்த மதத்தின் தெய்வ பாஷையான பாலி மொழியும் தமிழ்நாட்டில் இடம்பெற்றது.

பாலிமொழி தமிழ்நாட்டில் இடம்பெற்றிருந்தது என்றால், தமிழ்நாட்டுப் பௌத்தர்கள் அந்த மொழியைப் பேசிவந்தார்கள் என்று கருதகூடாது. பாலிமொழி ஒருபோதும் தமிழ்நாட்டுப் பௌத்தப் பொதுமக்களால் பேசப்படவில்லை. ஆனால், பௌத்தக் குருமாரான தேரர்கள் பாலிமொழியில் இயற்றப்பட்ட தம் மத நூல்களைப் படித்து வந்தார்கள். பிராமணர்கள், தம் மத விஷயங்களை அறியத் தமது 'தெய்வமொழி'யான சம்ஸ்கிருத மொழியில் எழுதப்பட்ட நூல்களைப் படிப்பதும், உலக நடவடிக்கையில் தமிழ், தெலுங்கு முதலான தாய்மொழிகளைக் கையாளுவதும் போல, பௌத்தப் பிக்ஷுக்கள் தம்முடைய மதநூல்களை மட்டும் பாலிமொழியில் கற்றும், உலக வழக்கில், தமிழ்நாட்டினைப் பொறுத்தமட்டில், தமிழ் மொழியைக் கையாண்டும் வந்தார்கள். இந்தப் பிக்ஷுக்கள் பொதுமக்களுக்குப் பாலிமொழி நூலிலிருந்து மத உண்மைகளைப் போதித்தபோது, சில பாலிமொழிச் சொற்கள் தமிழில் கலந்துவிட்டன. இவ்வாறே அர்த்தமாகதி என்னும் வேறு பாகத மொழிச் சொற்களும், சமஸ்கிருத மொழிச் சொற்களும் ஆருகதே மதத்தவராகிய ஜைனர்களாலே தமிழில் கலுந்துவிட்டன. ஆருகதரும் பௌத்தரும் தமிழை நன்கு கற்றவர். அதனோடு பாகத, சம்ஸ்கிருத மொழிகளையும் பயின்றவர். இதனை,

> 'ஆகமத்தொடு மந்திரங்கள் அமைந்த சங்கத பங்கமாம்
> பாகதத்தோ டிரைத்தரைத்த சனங்கள்...'

என்று சமணரைப் பற்றித் திருஞானசம்பந்தர் திருவாலவாய்ப் பதிகத்தில் கூறியிருப்பதினாலும் அறியலாம்.

மாகதி என்னும் பாலிமொழிச் சொற்கள் சில தமிழில் கலந்துள்ளன என்பதைத் தக்கயாகப்பரணி உரையாசிரியர் கூறியதில் இருந்தும் உணரலாம். 410ஆம் தாழிசை உரையில், 'ஐயை-ஆரியை. இதன் பொருள் உயர்ந்தோனென்பது. ஆரியையாவது சங்கிருதம்; அஃது ஐயையென்று பிராகிருதமாய்த் திரிந்தவாறு; மாகதமென்னலுமாம்' என்று எழுதியிருப்பதைக் காண்க. அன்றியும் 485 ஆம் தாழிசையுரையில் 'தளம்-ஏழு; இது பஞ்சமா ரூடபத்திர தளம்: இது மாகதம்' என எழுதியிருப்பதையுங் காண்க.

தமிழ்நாட்டிலே, காஞ்சிபுரம், காவிரிப்பூம்பட்டினம் (புகார்), நாகப்பட்டினம், உறையூர், பூதமங்கலம், மதுரை, பாண்டிநாட்டுத் தஞ்சை, மானாவூர், துடிதபுரம், பாடலிபுரம் சாத்தமங்கை, போதி மங்கை, சங்கமங்கை, அரிட்டாபட்டி, பௌத்தபுரம் முதலான ஊர்களில் பாலிமொழியை நன்கறிந்திருந்த பௌத்த ஆசிரியர் பண்டைக்காலத்திருந்தனர் என்பது பௌத்த நூல்களாலும் பிற நூல்களாலும் தெரிகின்றது. பாலிமொழியை நன்கு கற்றுத் தேர்ந்து, அந்த மொழியில் நூல்களை இயற்றிய தமிழ்நாட்டுப் பௌத்த ஆசிரியர்களின் வரலாற்றினைத் 'தமிழ்நாட்டுப் பௌத்தப்பெரியார்' என்னும் தலைப் பெயரையுடைய அதிகாரத்தில் காண்க. இது நிற்க:

தமிழில் கலந்து வழங்கும் பாலிமொழிச் சொற்கள் அனைத்தினையும் எடுத்துக்காட்ட இயலவில்லை. அவ்வாறு செய்வது, தமிழ், பாலி என்னும் இரு மொழிகளையும் நன்கு கற்றுத் தேர்ந்த அறிஞர்களால் மட்டுமே இயலும். ஆயினும், பாலிமொழிச் சொற்கள் தமிழில் அதிகம் இருப்பதாகத் தெரியவில்லை. யாம் அறிந்தமட்டில், தமிழில் வழங்கும் பாலிச் சொற்கள் சிலவற்றைக் கீழே தருகின்றோம்.

உய்யானம், ஆராமம்: பூந்தோட்டம் என்பது பொருள். பௌத்தரின் பள்ளி, விகாரை, தூபி முதலியவை இருக்கும் இடத்தைச் சேர்ந்த பூஞ்சோலைகளுக்கு இப்பெயர் வழங்கப்பட்டது. இச்சொற்கள் மணிமேகலையில் வந்துள்ளன.

சமணர்: இப்பெயர் ஜைன, பௌத்தத் துறவிகளுக்குப் பொதுப்பெயர். ஆயினும், இப்போது தமிழ்நாட்டில் ஜைன மதத்தினரை மட்டும் குறிக்கத் தவறாக வழங்கப்படுகின்றது. வட மொழியில் இது 'ஸ்மரணர்' என்று வழங்கப்படுகிறது. இச்சொல் தேவாரம், மணிமேகலை முதலிய நூல்களில் காணப்படுகின்றது.

சைத்தியம், சேதியம், தூபம், தூபி: இச்சொற்கள் பௌத்தர் வணங்குதற்குரிய கட்டங்கள், ஆலயங்கள் முதலியவற்றைக்

குறிக்கின்றன. 'தூபம்', 'தூபி', என்பனவற்றை 'ஸ்தூபம்' 'ஸ்தூபி' என்னும் வடமொழிச் சொற்களின் தமிழ்த் திரிபாகவும் கொள்ளலாம். ஆயினும், பாலிமொழியிலிருந்து தமிழில் வந்ததாகக் கொள்வதுதான் வரலாற்றுக்குப் பொருத்தமுடையது. இச்சொற்களை மணிமேகலை, நீலகேசி முதலிய நூல்களில் காணலாம்.

தேரன், தேரி : இவை பௌத்தத் துறவிகளில் மூத்தவர்களுக்கு வழங்கும் ஆண்பால் பெண்பாற் பெயர்கள். இச்சொற்கள் மணிமேகலை, நீலகேசி, தேவாரம் முதலிய நூல்களில் வந்துள்ளன.

பிக்ஷு, பிக்ஷுணி: (பிக்கு, பிக்குணி) முறையே பௌத்த ஆண், பெண் துறவிகளைக் குறிக்கின்றன. மணிமேகலை, நீலகேசி முதலிய நூல்களில் இச்சொற்கள் காணப்படுகின்றன.

விகாரை விகாரம்: பௌத்தக் கோயிலுக்கும் பிக்ஷுக்கள் வாழும் இடத்துக்கும் பெயர்.

வேதி, வேதிகை: திண்ணை என்பது பொருள். அரசு முதலான மரங்களின்கீழ் மக்கள் தங்குவதற்காகக் கட்டப்படும் மேடைக்கும் பெயர்.

போதி: *அரசமரம்*.

பாடசாலை: பள்ளிக்கூடம்.

விகாரை: பௌத்த பிக்குகள் வசிக்கும் கட்டிடம்.

வேணு, வெளு : மூங்கில்

சீலம்: ஒழுக்கம்.

அர்ஹந்தர்: பௌத்தமுனிவர்.

சீவரம்: பௌத்த பிக்குகள் உடுத்தும் ஆடை.

சேதியம்: கோவில்.

ததாகதர்: புத்தர்

தம்மம்: தர்மம்

நிர்வாணம்: பௌத்தருடைய வீடுபேறு.

சாவகர்: பௌத்தரில் இல்லறத்தார்.

ஹேது: *(ஏது)* காரணம்.

இவையன்றியும், நாவா (கப்பல்), பக்கி(பறவை), பாடசாலை (பள்ளிக்கூடம்) நாவிகன் (கப்பலோட்டி), பதாகை (கொடி), நாயகன் (தலைவன்), தாம்பூலம் (தாம்பூலம் - வெற்றிலை) முதலிய சொற்களும் பாலிமொழியிலிருந்து பௌத்தர் மூலமாகத் தமிழ்நாட்டில் வழங்கியிருக்க வேண்டுமென்று தோன்றுகின்றன. பாகத, அஃதாவது பிராகிருத மொழிச் சொற்களுக்கும் சம்ஸ்கிருத மொழிச் சொற்களும் சிறு வேறுபாடுகள் தாம் உள்ளன. எனவே, இச் சொற்கள் சம்ஸ்கிருதத்திலிருந்து வந்தனவா, பிராகிருத மொழிகளிலிருந்து வந்தனவா என்று முடிவுகட்ட இயலாது. ஆனால், தமிழ்நாட்டு வரலாற்றை ஆராய்ந்து பார்த்தால், பௌத்தமதமும் சமணமதமும் முதலில் தமிழ்நாட்டில் சிறப்புற்றிருந்தனவென்பதும், பிறகுதான் வைதீகப் பார்ப்பனீயம் சிறப்புப் பெற்றதென்பதும் நன்கு விளங்கும். எனவே, பௌத்தரின் சமயமொழியாகிய மாகதி (பாலி), சமணரின் சமய மொழியாகிய அர்த்தமாகதி என்னும் இரண்டு பிராகிருத மொழிகளின் மூலமாகத்தான் பல திசைச்சொற்கள் தமிழில் கலந்திருக்க வேண்டும்.

பாலி, சிங்களம், தமிழ், ஆங்கிலம், சம்ஸ்கிருதம் முதலிய மொழிகளைக் கற்றவரும் பௌத்தருமாகிய முதலியார் ஏ.டி.எஸ்.ஜி. புஞ்சிஹேவா அவர்கள் 26-10-40 இல் எமக்கு இலங்கையிலிருந்து எழுதிய கடிதத்தில் இதுபற்றி எழுதியிருப்பதை ஈண்டுக் குறிப்பிடுவது அமைவுடைத்து. அவர் எழுதியது இது:-

'பாலிச் சொற்கள் தமிழ்ச் சொற்களுடன் கலந்து வழங்கி வருவதைக் காணலாம். சமனல என்னும் சிங்களச் சொல் தமிழில் சமனொளி என்பதாகவும் வழங்கி வருகின்றது. பாலிச் சொற்கள் சம்ஸ்கிருத மொழிச் சொற்கள் என்ற எண்ணத்துடன் வழங்குவதாகவும் காணப்படும். உச்சரிக்கையில் ஏறக்குறையச் சமமாயிருக்கும் ஒரு பொருட் சொற்கள் பாலிமொழியிலும் சம்ஸ்கிருத மொழியிலும் காணப்படுகின்றன. சம்ஸ்கிருதச் சொற்கள் எனப்படும் இச்சொற்கள் தமிழ்மொழியில் இருவிதமாக எழுதப்படுகின்றன. ஒருவிதம் பாலிமொழிக்கிணக்கமாகவுள்ளது; மற்றது சம்ஸ்கிருத மொழிக்கிணக்கமாகவுள்ளது. பாலிக்கிணக்கமுள்ள சொல் பாலி மொழியிலிருந்து வந்ததாகவும் சம்ஸ்கிருதத்துக் கிணக்கமான சொல் சம்ஸ்கிருத மொழியினின்று வந்ததாகவும் துணியலாம். உதாரணங்கள் பின்வருமாறு:

பாலி	தமிழ்	சம்ஸ்கிருதம்	தமிழ்
அத்த (பொருள்)	அத்தம்	அர்த்த	அருத்தம்
கய (நிறைதல்)	கயம்	கய	கயம்
காம (ஊர்)	காமம்	க்ராம	கிராமம்
ஸத்த (ஒலி)	சத்தம்	சப்த	சப்தம்
தம்ம (அறம்)	தன்மம்	தர்ம	தருமம்
தன (முலை)	தனம்	ஸ்தன	தனம்
தல (இடம்)	தலம்	ஸ்தல	தலம்
தான (இடம்)	தானம்	ஸ்தான	தானம்
தோஸ (குற்றம்)	தோசம்	தோஷ	தோடம்
விஸய (பொருள்)	விசயம்	விஷய	விடயம்
ஸந்தோஸ (மகிழ்ச்சி)	சந்தோஷ	சந்தோஷம்	சந்தோடம்
பக்க (நட்பு, புறம்)	பக்கம்	பக்ஷ	பட்சம்
பவாள (பவளம்)	பவளம்	ப்ரவாள	பிரவாளம்
யக்க (கந்தருவன்)	இயக்கன்	யக்ஷ	இயட்சன்
லக்கண (குறி)	இலக்கணம்	லக்ஷண	இலட்சணம்
வண்ண (நிறம்)	வண்ணம்	வர்ண	வருணம்
வத்து (பொருள்)	வத்து	வஸ்து	வத்து

இக்கொள்கையை அறிஞர்கள் ஆராய்ந்து பார்ப்பார்களாக.

அடிக்குறிப்பு:

1. (The Dravidian Element in Sinhalese by C.E. Goda- Kumbura. P. 837-841. Bulletin of the school of Oriental and African Studies, University of London, Vol. XI. 1943-46.

பின்னிணைப்பு

1. புத்தர் தோத்திரப் பாக்கள்

வீரசோழிய உரை, நீலகேசி உரை முதலியவற்றில் புத்தரைப் பற்றிய பாடல்கள் பல காணப்படுகின்றன. அவற்றுள் சிலவற்றை தொகுத்துக் கீழே தருகின்றோம். அவற்றின் சொல்லழகு பொருளழகுகளைச் சுவைத்து இன்புறுக:-

1. போதி, ஆதி, பாதம், ஓது!

2. போதிநிழற் புனிதன் பொலங்கழல்
ஆதி உலகிற் காண்!

3. மாதவா போதி வரதா வருளமலா
பாதமே யோது சுரரைநீ - தீதகல
மாயா நெறியளிப்பாய் வாரன் பகலாய்ச்சீர்த்
தாயா யலகிலரு டான்!

4. உடைய தானவர்
உடைய வென்றவர்
உடைய தாள்நம
சரணம் ஆகுமே!

5. பொருந்து போதியில்
இருந்த மாதவர்
திருந்து சேவடி
மருந்தும் ஆகுமே!

6. போதி நீழற்
சோதி பாதம்
காத லால்நின்
றோதல் நன்றே!

7. அணிதங்கு போதி வாமன்
பணிதங்கு பாதம் அல்லால்,
துணிபொன் றிலாத தேவர்
மணிதங்கு பாதம் மேவார்!

8. விண்ணவர் நாயகன் வேண்டக்
கண்ணினி தளித்த காதற்
புண்ணியன் இருந்த போதி
நண்ணிட நோய்நலி யாவே!

9. மருள்அறுத்த பெரும்போதி மாதவரைக்
கண்டிலனால்! - என்செய்கோ யான்!
அருள்இருந்த திருமொழியால் அறவழக்கங்
கேட்டிலனால்! - என்செய்கோ யான்!
பொருள் அறியும் அருந்தவத்துப் புரவலரைக்
கண்டிலனால்! - என்செய்கோ யான்!

10. தோடார் இலங்கு மலர்கோதி வண்டு
வரிபாட நீடு துணர்சேர்
வாடாத போதி நெறிநீழல் மேய
வரதன் பயந்த அறநூல்
கோடாத சீல விதமேவி வாய்மை
குணனாக நாளும் முயல்வார்
வீடாத இன்ப நெறிசேர்வர்! துன்ப
வினைசேர்தல் நாளும் இலரே!

11. தொழும்அடியர் இதயமலர் ஒருபொழுதும் பிரிவறிய
துணைவர் எனலாம்
எழும்இரவி கிரணநிகர் இலகுதுகில் புனைசெய்தருள்
இறைவர் இடமாம்
குழுவுமறை யவருமுனி வரருமரி பிரமருர
கவனும் எவரும்
தொழுதகைய இமையவரும் அறம்மருவு
துதிசெய்தெழு தூயத புரமே!

12. மணியிலகு செறிதளிரொ டலர்ஒளிய
நிழல் அரசின் மருவி அறவோர்
பிணிவிரவு துயரமொடு பிறவிகெட
உரை அருளும் பெரிய அருளோன்

துணியிலகு சுடருடைய அரசரொடு
பிரமர்தொழு தலைமை யவர்மா
அணியிலகு கமலமலர் அனையஎழில்
அறிவனிணை அடிகள் தொழுவாம்!

13. எண்டிசையும் ஆகிஇருள் அகல நூறி
எழுதளிர்கள் சோதி முழுதுலகம் நாறி
வண்டிசைகள் பாடி மதுமலர்கள் வேய்ந்து
மழைமருவு போதி உழைநிழல்கொள் வாமன்
வெண்டிரையின் மீது விரிகதிர்கள் நாண
வெறிதழல்கொள் மேனி அறிவனெழில் மேவு
புண்டரிக பாதம் நமசரணம் ஆகும்
எனமுனிவர் தீமை புணர்பிறவி காணார்!

14. கூர்ஆர் வளைஉகிர் வாள் எயிற்றுச் செங்கட்
கொலை உழுவை காய்பசியால் கூர்ந்த வெந்நோய் நீங்க
ஓர் ஆயிரங்கதிர்போல் வாள்விரிந்த மேனி
உளம்விரும்பிச் சென்றாங் கியைந்தனை நீ என்றால்
கார்ஆர் திரைமுளைத்த செம்பவளம் மேவும்
கடிமுகிழ்த் தண்சினைய காமருபூம் போதி
ஏர்ஆர் முனிவரர்கள் வானவர்தங் கோவே!
எந்தாய்! அகோ! நின்னை ஏத்தாதார் யாரோ!

15. மிக்கதனங் களைமாரி மூன்றும் செய்யும்
வெங்களிற்றை மிகுசிந்தா மணியை மேனி
ஒக்கஅரிந் தொருகூற்றை இரண்டு கண்ணை
ஒளிதிகழும் திருமுடியை உடம்பில் ஊனை
எக்கிவிழுங் குருதிதனை அரசு தன்னை
இன்னுயிர்போல் தேவியைஈன் றெடுத்த செல்வ
மக்களைவந் திரந்தவர்க்கு மகிழ்ந்தே ஈயும்
வானவர்தாம் உறைந்தபதி மானா வூரே!

16. வான்ஆடும் பரியாயும் அரிண மாயும்
வனக்கேழற் களிறாயும் எண்காற் புள்மான்
தானாயும் பணை எருமை ஒருத்த லாயும்
தடக்கை இளங் களிறாயும்[1] சடங்க மாயும்
மீனாயும் முயலாயும் அன்ன மாயும்
மயிலாயும் பிறவாயும் வெல்லுஞ் சிங்க
மானாயும் கொலைகளவு கள்பொய் காமம்
வரைந்தவர்தாம் உறைந்தபதி மானா வூரே!

17. பைங்கண்வாள் எயிற்றினப் பகட்டெருத்தின் வள்உகிர்ப்
பருஉத்திரட் குரூஉக்கொடாட் பாலுடைச் செனா வுடைச்
சிங்கஏறு நான்குதாங்க மீதுயர்ந்த சேயொளிச்
சித்திரங் குயிற்றிநாறு செம்பொனாசனத்தின்மேல்

கொங்குநாறு போதுசிந்தி வானுளோர் இறைஞ்சிடக்
கோதிலா அறம்பகர்ந் தமர்ந்தகோன் குளிர்நிழற்
பொங்குதாது கொப்புளித்து வண்டுபாடு தேமலர்ப்
போதிஎம் பிரான் அடிக்கண் போற்றின்வீடதாகுமே!

18. வீடுகொண்ட நல் அறம் பகர்ந்துமன் பதைக்கெலாம்
விளங்குதிங்கள் நீர்மையால் விரிந்திலங்கும் அன்பினேன்
மோடுகொண்ட வெண்நுரைக் கருங்கடற் செழுஞ்சுடர்
முளைத்தெழுந்த தென்னலாய் முகிழ்ந்திலங்கு போதியின்
ஆடுகின்ற மூவகைப் பவங்கடந்து குற்றமான
ஐந்தொடங்கொர் மூன்றறுத்த நாதனாள் மலர்த்துணர்ப்
பீடுகொண்ட வார்தளிர்ப் பிறங்குபோதி யானைஎம்
பிரானை நாளும் ஏத்துவார் பிறப்பிறப் பிலார்களே!

வண்ணக ஒத்தாழிசைக் கலிப்பா
(தரவு)

19. திருமேவு பதுமஞ்சேர் திசைமுகனே முதலாக
உருமேவி அவதரித்த உயிர் அனைத்தும் உயக்கொள்வான்
இவ்வுலகும் கீழுலகும் மிசையுலகும் இருள்நீங்க
எவ்வுலகும் தொழுதேத்த எழுநீதசெழுஞ் சுடர்என்ன
விலங்குகதிர் ஓர் இரண்டும் விளங்கிவலங் கொண்டுலவ
அலங்குசினைப் போதிநிழல் அறம்அமர்ந்த பெரியோய் நீ!

(தாழிசை)

மேருகிரி இரண்டாகும் எனப்பணைத்த இருபுயங்கள்
மாரவனி தையர்வேட்டும் மன்னுபுரம் மறுத்தனையே!
'வேண்டினர்க்கு வேண்டினவே அளிப்பனெ'ன மேலைநாள்
பூண்டஅரு ளாள! நின் புகழ்பு திதாய்க் காட்டாதோ!

உலகமிக மனந்தளர்வுற் றுயர்நெறியோர் நெறி அழுங்கப்
புலவுநசைப் பெருஞ்சினத்துப் புலிக்குடம்பு கொடுத்தனையே!
பூதலத்துள் எவ்வுயிர்க்கும் பொதுவாய திருமேனி
மாதவன் நீ என்பதற்கோர் மறுதலையாக் காட்டாதோ!
கழல் அடைந்த உலகனைத்தும் ஆயிரம்வாய்க் கடும்பாந்தள்
அழல் அடைந்த பணத்திடைஇட் டன்றுதலை ஏறினையே!
மருள் பாரா வதம்ஒன்றே வாழ்விக்கக் கருதியநின்
அருள்பாரா வதஉயிர்கள் அனைத்திற்கும் ஒன்றாமோ!

(அராகம்)

அருவினை சிலகெட ஒருபெரு நரகிடை
எரிசுடர் மறைமலர் எனவிடும் அடியினை!
அகலிடம் முழுவதும் அழல்கெட அமிழ்துமிழ்
முகில்புரி இமிழ்இசை நிகர் தரும் மொழியினை!

166 பௌத்தமும் தமிழும்

(ஈரடி அம்போதரங்கம்)

அன்பென்கோ! ஒப்புரவென்கோ! ஒருவன் அயில்கொண்டு
முந்திவிழித் தெரியப்பால் பொழிந்தமுழுக் கருணையை!
நாணென்கோ! நாகமென்கோ! நன்றில்லான் பூணுந்
தீயினைப் பாய்படுத்த சிறுதுயில்கொண் டருளினை!

(ஓரடி அம்போதரங்கம்)

கைந்நாகத் தார்க்காழி கைக்கொண் டளித்தனையே!
பைந்நாகர் குலம் உய்ய வாய்அமிழ்தம் பகர்ந்தனையே!
இரந்தேற்ற படைஅரக்கர்க் கிழிகுருதி பொழிந்தனையே!
பரந்தேற்ற மற்றவர்க்குப் படருநெறி மொழிந்தனையே!

(தனிச்சொல்)

என வாங்கு,

(சுரிதகம்)

அருள்வீற் றிருந்த திருநிழற் போதி
முழுதுணர் முனிவ! நிற் பரவுதும் தொழுதக
ஒருமனம் எய்தி இருவினைப் பிணிவிட்டு
முப்பகை கடந்து நால்வகைப் பொருளுணர்ந்
தோங்குநீர் உலகிடை யாவரும்
நீங்கா இன்பமொடு நீடுவாழ் கெனவே!

அம்போதரங்க ஒத்தாழிசைக் கலிப்பா
(தரவு)

20\. மண்வாழும் பல்லுயிரும் வானவரும் இமையவரும்
கண்வாழும் மாநகர் கிளை அனைத்தும் களிகூர
அந்தரதுந் துபிஇயங்க அமரர்கள் நடம்ஆட
இந்திரர்பூ மழைபொழிய இமையவர்சா மரையிரட்ட
முத்தநெடுங் குடைநிழற்கீழ் மூரியர சரியணைமேல்
மெய்த்தவர்கள் போற்றிசைப்ப வீற்றிருந்த ஒரு பெரியோய்!

(தாழிசை)

எறும்புகடை அயன்முதலா எண்ணிறந்த என்றுரைக்கப்
பிறந்திருந்த யோனிதொறும் பிரியாது சூழ்போகி எவ்வுடம்பில்
எவ்வுயிர்க்கும் யாதொன்றால் இடரெய்தின்
அவ்வுடம்பின் உயிர்க்குயிராய் அருள்பொழியும் திருவுள்ளம்
அறங்கூறும் உலகனைத்தும் குளிர்வளர்க்கும் மழைமுழக்கின்
திறங்கூற வரைகதிரும் செழுங்கலம் நனிநாண
ஒருமைக்கண் ஈர்ஒன்பான் உரைவிரிப்ப உணர்பொருளால்

அருமைக்கண் மலைவின்றி அடைந்ததுநின் திருவார்த்தை!
இருட்பார வினைநீக்கி எவ்வுயிர்க்கும் காவலென
அருட்பாரம் தனிசுமந்த அன்றுமுதல் இன்றளவும்
மதுஒன்று மலரடிக்கீழ் வந்தடைந்தோர் யாவர்க்கும்
பொதுஅன்றி நினக்குரித்தோ புண்ணிய! நின் திருமேனி!

(பேரெண்)

ஆருயிர்கள் அனைத்தினையும் காப்பதற்கே அருள்பூண்டாய்!
ஓருயிர்க்கே உடம்பளித்தால் ஒப்புரவிங் கென்னாகும்!
தாமநறுங் குழல்மழைக்கண் தளிரியலார் தம்முன்னர்க்
காமனையே முனந்தொலைத்தால் கண்ணோட்டம் யாதாங் கொல்!

(சிற்றெண்)

போர் அரக்கர் ஓர்ஐவர் கறவமிழ்தம் பொழிந்தனையே!
ஆர் அமிழ்தம் மணிநாகர் குலம் உய்ய அருளினையே!
வார்சிறைப்புள் அரையர்க்கும் வாய்மைநெறி பகர்ந்தனையே!
பார்மிசை ஈரைந்தும் பாவின்றிப் பயிற்றினையே!

(இடையெண்)

அருளாழி நயந்தோய் நீஇ!
அறவாழி பயந்தோய் நீஇ!
மருளாழி துறந்தோய் நீஇ!
மறையாழி புரந்தோய் நீஇ!
மாதவரில் மாதவன் நீஇ!
வானவருள் வானவன் நீஇ!
போதனரிற் போதனன் நீஇ!
புண்ணியருட் புண்ணியன் நீஇ!

(அலவெண்)

ஆதி நீஇ! அமலன் நீஇ!
அயனும் நீ! அரியும் நீஇ!
சோதி நீஇ! நாதன் நீஇ!
துறைவன் நீஇ! இறைவன் நீஇ!
அருளும் நீஇ! பொருளும் நீஇ!
அறிவன் நீஇ! அநகன் நீஇ!
தெருளும் நீஇ! திருவும் நீஇ!
செறிவும் நீஇ! செம்மல் நீஇ!

(தனிச்சொல்)

என வாங்கு,

(சுரிதகம்)

பவளச் செழுஞ்சுடர் மரகதப் பாசடைப்
பசும்பொன் மாச்சினை விசும்பகம் புதைக்கும்
போதியந் திருநிழற் புனித! நிற் பரவுதும்
மேதகு நந்தி புரிமன்னர் சுந்தரச்
சோழர் வண்மையும் வனப்புந்
திண்மையும் உலகில் சிறந்துவாழ் கெனவே!

வண்ணக ஒத்தாழிசைக் கலிப்பா

(தரவு)

21. பூமகனே முதலாகப் புரந்தரர் எண்திசையும்
தூமலரால் அடிமலரைத் தொழுதிரந்து வினவியநாள்
காமமுங் கடுஞ்சினமுங் கழிப்பரிய மயக்கமுமாய்த்
தீமைசால் கட்டுரைக்குத் திறற்கருவி யாய்க்கிடந்த
நாமஞ்சார் நமர்களுக்கு நயப்படுமா றினிதுரைத்துச்
சேமஞ்சார் நன்னெறிக்குச் செல்லுமா றருளினையே!

(தாழிசை)

தானமே முதலாகத் தசபாரம் நிறைந்தருளி
ஊனமொன் றில்லாமை ஒழிவின்றி இயற்றினையே!
எண்பத்தொன் பதுசித்தி இயல்பினால் உளஎன்று
பண்பொத்த நுண்பொருளைப் பார்அறியப் பகர்ந்தனையே!
துப்பியன்ற குணத்தோடு தொழில்களால் வேறுபட
முப்பதன்மேல் இரண்டுகலை முறைமையால் மொழிந்தனையே!

(அராகம்)

ஆதியும் இடையினோ டிறுதியும் அறிகுவ
தமரரும் முனிவரும் அரிதுநின் நிலைமையை!
மீதியல் கருடனை விடஅர வொடுபகை
விதிமுறை கெடஅறம் வெளியுற அருளினை!
தீதியல் புலியது பசிகெடு வகைநின
திருஉரு அருளிய திறமலி பெருமையை!
போதியின் நலமலி திருநிழ லதுநனி
பொலிவுற அடியவர் இடர்கெட அருளினை!

(பேரெண்)

திசைமுகன் மருவிய கமலநல் நிறமென
வசைஅறு முனிவொடு மலியும் நின்அடி!
உயர்வுறு பெருமையொ டயரறு மயர்வொடு
புரைஅறு நலனொடு பொலியும் நின்புகழ்!

(சிற்றெண்)

கற்புடை மாரனைக் காய்சினந் தவிர்த்தனை!
பொற்புடை நாகர்தந் துயரம் போக்கினை!
மீனுரு ஆகி மெய்ம்மையிற் படிந்தனை!
மானுரு ஆகி வான்குணம் இயற்றினை !

(இடையெண்)

எண்ணிறந்த குணத்தோய் நீஇ!
யாவர்க்கும் அரியோய் நீஇ!
உண்ணிறைந்த அருளோய் நீஇ!
உயர்பார நிறைந்தோய் நீஇ!
மெய்ப்பொருளை அறிந்தோய் நீஇ!
மெய்யறம்இங் களித்தோய் நீஇ!
செப்பரிய தவத்தோய் நீஇ!
சேர்வார்க்குச் சார்வு நீஇ!

(அளவெண்)

நன்மை நீஇ! தின்மை நீஇ!
நனவும் நீஇ! கனவும் நீஇ!
வன்மை நீஇ! மென்மை நீஇ!
மதியும் நீஇ! விதியும் நீஇ!
இம்மை நீஇ! மறுமை நீஇ!
இரவும் நீஇ! பகலும் நீஇ!
செம்மை நீஇ! கருமை நீஇ!
சேர்வும் நீஇ! சார்வும் நீஇ!

(தனிச்சொல்)

என வாங்கு,

(சுரிதகம்)

அலகிலா நின்றன் அடிஇணை பரவுதும்
வெல்படைத் தொண்டைமான் விறற் சேனாபதி
சிங்களத் தரையன் வெண்குடை யதனொடு
பொங்குபுகழ் வில்லவன்றன் புறக்கொடை கண்டு
பொலிதரு சேந்தன் பொன்பற்றி காவலன்
மலிதரு பார்மிசை மன்னுவோன் எனவே.

❀

2. சாத்தனார் - ஐயனார்

'சாத்தன்', அல்லது 'சாத்தனார்' என்னும் பெயர் 'சாஸ்தா' என்னும் வடமொழிப் பெயரின் திரிபு. 'சாஸ்தா' என்பது புத்தருக்குரிய பெயர்களுள் ஒன்று என்பது 'அமரகோசம்', 'நாமலிங்கானு சாசனம்' முதலிய வடமொழி நிகண்டுகளால் அறியப்படும். எனவே, 'சாஸ்தா' என்னும் சொல்லின் திரிபாகிய 'சாத்தன்' என்னும் பெயர் புத்தரைக் குறிக்கும் பெயராகப் பண்டைக்காலத்தில் வழங்கப்பட்டு வந்தது. இந்தப் பெயரைப் பௌத்தமதத்தினர் பெரும்பான்மையும் தத்தம் சிறுவருக்குச் சூட்டினர். பண்டைக் காலத்தில், அஃதாவது கடைச்சங்க காலத்தில், தமிழ் நாட்டிலிருந்த பௌத்தர்கள் 'சாத்தன்' என்னும் பெயரைப் பெரும்பாலும் மேற்கொண்டிருந்தனர் என்பது சங்க நூல்களினின்றும் தெரிகின்றது. பௌத்த நூலாகிய 'மணிமேகலை'யை இயற்றியவர் பௌத்த மதத்தினர் என்பதும், அவரது பெயர் 'சாத்தனார்' என்பதும் ஈண்டுக் கருதத்தக்கது. மற்றும், 'பெருந்தலைச் சாத்தனார்', 'மோசி சாத்தனார்', 'வடவண்ணக்கன் பெருஞ் சாத்தனார்', 'ஒக்கூர்மா சாத்தனார்', 'கருவூர்க் கதப்பிள்ளை சாத்தனார்' முதலான சங்ககாலத்துப் புலவர்களும் பௌத்தர்களாக இருந்திருக்கக்கூடும் என்று அவர்கள் கொண்டிருந்த 'சாத்தன்' என்னும் பெயரைக் கொண்டு கருதலாம்.

கொங்கண நாடாகிய துளுவதேசத்தில் உள்ள சில கோவில்களுக்குச் 'சாஸ்தாவு குடி' என்றும், 'சாஸ்தா வேஸுவரம்' என்றும், 'சாஸ்தாவு கள' என்றும் பெயர்கள் வழங்கப்படுகின்றன என்றும், இவையாவும் பண்டைக்காலத்தில் பௌத்தக் கோயில்களாக இருந்தன என்றும், பௌத்தமதம் அழிவுண்ட பின்னர் இந்தக் கோயில்கள் இந்துமதக் கோயில்களாக மாற்றப்பட்டன என்றும் கூறப்படுவது இதனை உறுதிப்படுத்துகின்றது. இப்பொழுதும் மலையாள நாட்டில் சாஸ்தா கோயில்கள் உண்டு, இவற்றிற்குச் 'சாத்தன் காவுகள்' என்று பெயர். (காவு - கா-தோட்டம், அல்லது பூஞ்சோலை என்பது பொருள்). பண்டைக்காலத்தில் தமிழ்நாட்டிலிருந்த பௌத்தக் கோயில்கள் பூஞ்சோலைகளின் நடுவில்

அமைக்கப்பட்டிருந்ததாகப் பண்டை நூல்களினால் தெரிகின்றது. இவற்றிற்கு 'ஆராமம்' (பூந்தோட்டம்) என்று பெயர் வழங்கி வந்தன. மலையாள நாட்டிலுள்ள சாத்தன் காவுகளும் பண்டைக்காலத்தில் பௌத்தக் கோயில்களாக இருந்தவை, இப்போது இந்துமதக் கோயில்களாக மாற்றப்பட்டவை என்பது ஆராய்ச்சிவல்லோர் கருத்து. சாத்தனாருக்கு 'ஐயப்பன்' என்னும் பெயரும் மலையாள தேசத்தில் வழங்கி வருகின்றது. காவிரிப்பூம்பட்டினத்திலும் சாத்தன் கோயில் இருந்ததாகச் சிலப்பதிகாரத்தினால் தெரிகின்றது. 'சாஸ்தா', அல்லது 'சாத்தன்' என்னும் வடசொல்லிற்கு நேரான தமிழ்ச்சொல் 'ஐயன்' அல்லது 'ஐயனார்' என்பது. 'ஐயன்' என்பதற்கு உயர்ந்தோன், குரு ஆசான் என்பன பொருள். பௌத்தமதம் அழிந்த பின்னர், அம்மதக் கொள்கைகளையும் தெய்வங்களையும் இந்துமதம் ஏற்றுக்கொண்டபோது, வெவ்வேறு கதைகள் கற்பிக்கப்பட்டன. வைணவர் புத்தரைத் திருமாலின் ஓர் அவதாரமாகவே வெளிப்படையாக ஒப்புக்கொண்டனர். சைவ சமயத்தோர், புத்தராகிய சாத்தனாரைத் திருமாலுக்கும் சிவபெருமானுக்கும் பிறந்த பிள்ளையாகக் கற்பித்து, சாத்தனாரைத் தமது தெய்வக்குழாங்களில் ஒருவராகச் சேர்த்துக்கொண்டனர். அப்பர் சுவாமிகள் தமது தேவாரத்தில் சாத்தனாரைச் சிவபெருமானின் பிள்ளை என்றே கூறியிருக்கின்றார்.

> **"பார்த்தனுக் கருளும்வைத்தார் பாம்பரை யாடவைத்தார்**
> **சாத்தனை மகனா வைத்தார் சாமுண்டி சாமவேதங்**
> **கூத்தொடும் பாடவைத்தார் கோளராமதய நல்ல**
> **தீர்த்தமுஞ் சடைமேல் வைத்தார் திருப்பயற் ரனாரேறா."**

என வரும் தேவாரத்தினாலே இதனை அறியலாம்.

பிற்காலத்தில், 'சாத்தனார்', 'ஐயனார்', 'அரிஹரபுத்திரர்' என்னும் இத்தெய்வத்தைக் கிராம தெய்வமாகச் செய்து, பண்டைப் பெருமையைக் குலைத்துவிட்டனர்.

'சாத்தன்' அல்லது 'சாஸ்தா' என்று புத்தருக்குப் பெயர் கொடுக்கப்பட்டதன் காரணம் என்னவென்றால், அவர் எல்லாச் சாஸ்திரங்களையும் கற்றவர் என்னும் கருத்துப்பற்றியாகும். சிலப்பதிகாரம், கனாத்திறமுரைத்த காதையில், 'பாசண்டச் சாத்தற்குப் பாடுகிடந் தாளுக்கு' என வரும் அடியில், 'பாசண்டச் சாத்தன்' என்னும் சொல்லுக்கு அடியார்க்கு நல்லார் எழுதும் உரை வருமாறு:

"பாசண்டம் தொண்ணூற்றாறு வகைச் சமய சாத்திரத் தருக்கக் கோவை: இவற்றிற்கு முதலாயுள்ள சாத்திரங்களைப் பயின்றவனாதலின் 'மகாசாத்திர'னென்பது அவனுக்குப்

பெயராயிற்று." இவர் கூறும் உரைக்கேற்பவே பௌத்தர்களும், புத்தர் பல நூல்களைக் கற்றவர் என்று கூறுவர். இதனை வற்புறுத்தியே, 'சூடாமணி நிகண்டும்,'

'அண்ணலே மாயா தேவி சுதன்அக ளங்க மூர்த்தி
நண்ணிய கலைகட் கெல்லாம் நாதன்முக் குற்ற மில்லோன்'

என்று கூறுகின்றது. 'அருங்கலை நாயகன்' என்று திவாகரம் கூறுகின்றது. நாகைப்பட்டினத்தில் கண்டெடுக்கப்பட்ட புத்தர் உருவச்சிலையொன்றின் பீடத்தில், ஸ்வஸ்தி ஸ்ரீஆகம பண்டிதர் உய்யக்கொண்ட நாயகர் என்று எழுதியிருப்பது காண்க. புத்தர் சகல சாஸ்திரங்களையும் கற்று வல்லவர் என்பதும், அதுபற்றியே அவருக்குச் 'சாஸ்தா' அல்லது 'மகா சாஸ்தா' என்னும் பெயருண்டென்பதும் அறியப்படும். 'லலிதாவிஸ்தார' என்னும் பௌத்த நூலிலும் புத்தர் பல கலைகளைக் கற்றவர் என்று கூறப்பட்டுள்ளதென்று கூறுவர். இன்னுமொரு கண்கூடான சான்று யாதெனில், காஞ்சிபுரத்திலுள்ள காமாட்சியம்மன் கோயிலின் உட்பிரகாரத்தில் இருந்த புத்தர் உருவச்சிலைக்குச் 'சாஸ்தா' என்னும் பெயர் உள்ளதுதான். இச்சாஸ்தாவைப் பற்றிக் 'காமாட்சி லீலாப் பிரபாவம்' என்னும் காமாட்சி விலாசத்தில், 'காமக்கோட்டப் பிரபாவத்தில்', தேவியின் (காமாட்சி தேவியின்) தன்யபானஞ் செய்து (முலைப்பால் அருந்தி) சுப்பிரமணியரைப் போலான சாஸ்தா ஆலயம், காமாட்சியம்மன் கோயிலில் இருக்கிறதாகக் கூறப்பட்டுள்ளது. 'சாஸ்தா' என்பவரும் 'புத்தர்' என்பவரும் ஒருவரே என்பதற்கு இதுவே போதுமான ஆதாரம்.

காஞ்சி காமாட்சியம்மன் கோயிலில் இருந்த சாத்தன் (புத்தன்) உருவத்தைப் பல ஆண்டுகளுக்கு முன்பு கோபிநாத ராயர் அவர்கள் கண்டுபிடித்து அதை படம்பிடித்து வெளியிட்டார்கள். (*Indian Antiquary Vol. XLIV*) அந்த உருவத்தைச் சில ஆண்டுகளுக்கு முன்பு கச்சிக்காம கோட்டத்தில், நேரில் சென்று பார்த்திருக்கிறேன். அது சுமார் ஐந்தடி உயரமுள்ள கருங்கற் சிலையுருவம். புத்தர் பெருமான் நின்ற வண்ணம் உபதேசம் செய்வதுபோல் அமைந்துள்ளது. இந்தச் சாஸ்தாவின் (புத்தரின்) கையிலிருந்து பெற்ற செண்டு என்னும் ஆயுதத்தினால் கரிகாலன் என்னும் சோழ அரசன் மேருமலையை அடித்தான் என்று ஒரு கதையுண்டு.

"கச்சிவளைக் கைச்சி காமகோட் டங்காவல்
மெச்சி யினிதிருக்கும் மெய்ச்சாத்தன் - கைச்செண்டு
கம்பக் களிற்றுக் கரிகாற் பெருவளத்தான்
செம்பொற் கிரிதிரித்த செண்டு"

என்னும் பழைய செய்யுள் இதனைக் கூறுகிறது. இச்செய்யுள் அடியார்க்கு நல்லாரால் சிலப்பதிகார உரையில் மேற்கோள் காட்டப்பட்டது. இவ்வளவு புகழ்வாய்ந்த காமகோட்டத்துப் புத்தர் உருவச்சிலையை, இப்போது சென்னை அரசாங்கத்துக்குப் பொருட் காட்சிச் சாலையில் கொண்டுபோய் வைத்துவிட்டு, அஃது இருந்த இடத்தில் ஐயப்பன் உருவத்தைப் புத்தம்புதிதாகச் செய்து வைத்திருக்கிறார்கள். இந்த உருவம், இரண்டு கைகளையும் கால்முட்டியின் மேல் தாங்கி உட்கார்ந்திருப்பதுபோல இருக்கிறது. மலையாளத்திலுள்ள சாத்தன் காவுகளிலிருந்த புத்த விகாரங்களும் எடுக்கப்பட்டு இதுபோன்ற ஐயனார் உருவங்களை வைத்தார்கள் போலும்.

'சாஸ்தா' என்னும் புத்தருடைய கோயில்களை 'ஐயனார் கோயில்கள்' என்றும், 'சாதவாகனன் கோயில்கள்' என்றும் சொல்லி, பிற்காலத்து இந்துக்கள் நாளடைவில் அவற்றைக் கிராம தேவதையின் கோயில்களாக்கிப் பெருமை குன்றச் செய்துவிட்டது போலவே ஏனைய சில புத்தப் பெயர்களுக்கும் வேறு பொருளும் கதையும் கற்பித்து அவற்றையும் மதிப்பிழக்கச் செய்துவிட்டதாகத் தெரிகின்றது. சில இடங்களில் புத்தரை முனீஸ்வரன் ஆக்கிவிட்டனர். தென்னாட்டில், 'தலைவெட்டி முனீஸ்வரன்' கோயில் என ஒன்று உண்டென்றும், அக்கோயிலில் உள்ள உருவம் புத்தரின் உருவம் போன்றுள்ளதென்றும் சொல்லப்படுகின்றது. இப்போது காணப்படும் 'தருமராஜா கோயில்கள்' என்பனவும் பண்டொரு காலத்தில் பௌத்தக் கோயில்களாயிருந்திருக்க வேண்டும் என்று தோன்றுகின்றது. 'தருமன்' அல்லது 'தருமராசன்' என்பதும் புத்தருக்குரிய பெயர்களில் ஒன்று. பிங்கல நிகண்டில் 'தருமன்' என்றும், திவாகரத்திலும் நாமலிங்கானு சாசனத்திலும் 'தர்மராஜன்' என்றும் புத்தருக்கு வேறு பெயர் கூறப்பட்டுள்ளது. இது தமிழ் நிகண்டுகளினாலும் அறியப்படும். இந்தத் தருமராஜா கோயில்களான பௌத்தக்கோயில்கள், இந்து மதம் செல்வாக்குப் பெற்ற காலத்தில், பஞ்சபாண்டவரில் ஒருவரான தருமராஜா கோயிலாகக் கற்பிக்கப்பட்டுப் பலராலும் நம்பப்பட்டன. தருமராஜா கோயில்களில் பௌத்தர் போற்றும் 'போதி' என்னும் அரசமரங்கள் இன்றைக்கும் காணப்படுவது தருமராஜா கோயில்கள் பண்டைக்காலத்தில் பௌத்தக் கோயில்கள் என்பதை விளக்கும்.

சமீபகாலம் வரையில பௌத்தமதம் நிலைப்பெற்றிருந்த வங்காளத்திலே, இப்பொழுதும் சில பௌத்தக் கோயில்களுண்டென்றும், அக்கோயில்களில் உள்ள புத்த விக்கிரகங்களுக்குத் 'தரும ராஜா', அல்லது 'தருமதாகூர்' என்று பெயர் வழங்கப்படுகின்றதென்றும் அறிகின்றோம். எனவே, தமிழ்நாட்டிலுள்ள இப்போதைய தருமராஜா

கோயில்கள் பண்டைக்காலத்தில் பௌத்தக் கோயில்களாயிருந்திருக்க வேண்டும் என்று கருதப்படும்.

இவ்வாறே, தாராதேவி, மங்கலாதேவி, சிந்தாதேவி முதலான பௌத்த தெய்வங்களின் கோயில்களும், பிற்காலத்தில் இந்துக்களால் பகவதி கோயில்களாகவும் கிராம தேவதை கோயில்களான அம்மன் கோயில்களாகவும் மாற்றப்பட்டனவாகத் தெரிகின்றன. தாராதேவி கோயில் திரௌபதையம்மன் கோயிலெனு இப்பொழுது வழங்கப்படுகின்றது. 'தருமராஜா' என்னும் பெயருள்ள புத்தர் கோயில், பிற்காலத்தில், பாண்டவரைச் சேர்ந்த தருமராஜா கோயிலாக்கப்பட்டது போல, 'தாராதேவி' என்னும் பௌத்த அம்மன் கோயில், தருமராஜாவின் மனைவியாகிய திரௌபதியின் கோயிலாக்கப்பட்டது.

சுருக்கமாகச் சொல்வதென்றால், இப்போது திருமால் கோயில்கள் அவ்வவ்விடங்களில் 'வரதராசர் கோயில்', 'திருவாங்கர் கோயில்', 'வேங்கடேசர் கோயில்' முதலிய வெவ்வேறு பெயர்களுடனும், சிவபெருமான் கோயில்கள் 'கபாலீஸ்வரர் கோயில்', 'தியாகராசர் கோயில்', 'சொக்கலிங்கர் கோயில்' முதலான வெவ்வேறு பெயர்களுடனும் வழங்கப்படுவது போலவே, பண்டைக்காலத்தில் பௌத்தக் கோயில்களும் புத்தருடைய பல பெயர்களில் ஒவ்வொன்றன் பெயரால் 'தருமராசா கோயில்', 'சாத்தனார் கோயில்', 'முனீஸ்வரர் கோயில்' என்பன போன்ற பெயர்களுடன் வழங்கப்பட்டு வந்தன என்றும், பிற்காலத்தில், இந்துமதம் செல்வாக்குப் பெற்றபோது அதை இந்துமதக் கோயிலாகச் செய்யப்பட்டு, இந்துமதத் தொடர்பான கதைகளுடன் இணைக்கப்பட்டு, பின்னும் நாளடைவில் அவை கிராம தேவதை கோயில்கள் என்னும் நிலையில் தாழ்ந்த நிலைக்குக் கொண்டு வரப்பட்டனவென்றும் தோன்றுகிறது.

3. பௌத்தமதத் தெய்வங்கள்

1. கடற்காவல் தெய்வம் மணிமேகலை

பௌத்தமதத்தின் உயர்ந்த தெய்வம் புத்தர் பெருமான். புத்தர் பரிநிர்வாணம் அடைந்தபிறகு அவருடைய உடம்பைக் கொளுத்தி அதில் எஞ்சிய எலும்பு சாம்பல் ஆகிய இவற்றை எட்டுப் பங்காகப் பங்கிட்டு ஒவ்வொரு பங்கையும் ஒவ்வோர் ஊரில் கொண்டுபோய்ப் புதைத்து அதன்மேல் சேதியங்களைக் கட்டினார்கள். புத்தருடைய தலைமயிர், நகம், பல் முதலிய தாதுக்களையும் சேமித்து அவற்றின் மேல் சேதியங்களைக் கட்டினார்கள். இவற்றிற்குச் சாரீரிக சைத்தியம் என்பது பெயர். சேதியம் எனினும் சைத்தியம் எனினும் ஒன்றே.

புத்தர் பெருமான் உபயோகித்துவந்த கைத்தடி, ஆடை, பாத்திரம், மிதியடி முதலிய பொருள்களையும் சேமித்து வைத்து, அவரின் நினைவுக்குறியாக அவற்றை வணங்கினார்கள். இவற்றிற்குப் பாரிபோக சயித்தம் என்பது பெயர். புத்தகயாவில் புத்தர் போதிஞானம்பெற்ற அரசமரம் இன்றும் வணங்கப்படுகிறது. இந்த அரச மரம் பாரிபோக சைத்தியமாகும்.

பகவன் புத்தர் காலமான பிறகு சில நூற்றாண்டு வரையில் அவருக்கு உருவம் அமைக்கப்படவில்லை. ஆனால், தரும பீடிகை, பாதபீடிகை ஆகிய உருவங்கள் மட்டும் பௌத்தர்களால் வணங்கப்பட்டன. தருமபீடிகை என்பது சக்கரம் போன்ற உருவமாக அமைக்கப்படுவது. பாதபீடிகை என்பது புத்தரின் பாதங்கள் போன்று உருவம் அமைத்து வணங்கப்படுவது.

சில நூற்றாண்டுகளுக்குப் பிறகு புத்தரின் உருவங்கள் கல், கதை, செம்பு முதலிய பொருள்களால் அமைக்கப்பட்டு வணங்கப்பட்டன. இவ்வுருவங்களுக்கு உத்தேசிக சைத்தியம் என்பது பெயர்.

பௌத்தர்கள் புத்தரின் உருவங்களை வணங்கி வந்ததோடு, வேறுசில சிறு தெய்வங்களையும் வணங்கி வந்தார்கள். அந்தத் தெய்வங்களைப் பற்றிக் கூறுவோம்.

சிலப்பதிகாரத் கதைத்தலைவனாகிய கோவலன் என்னும் வணிகன் மகளுக்கு மணிமேகலை என்பது பெயர். இந்த மணிமேகலையைப் பற்றித் 'தமிழ்நாட்டுப் பௌத்தப் பெரியார்' என்னும் அதிகாரத்தில் கூறியிருக்கின்றோம்.

இந்த மணிமேகலையைக் கதைத் தலைவியாகக் கொண்டு அவளது வரலாற்றினைக் கூறும் சீத்தலைச் சாத்தனாரியற்றிய காப்பியத்துக்கும் 'மணிமேகலை' என்பது பெயர். இந்த நூலினைப் பற்றித் 'தமிழ்ப் பௌத்த நூல்கள்' என்னும் அதிகாரத்தில் கூறியிருக்கின்றோம்.

இங்கு 'மணிமேகலை' என்னும் கடல் தெய்வத்தைப் பற்றி ஆராய்வோம். இந்தத் தெய்வம் 'சமுத்திர மணிமேகலை' என்றும் கூறப்படும். 'முது மணிமேகலை' என்றும் கூறுவர். இது பௌத்தர்களுக்குரிய சிறு தெய்வங்களில் ஒன்று. இதன் வரலாறு வருமாறு:

பௌத்தர்களுக்குரிய ஆறு தெய்வலோகங்களுள் 'மகா ராஜிக லோகம்' என்பது ஒன்று. இந்த உலகத்தின் குணதிசையைத் 'திருதராட்டிரர்' என்பவரும், குடதிசையை 'விரூபாக்ஷர்' என்பவரும், தென் திசையை 'விரனாக்ஷர்' என்பவரும், வடதிசையை 'வைசிரவணர்' என்பவரும் ஆட்சி செய்து வருகின்றார்கள். இவர்களுக்குச் 'சாதுர்மகராஜிகர்' என்பது பெயர். துடிதலோகத்தில் வீற்றிருக்கும் போதிசத்வர் மாயாதேவியின் திருவயிற்றில் கருத்தரித்து மண்ணுலகிற் பிறந்து வாழ்ந்து இறுதியில் பரிநிர்வாணம் அடைகின்றவரையில், அவருக்கு யாதோர் இடையூறும் நேரிடாவண்ணம் காப்பதாக மேற்சொன்ன நான்கு தெய்வ அரசர்களும் பொறுப்பேற்றுக் கொண்டார்கள். அன்றியும், பௌத்த தர்மத்தைப் பின்பற்றியொழுகும் நல்லோர்க்கும், பெற்றோர், ஆசிரியர் முதலியவரை வழிபட்டொழுகும் சீரியோர்க்கும் யாதேனும் இடையூறு நேரிடுமாயின், அவற்றினின்று அன்னவரைக் காப்பாற்றவும் இவர்கள் பொறுப்பேற்றுக் கொண்டார்கள். இவ்வாறு கடமை ஏற்றுக்கொண்ட இவர்கள் மண்ணுலகில் ஆங்காங்கே சிறு தெய்வங்களை இருக்கச் செய்து, நல்லோருக்கு நேரிடும் துன்பத்தைத் தீர்க்கும்படி அச்சிறு தெய்வங்களுக்குக் கட்டளையிட்டார்கள். இவ்வாறு இருத்தப்பட்ட தெய்வங்களில் மணிமேகலையும் ஒன்று. கடலில் கப்பல் யாத்திரை செய்யும் நல்லோருக்கு இடுக்கண் நேரிடுமாயின், அன்னவரின் துயர்தீர்த்து உதவிசெய்வது மணிமேகலைத் தெய்வத்தின் பொறுப்பு வாய்ந்த கடமையாகும்.

இவ்வாறு பொறுப்பேற்றுக் கொண்ட மணிமேகலை, தனது கடமையைச் செய்துவருவதாகப் பௌத்தர்கள் கருதுகின்றனர். நடுக்கடலில் கப்பல் உடைந்து நீரில் மூழ்கி இறக்குந் தருவாயில் இருந்த நல்லோரை இந்தத் தெய்வம் காப்பாற்றிய செய்திகள் பௌத்த நூல்களில் கூறப்பட்டுள்ளன. மிகப் பழமையானதென்று கருதப்படுகின்ற புத்தஜாதகக் கதைகளில் இரண்டு இடங்களில் இத்தெய்வத்தைப் பற்றிய வரலாறு கூறப்பட்டிருக்கின்றது. அவற்றின் சுருக்கமான வரலாற்றினைக் கீழே தருகின்றோம்.

சங்கஜாதகம்: 'மோலினி' என்னும் பெயருடைய காசிமா நகரத்தில், சங்கன் என்னும் அந்தணன் செல்வத்திற் சிறந்தவன் இவன் காசி நகரத்தின் நான்கு கோட்டை வாயிலிலும், நகரத்தின் நடுவிலும், தனது இல்லத்திலும் ஆக ஆறு அறச்சாலைகள் அமைத்து நாள்தோறும் அறவினையை முட்டின்றிச் செய்து வந்தான். ஒருநாள் இவன் 'குன்றத்தனை செல்வமும் ஒரு காலத்தில் குன்றும். அக்காலத்து அறம் செய்ய பொருள் முட்டுப்படுவதற்கு முன்னரே யான் மேன்மேலும் பொருள் ஈட்டுவேன்', என்று சிந்தித்துத் தேர்ந்து, மனைவியை அழைத்து அவளுக்குத் தன் கருத்தைத் தெரிவித்து, "யான் திரும்பிவருமளவும் நான் செய்துவரும் இவ்வறச்சாலைகளைச் செவ்வனே நடத்திக் கொண்டிரு" என்று கட்டளையிட்டு, சொர்ணபூமி என்னும் பர்மா தேசத்திற்குச் செல்லப் புறப்பட்டான். ஏவலாளர் தன் பின்னர் வர, இவன் காலில் செருப்பணிந்து, குடைபிடித்துச் செல்லும்போது, நண்பகல் ஆயிற்று. அப்போது கந்தமாதன மலையில் வீற்றிருந்த பாச்சகபுத்தர் என்னும் போதிசத்வர் இந்தச் சங்கன் என்னும் அந்தணன் போவதையறிந்து, ஒரு மனிதனாக உருக்கொண்டு, அனல்வீசும் மணல்வழியே செருப்பும் குடையுமின்றி இவன் எதிரில் தோன்றினார். ஓர் ஆள் வெயிலில் வாட்டமுற்று வருந்தி வருவதைக் கண்ட சங்கன், அந்த வழிப்போக்கனை அருகில் அழைத்து, ஒரு மரநிழலில் அமரச்செய்து, காலை நீர்கொண்டு கழுவி, தான் அணிந்திருந்த செருப்பைத் துடைத்து எண்ணெய் இட்டு அவருக்குக் கொடுத்ததுமின்றி, தன் குடையினையும் கொடுத்துதவினான். இவற்றைப் பெற்றுக்கொண்ட அந்த ஆள் தமது உண்மை உருவத்தோடு வானத்தில் பறந்து தம இருப்பிடம் சேர்ந்தார்.

பிறகு சங்கன் துறைமுகம் அடைந்து, கப்பலேறிக் கடல் யாத்திரை புறப்பட்டான். கப்பல் கடலில் ஏழு நாள்கள் சென்றன. ஏழுநாள்களுக்குப் பின்னர், புயலடித்துக் கப்பல் பாறை மேல்

மோதி உடைந்துவிட, பிரயாணிகள் மூழ்கி இறந்தனர். சங்கனும் அவன் வேலையாள் ஒருவனும் உயிருடன் கடலைக் கையினால் நீந்திக் கொண்டிருந்தனர். ஏழுநாள் வரையில் இவர்கள் நீந்திக் கொண்டிருந்தனர். அப்போது கடற்றெய்வமாகிய மணிமேகலை அங்கு வந்து சங்கன் கண்களுக்கு மட்டும் தோன்றி, தங்கத் தட்டில் அமிர்தம் போன்ற அறுசுவை உணவை அவனுக்கு கொடுத்தது. அதனைச் சங்கன் மறுத்து "இன்று உபவாசநாள்; ; ஆகையால்; இன்று நான் உணவு உட்கொள்ளேன்." என்றான். சங்கன் தனக்குள் ஏதோ உளறுகிறான் என்று அவனுடன் நீந்திக் கொண்டிருந்த வேலையாள் கருதி, 'ஐயா, என்ன பிதற்றுகின்றீர்?' என்றான். சங்கன், 'நான் பிதற்றவில்லை; என் கண் முன் நிற்கும் பெண்முன் பேசுகிறேன்' என்றான். ஏவலாளன், 'அங்ஙனமாயின் அவள் மண்ணுலக மங்கையா, தெய்வலோகத் தெய்வமா என்பதைக் கேளும். அன்றியும் இப்போது இந்த துன்பத்தினின்றும் காப்பாற்ற உதவி செய்ய முடியுமா என்றும் கேளும்' என்றான். சங்கன் மணிமேகலையை இக்கேள்விகளைக் கேட்க, அவள், 'நான் இக்கடலில் வாழ்கின்ற தெய்வம். நீ செய்த நற்செயலுக்காக உன்னைக் காப்பாற்ற வேண்டுவது எனது கடமையாதலால், நான் இவ்விடம் வந்தேன். நீ இப்போது எங்குச் செல்ல விரும்புகிறாய்?' என்று கேட்க, அவன், 'எனது காசிமாநகரம் செல்லவேண்டும்' என்று சொன்னான். உடனே மணிமேகலை தனது தெய்வ ஆற்றலினால் பெரிய கப்பல் ஒன்றினைச் செய்தது. அது நிறைய விலையுயர்ந்த பண்டங்களை அமைத்துச் சங்கனையும் அவனது ஏவலாளையும் அதில் ஏற்றி, தானே கப்பலைச் செலுத்திக் காசிமாநகரம் கொண்டு போய்விட்டது.

'மகாஜனக ஜாதகம்' என்னும் கதையிலும் இந்தத் தெய்வம் உதவி செய்த வரலாறு கூறப்பட்டிருக்கின்றது. அதன் சுருக்கம் பின்வருவது:

மிதிலை தேசத்து அரசன் ஜனகன் என்பவனுக்கு அரிட்டஜனகன், பொலஜனகன் என்னும் இரண்டு பிள்ளைகள் இருந்தார்கள். தகப்பன் இறந்த பின்னர், மூத்தவனான அரிட்டஜனகன் அரசனானான். இப்போது இளையவனான பொலஜனகன் தமையன் மேல் பகைகொண்டு படை திரட்டி வந்து சண்டை செய்தான். சண்டையில் அரிட்டஜனகன் இறக்க. அவன் தம்பி அரசனானான். இறந்த அரிட்டஜனகனின் மனைவி, அப்போது வயிறு வாய்த்திருந்தவள். பெருஞ் செல்வத்தை எடுத்துக் கொண்டு, ஒருவருமறியாமல் சண்பை நகரம் சென்று. அங்கு ஓர் ஆண்மகவைப் பெற்றாள்.

அக்குழந்தைக்கு மகாஜனகன் என்று பெயர் இடப்பட்டது. குழந்தையாகிய மகாஜனகன் பெரியவனாக வளர்ந்தபிறகு, தன் சிற்றப்பன் தனது நாட்டைக் கவர்ந்து ஆள்கிறான் என்பதறிந்து, தன் நாட்டை மீட்கக் கருதி, அதன் பொருட்டுச் செல்வம் தேட உறுதி கொண்டான். இக்கருத்தைத் தன் தாய்க்குத் தெரிவித்து, அவள் உத்தரவு பெற்றுக் கப்பல் ஏறிச் சுவர்ண பூமிக்கு புறப்பட்டான். இடைவழியில் நடுக்கடலில் புயலடித்துக் கப்பல் உடைந்துவிட, மற்றவர் மூழ்கி இறந்தனர். மகாஜனகன் முயற்சியை விடாமல் கையினால் நீந்திக் கொண்டிருந்தான். ஏழாம் நாள், மணிமேகலை அவன் முன்தோன்றி 'இப்பெரிய கடலைச் கையினால் நீந்திக் கடக்க முடியுமா?' என்று கேட்க, 'கரைசேர்வது கூடுமா கூடாதா என்பதைப் பற்றிக் கவலையில்லை; ஆனால் முயற்சி செய்ய வேண்டுவது என் கடமையல்லவா?' என்று விடையிறுத்தான். இவனது ஊக்கத்தைப் மெச்சிய மணிமேகலை, இவன் செய்துள்ள நற்கருமங்களுக்காக இவனது இடுக்கணைத் தீர்க்கக் கருதி, தான் யார் என்பதை அவனுக்குத் தெரிவித்து, அவன் போக நினைத்த இடம் யாது எனக் கேட்டது. மகாஜனகன் தான் மிதிலை நகரஞ் செல்ல விரும்புவதாகச் சொல்ல, மணிமேகலை, தாய் குழந்தையைத் தூக்குவதுபோல, அவனை இரு கைகளாலும் தூக்கிக் கொண்டு வானத்தில் பறந்து சென்று, மிதிலை நகரத்து மாஞ்சோலையில் விட்டுவிட்டுச் சென்றது.

இதற்குள் மிதிலை நகரத்தை ஆண்ட பொலஜனகன் இறந்துவிட, அவனின் ஒரே மகளாகிய 'சீவாலிதேவி' என்பவளை மகாஜனகன் மணந்துகொண்டு அரசனானான். அவளை மணப்பதற்கு முன், ஆயிரம் வீரராலும் வளைக்க முடியாத வில்லை வளைத்தல் முதலியவற்றைச் செய்தான். பிறகு இவன் தன் பிள்ளைக்கு முடிசூட்டிவிட்டுக் காட்டிற்குத் தவம் செய்யச் சென்றான்.

பௌத்தக் கதைகள் அடங்கிய இரசவாகினி என்னும் நூலிலும், பலக கண்டதின்னஸ்ஸ வத்து என்னும் துண்டுப் பலகை கொடுத்தவன் கதையில், மணிமேகலை கடலில் ஒருவனைக் காப்பாற்றிய செய்தி சொல்லப்பட்டிருக்கின்றது. அதன் சுருக்கம் இது:

வறட்சிமிக்க வேனிற்காலத்தில், தென்னாட்டினின்றும் வடநாட்டிற்கு யாத்திரை சென்ற ஒருவன், நீர் வேட்கை கொண்டு, எங்கும் நீர் கிடையாமல் வருந்தி, ஒரு மரநிழலில் அமர்ந்து, தன்னிடமிருந்த இரண்டு வெற்றிலைகளையாவது மென்று சாற்றினை விழுங்கி, வேட்கை தீர்க்கலாம் என்று எண்ணினான். அவ்வமயம்,

அவனைப் போலவே வடநாட்டினின்று தென்னாட்டிற்கு யாத்திரை வரும் ஒருவன், நீர்வேட்கை மிக்கவனாய், பருக நீர் கிடையாமல் வருந்தி, அதே மரத்தடியில் வந்து அமர்ந்தான். வந்தவன், முன்னவனைப் பார்த்து, 'ஐயா, எனது நீர் வேட்கை தீர ஒரு வெற்றிலையையாவது கொடும், என்று இரந்து வேண்டினான். அதற்கு அவன், எனக்கு நீர் வேட்கை மிகுதியாயிருக்கின்றது. என்னிடமுள்ளது இந்த இரண்டு வெற்றிலைகளே; ஒன்றை உமக்குக் கொடுத்துவிட்டு யான் என் செய்வது?' என்று சொல்லி மறுத்தான். பின்னவன், 'என்னிடம் காசு இருக்கிறது; தருகிறேன்; ஒரு வெற்றிலை தாரும்' என்று கேட்க, அதற்கும் அவன் மறுத்தான். பின்னர், பெருந்தொகை கொடுப்பதாகச் சொன்னபோது, அவன் அப்பெருந்தொகையைப் பெற்றுக்கொண்டு ஒரு வெற்றிலையைக் கொடுத்தான். இருவரும் ஒவ்வொரு வெற்றிலையை மென்று ஒருவாறு நீர் வேட்கையைத் தீர்த்துக் கொண்டனர்.

பின்னர், இருவரும் புறப்பட்டு வெவ்வேறு வழியே சென்று, கடைசியாக ஒரு துறைமுகத்தை அடைந்து, மரக்கலம் ஏறிக் கப்பல் யாத்திரை புறப்பட்டனர். ஆனால், அக்கப்பலில் இருவரும் ஒருங்கே யாத்திரை செய்வது அவர்களுக்குத் தெரியாது. சிலநாள் சென்றபின், நடுக்கடலில் புயல் அடிக்க, மரக்கலம் உடைந்துவிட்டது. கப்பல் யாத்திரிகரில் சிலர் மூழ்கி இறந்தனர். சிலர் தம் உயிரைக் காக்கக் கடலில் நீந்திக் கொண்டிருந்தனர். அவ்வாறு நீந்தியவர்களில் வெற்றிலையைப் பெரும் பொருள் கொடுத்து வாங்கியவன் ஒரு மரப்பலகையைப் பற்றிக்கொண்டு அதன் உதவியினால் நீந்திக் கொண்டிருந்தான். வெற்றிலையை விற்றவனோ யாதொரு பற்றுக்கோடுமின்றி அப்பெருங்கடலினைத் தன் வெறுங்கைகளால் நீந்தித் தவித்துக் கொண்டிருந்தான். அப்போது பலகையுள்ளவன் அவனைக் கண்டு, பெருந்தொகை பெற்றுக்கொண்ட போதிலும், தக்க நேரத்தில் ஒரு வெற்றிலையையாவது கொடுத்து உதவி செய்த அவனது நன்றியை நினைவு கூர்ந்து, தன்னிடமிருந்த ஒரே மரப்பலகையை அலனுக்குக் கொடுத்துவிட்டுத் தான் வெறுங்கைகளால் நீந்தத் தொடங்கினான்.

அப்போது மணிமேகலை இவனது இரக்கமுள்ள மனப்பான்மையினையும், தன்னலமற்ற உதவியையுங் கண்டு மெச்சி, இத்தகைய நன்மகனைக் காப்பாற்ற வேண்டுவது தனது நீங்காக் கடமை எனக் கண்டு, அவன் மீது அருள் கூர்ந்து, அவன் கண்களுக்குத் தோன்றாமலே அவனை ஒரு கரையிற் கொண்டு போய்விட்டது.

மயிலை சீனி. வேங்கடசாமி

பின்னர், நெடுநேரஞ் சென்று, தனக்குத் கிடைத்த மரப்பலகையின் உதவியினால் மற்றவன் கடலை நீந்தி அதே கரையையடைந்தான். அடைந்தவன், தனக்கு முன்பே தன் நண்பன் வந்திருப்பதைக் கண்டு வியப்புற்று, 'ஐயா' வெறுங்கையினால் இப்பெருங்கடலை நீந்தி எனக்கு முன்னரே எவ்வாறு வந்தீர்? பலகையுள்ள எனக்குக் கரைசேர இவ்வளவு நேரம் சென்றதே! கையினால் கடலை நீந்தியதோடு களைப்பின்றியும் காணப்படுகின்றீரே!' என்று வினவினான். அதற்கு மற்றவன், 'நான் இங்கு வந்த விதம் எனக்குத் தெரியாது,' என்று சொன்னான். அப்போது, அதுவரையில் அவர் கண்களுக்குப் புலப்படாதிருந்த மணிமேகலா தெய்வம் அவர் கண்முன்னர்த் தோன்றி, 'நானே உன்னை இங்குக் கொண்டு வந்தேன். பெற்றோரைப் பேணி ஒழுகுகின்றவர்களையும், புத்த தர்ம சங்கம் என்னும் மும்மணிகளைச் சரணடைந்து ஒழுகுகின்றவர்களையும், பஞ்சசீலம், அஷ்டாங்க சீலம், பிரதிமோக்ஷ சம்வரசீலம் என்னும் சீலங்களை மேற்கொண்டு ஒழுகுகின்றவர்களையும், மெய் மொழி மனங்களால் பிறருக்கு நன்மை செய்கின்றவர்களையும், செய்ந்நன்றி அறிந்து உதவி செய்கின்றவர்களையும் துன்பத்திலிருந்து தேவர்கள் காப்பாற்றுவார்கள்' என்று சொல்லிற்று.

இதைக் கேட்டுக்கொண்டிருந்த அவர்களில் பலகை கொடுத்துதவியவன், 'தாங்கள் சொல்லிய தர்மங்களில் ஒன்றையேனும் நான் செய்தவனல்லவே! அப்படியிருக்க, என்னைக் கடலினின்றுங் காப்பாற்றிய வகை என்ன?' என்று வியப்புடன் வினவினான். அதற்குள் அத்தெய்வம், 'உனக்கு ஒரு வெற்றிலை கொடுத்து உதவிய நன்றியை நினைத்து, நடுக்கடலில் உன் உயிரையும் பாராமல் மற்றவனுக்கு உன் பலகையைக் கொடுத்து உதவினாய். இந்த நன்றியறிதல் என்னும் உனது நற்குணத்துக்காக உன்னை நான் காப்பாற்றினேன்' என்று சொல்லி, அக்கடற்றெய்வம் மறைந்துவிட்டது.

கம்போடியா தேசத்திலும் சயாம் தேசத்திலும் மணிமேகலையைப் பற்றிய கதைகள் வழங்குகின்றனவென்று திரு. 'சில்வன் லீவி' என்னும் ஆசிரியர்[2] எழுதியிருக்கின்றார். அதன் சுருக்கம் இதுவாகும்:-

கம்போடியா தேசத்து இராமாயணத்தில் கீழ்க்கண்ட பகுதி காணப்படுகின்றது. தேவர்களும் தெய்வமகளிரும் ஓர் அரங்கத்தில் கூட நடனம் செய்கிற வழக்கப்படி, அந்த அரங்கத்தில் ஒருநாள் தேவர்கள் கூடியிருந்தார்கள். அக்கூட்டத்தில் கலந்துகொள்ள மணிமேகலா தெய்வம் தனது ஒளிவீசும் அணிகளை அணிந்து, கையில்

மாணிக்ககல் ஒன்றனை எடுத்துக்கொண்டு சென்றது. செல்லும் வழியில் 'ராமசூரன்', அல்லது 'ராம பரசு' என்னும் பெயருள்ள அசுரன் அவள் கையில் உள்ள ஒளிவீசும் மாணிக்கக் கல்லை பிடுங்கிக் கொள்ள விரும்பி அவளைத் தொடர்ந்தான். அதனை அறிந்த மணிமேகலை மேகத்தில் மறைந்தொளிந்தாள். அசுரன் அங்கும் அவளைத் தொடர, அவள் தன் கையிலிருந்த மாணிக்க நகையை அவன் கண்முன் காட்ட அதன் ஒளியினால் கண்கூசி, அவ்வரக்கன் திகைத்து நின்றான். அப்போது மணிமேகலை அவனிடமிருந்து தப்பி ஓடினாள். அவ்வமயம் தெய்வங்களின் அரங்கத்திற்குச் செல்லுவதற்காகப் போய்க் கொண்டிருந்த வீரமிக்க 'வர்ஜுன்' என்னும் தேவன், ராமபரசு என்னும் அசுரன் மணிமேகலையைத் துரத்துவது கண்டு, அவ்விடம் வர, அவனுக்கும் ராமசூரனுக்கும் பெரும் போர் நடந்தது. கடைசியில் வர்ஜுன் என்பவனை ராமசூரன் தன் பரசு என்னும் ஆயுதத்தினால் கொன்று வென்றான். இந்தக் கதை கம்போடியா தேசத்து அரண்மனையில் நாடகமாக நடிக்கப்பட்டு வருகின்றது.

சயாம் தேசத்து இராமாயணத்திலும் இதே கதை கூறப்பட்டிருக்கின்றது. கி.பி. 1783 முதல் 1809 வரையில் அரசாண்ட சயாம் தேசத்து அரசன், 'முதலாவது ராமன்' என்பவன் காலத்தில், இந்த இராமாயணம் எழுதப்பட்டது. இதுவும் கம்போடியா தேசத்து இராமாயணம் போன்றதே. இதில் காணப்படும் சிறு மாறுபாடு என்னவென்றால், 'வர்ஜுன்' என்னும் தேவன் பெயர் 'அர்ஜுனன்' என்று காணப்படுவதுதான். கம்போடியா, சயாம் தேசத்துக் கதைகளும் மணிமேகலை சமுத்திரத்தில் வாழ்வதாகவும் அது கடற்தெய்வம் என்பதாகவும் கூறுகின்றன.

'சகேசதாது வம்சம்' (Cha Kesa Dhatuvamsa) என்னும் பிற்காலத்துப் பாலிமொழிப் பௌத்த நூலில், புத்தர் தமது ஆறு சீடர்களுக்கு ஆறு உரோம தாது கொடுத்ததாகவும், அவர்கள் அவற்றைக் கொண்டு தென்னாட்டிற்கு வந்தபோது, கடலால் சூழப்பட்ட ஓர் அசோகவனத்துக்கு வந்ததாகவும், அப்போது அந்தத் தாதுவை வைக்கத் தூபி கட்டுவோரைக் காணாமல் அச்சீடர்கள் வருந்த, புத்தர் கட்டளையினால் மணிமேகலா தெய்வம் அவர்களுக்குத் தோன்றி, ஒரு தூபியைக் கட்டியதாகவும் காணலாம். (மணிமேகலை 'பாசாத' என்னும் பெயருள்ள பௌத்தப் பள்ளி ஒன்று இலங்கையில் இருந்ததென்பதும், அதனை 'இரண்டாவது சேனன்' என்னும் அரசன் பிற்காலத்தில் பழுதுபார்த்துப் புதுப்பித்தான்

என்பதும் தெரிகின்றன. இந்தப் பள்ளி மணிமேகலை கட்டியதாகக் கூறப்படும் தூபி அன்றென்பது உறுதி.)

இலங்கையில் சிங்களவர் வழங்கும் கதை சிலவற்றிலும் மணிமேகலையைப் பற்றிய குறிப்புக்கள் காணப்படுகின்றன. அவற்றையெல்லாம் இங்கு எழுத வேண்டுவதில்லை. ஆனால், அக்கதைகள் ஒன்றில் தமிழருக்கு வியப்பைத் தருவன எவையென்றால், 'பாலங்கா' என்பவன் தன் மனைவி 'பத்தினி' என்பவளுடன் மதுரைக்குச் செல்லும் வழியில் 'வைத' என்னும் ஆறு குறுக்கிட்டதால், பத்தினி தன் விரலில் அணிந்திருந்த ஆழியைக் கழற்றி ஆற்றுல் எறிய, அந்த ஆற்று நீர் விலகி இவர்களுக்கு வழிவிட்டது என்பதும், அக்கரையையடைந்த பின்னர், மணிமேகலா தெய்வம் வந்து ஆற்றில் எறியப்பட்ட மோதிரத்தை எடுத்துப் பத்தினியிடம் கொடுத்தது என்பதுவுமே. இங்கே பாலங்கா என்பவன் கோவலன்; பத்தினி என்பவள் கண்ணகி; வைத என்பது வைகை ஆறு.

சிலப்பதிகாரம், மணிமேகலை என்னும் இரண்டு தமிழ்க் காவியங்களிலும் மணிமேகலா தெய்வத்தைப் பற்றிக் கூறப்பட்டுள்ளது. கடலில் கப்பலோட்டி வாணிகம் செய்த கோவலனுடைய குலதெய்வமாக இருந்தது மணிமேகலா தெய்வம் என்றும், கோவலனுடைய மூதாதையர் ஒருவர் வாணிகத்தின் பொருட்டுக் கடலில் கப்பலேறிச் சென்றபோது, நள்ளிருளில் கப்பல் கவிழ்ந்து துன்புற்றபோது, அத்தெய்வம் அவரைக் காப்பாற்றியதென்றும், அந்நன்றியை மறவாமல் கோவலன் தன் மகளுக்கு அத்தெய்வத்தின் பெயரையே சூட்டினான் என்றும் சிலப்பதிகாரம் கூறுகிறது; (சிலம்பு, அடைக்கலக் காதை, 21 - 39). கோவலன் மகள் மணிமேகலைக்கு, உதயகுமரனால் நேர இருந்த இடையூறுகளை மணிமேகலா தெய்வம் நீக்கிய செய்தி மணிமேகலை நூலினால் அறியப்படும். காவிரிப் பூம்பட்டினத்தில் ஆண்டுதோறும் நடைபெற்று வந்த இந்திர விழாவை, ஓர் ஆண்டு சோழமன்னன் நடைபெறாமல் நிறுத்திய காரணத்திற்காக மணிமேகலா தெய்வம் கோபங்கொண்டு சபிக்க, அவ்வூர் வெள்ளத்தினால் அழிந்தது என்று அதே நூலினால் அறியப்படுகிறது. இத்தெய்வத்தைக் கடல் காவலுக்காக இந்திரன் நிறுவினான் என்று சிலப்பதிகாரம் கூறுகிறது.

(மணிமேகலைத் தெய்வத்தின் படம் சயாம் தேசத்து அரசரின் அரண்மனையில் இருக்கிறது.)

2. தரைக்காவல் தெய்வம் சம்பாபதி

சாதுர் மாகராஜிக லோகம் என்னும் தெய்வலோகத்தில் உள்ள நான்கு தேவர்கள், நிலவுலகத்திலே நல்லவர்களுக்கு நேரிடுகிற துன்பங்களைப் போக்கச் சில தெய்வங்களை நிறுவினார்கள் என்பது பௌத்தர்கள் நம்பிக்கை. அவ்வாறு நிறுத்தப்பட்ட தெய்வங்களுள் மணிமேகலை என்பது ஒன்றென்றும், இத்தெய்வம் கடலில் மரக்கலத்தில் செல்வோருக்கு ஏற்படும் துன்பங்களைப் போக்கி அவர்களைக் காப்பாற்றியது என்றும் மேலே விளக்கினோம். தரையில், நல்லவர்களுக்கு ஏற்படும் துன்பங்களைப் போக்க, அத்தேவர்கள் சம்பாபதி என்னும் தெய்வத்தை நிறுத்தினார்கள் என்று கருத வேண்டியிருக்கிறது. ஏனென்றால், சம்பாபதி என்னும் தெய்வத்தை கோதமை என்பவள் இவ்வாறு போற்றியதாக மணிமேகலை நூல் கூறுகிறது.

"துறையும் மன்றமும் தொல்வலி மரனும்
உறையுளும் கோட்டமும் காப்பாய், காவாய்!"

(மணி 9-ஆம் காதை)

"நாவலோங்கிய மாபெருந் தீவினுள், காவல் தெய்வதம்" என்று சம்பாபதி கூறப்படுகிறபடியினாலே, இத்தெய்வம் நாவலந் தீவு (இந்தியா தேசம்) முழுமைக்கும் காவல் தெய்வமாக அமைந்திருந்தது. இமயமலையினின்று இத்தெய்வம் தமிழ்நாட்டிற்கு வந்ததாகவும், நாவல் மரத்தின் கீழ் தங்கி அரக்கரால் மக்களுக்கு நேரும் துன்பத்தைப் போக்க இத்தெய்வம் தவம் கிடந்ததாகவும் கூறப்படுகிறது.

"இளங்கதிர் ஞாயிறு எள்ளும் தோற்றத்து
விளங்கொளி மேனி விரிசடை யாட்டி
பொன்திகழ் நெடுவரை யுச்சித் தோன்றித்
தென்றிசைப் பெயர்ந்த இத்தீவத் தெய்வதம்
சாகைச் சம்பு தன்கீழ் நின்று
மாநில மடந்தைக்கு வருந்துயர் கேட்டு
வெந்திறல் அரக்கர்க்கு வெம்பகை நோற்ற
சம்பு என்பாள் சம்பா பதியினள்." *(மணி. பதிகம் 1-8)*

சம்பாபதி தெய்வம், முந்தை முதல்வி, முதுமூதாட்டி, தொன் மூதாட்டி, முதியாள், அருந்தவ முதியோள் என்றும்; சம்பு, கன்னி, குமரி என்றும் மணிமேகலை நூலில் கூறப்படுகிறது. இத்தெய்வத்தின் கோயில் குச்சரக்குடிகை எனப் பெயர் கொண்டிருந்ததென்றும், இக்கோயில் காவிரிப் பூம்பட்டினத்தில் இடுகாட்டிற்கு அருகில் இருந்ததென்றும் அந்நூல் கூறுகிறது.

இத்தெய்வத்தைப் பற்றி ஒரு கதை கூறப்படுகிறது. சார்ங்கலன் என்னும் பார்ப்பனச் சிறுவன், தன்னந்தனியனாய்ச் சுடுகாட்டிற்குச் செல்ல, அங்கு ஒரு பேய்மகள் பிணத்தின் தலையொன்றினைக் கையிலேந்திக் கூத்தாடியதைக் கண்டு அஞ்சி நடுங்கினான். அவ்வச்சம் நீங்காமல் அவன், வீட்டிற்குச் சென்று நடந்தவற்றைக் கூறி அச்சத்தினாலே உயிர்விட்டான். அவனுடைய தாய் கோதமை என்பவள், ஆறாத் துயரத்துடன், அவனது உடலைத் தோளில் தூக்கிக் கொண்டு சம்பாபதி கோயிலுக்கு வந்து, அவனை உயிர்ப்பித்துக் கொடுக்கும்படி வரம் வேண்டினாள். சம்பாபதி தெய்வம் அவள்முன் தோன்றி, "அவன் விதிவசத்தினால் இறந்தானேயன்றி அவனைப் பேய் கொல்லவில்லை. அவன் ஆயுள் அவ்வளவுதான். இறந்தவரைப் பிழைப்பிக்கும் ஆற்றல் எனக்குக் கிடையாது" என்று கூறியது. இதனைக் கேட்ட கோதமை மனம் வருந்தி, "தெய்வங்கள் கேட்ட வரத்தைக் கொடுக்கும் என்று உலகோர் கூறுகிறார்கள். உனக்கு, இறந்தவரைப் பிழைப்பிக்கும் ஆற்றல் இல்லை என்று கூறுவது என்னை?" என்று வினவினாள். அப்போது சம்பாபதி தெய்வம் அவள் முன்பாக, சக்கரவாளங்களிலுள்ள எல்லாத் தெய்வங்களையும் தனது தெய்வ ஆற்றலினால் வரவழைத்து, "இவர்களில் யாரேனும் இறந்தவரைப் பிழைப்பிக்கும் ஆற்றல் உடையவராயிருந்தால், நானும் உன் மகனை உயிர்ப்பித்துக் கொடுப்பேன்" என்று கோதமைக்குக் கூறியது. வந்த தெய்வங்கள் எல்லாம் 'தமக்கு அத்தகைய ஆற்றல் இல்லை' என்று கூறின. அதனால் மனம் தெளிந்த கோதமை, தன் இறந்த மகனது உடலைச் சுடலையில் அடக்கம் செய்து சென்றாள். இக்கதை மணிமேகலை(6ஆம் காதை)யில் கூறப்பட்டுள்ளது.

சாயாவனம் என்னும் ஊரில் உள்ள சிவன்கோயிலின் தென்பக்கத்தில் சம்பாபதி கோயில் ஒன்று இப்போதும் இருக்கிறதென்றும், இக்கோயில் சம்பாபதியம்மன் கோயில் என்றும், பிடாரி கோயில் என்றும் வழங்கப்படுகிறதென்றும் கூறுவர் டாக்டர் சுவாமிநாத ஐயர் அவர்கள். (மணி. அரும்பத அகராதி)

பிடாரி என்பது பீடையை (துன்பத்தை) அரிப்பவள் (போக்குபவள்) என்று பொருள்படும். சம்பாபதி அம்மன், உலகில் உள்ள நல்லவர்களுக்கு வரும் துன்பங்களைப் போக்குகிறவள் ஆதலின், பிடாரி என்று கூறப்படுகிறாள் போலும்.

சீகாழி இரயில் நிலையத்திற்குத் தென்கிழக்கே 14 மைல் தூரத்தில் உள்ள காவிரிப்பூம்பட்டினம் (இப்போது சிறு கிராமமாக) இருக்கிறதென்றும், இங்குள்ள மருவதூர் கிராமம் என்னும் இடத்தில், சம்பாபதி கோயில் இருக்கிறதென்றும், இங்குள்ள பல்லவனேச்சரம்

என்னும் சிவம் கோயிலுக்கருகில் இரண்டு மண்மேடுகளும், சம்பாபதி கோயிலுக்கருகில் இரண்டு மண்மேடுகளும் காணப்படுகின்றன என்றும் ஆர்க்கியாலஜி இலாகா அறிக்கை கூறுகிறது.[3]

இவ்வறிக்கையில் கூறப்படுகிற மருவதூர் கிராமம் என்பது சிலப்பதிகாரத்தில் கூறப்படுகிற காவிரிப்பூம்பட்டினத்தின் மருவூர்ப் பாக்கமாக இருக்கக்கூடுமோ? இவ்வறிக்கையில் கூறப்படுகிற மேடுகளை அகழ்ந்து பார்த்தால், தமிழ்நாட்டுச் சரித்திர சம்பந்தமான பழைய பொருள்கள் ஏதேனும் கிடைக்கக்கூடும்.

3. கந்திற் பாவை

காவிரிப்பூம்பட்டினத்தில் இருந்த குச்சரக்குடிகை என்னும் பெயருள்ள சம்பாபதி கோயிலிலே ஒரு தூணில் கந்திற்பாவை என்னும் தெய்வ உருவங்கள் அமைக்கப்பட்டிருந்தன. (கந்து-தூண். பாவை -பதுமை) இவை இரட்டைத் தெய்வங்களின் உருவங்கள். துவதிகன், ஓவியச்சேனன் (சித்திரச்சேனன்) என்னும் பெயருடையவை. இவையும் பௌத்தர்களால் போற்றப்பட்ட சிறு தெய்வங்களாம். இத்தெய்வங்கள் முக்கால நிகழ்ச்சிகளை அவ்வப்போது, தம்மை வழிபடுவோருக்குக் கூறிவந்தன என்று மணிமேகலை நூலினால் அறிகிறோம்.

4. சதுர் மகாராஜிகர்

உலகத்தின் நான்கு திசைகளிலும் நான்கு தெய்வங்கள் காவலாக நிறுத்தப்பட்டனர். அவர்களுக்குச் சதுர் மகாராஜிகர் என்பது பொதுப்பெயர். உலகத்திலே மனிதர் செய்கிற நன்மை தீமைகளை அறிந்து அவற்றை அவ்வப்போது இந்திரனுக்குத் தெரிவிக்கவேண்டியது இவர்கள் கடமை. இவர்களைத் திசைக் காவலராக நியமித்தவன் இந்திரனே. இவர்களின் பெயர் வருமாறு:

திருதராட்டிரன்: இவன் கிழக்குத் திசைக்குத் தெய்வம். இவன் கந்தவர்களுக்கு அரசன்.

விரூதாட்சன்: இவன் தெற்குத் திசைக்குத் தெய்வம். இவன் கும்பாண்டர்களுக்கு அரசன்.

விரூளாட்சன்: இவன் மேற்குத் திசைக்குத் தெய்வம். இவன் இயக்கருக்கு அரசன்.

வைசிரவணன்: இவன் வடக்குத் திசைக்குத் தெய்வம். இவன் நாகர்களுக்கு அரசன்.

இந்த நான்கு தெய்வங்களும் சக்கனுக்கு (இந்திரனுக்கு) அடக்கமானவர்கள் என்பதும், உலகத்திலே நான்கு திசைகளிலும் நிகழ்கிற எல்லாச் செய்திகளையும் இவர்கள் அவ்வப்போது இந்திரனுக்குத் தெரிவிக்கிறார்கள் என்பதும் பௌத்தர்களின் நம்பிக்கை.

5. சக்கன்

சக்கன் என்பது சக்கரன் விண்ணுலகத்துக்கு அரசன். இவனை இந்திரன் என்றும் கூறலாம். இவன் பௌத்தச் சிறு தெய்வங்களுக்கெல்லாம் தலைவன். இவன் பௌத்த தர்மப்படி நடக்கிற நல்லவர்களுக்கு உதவி செய்கிறான் என்பது பௌத்தர்களின் நம்பிக்கை. இவன், விண்ணுலகத்திலே சிம்மாசனத்தின் மேல் விரிக்கப்பட்ட பாண்டு கம்பளத்தின்மேல் அமர்ந்திருக்கிறான் என்றும், ஏதேனும் சிறப்பான நிகழ்ச்சிகள் உலகத்தில் நிகழுமானால் இவனுடைய பாண்டு கம்பளம் சூடுகொள்ளும் என்றும், அப்போது இவன் அந்நிகழ்ச்சிகளை அறிந்துகொள்கிறான் என்றும் பௌத்தர்கள் நம்புகிறார்கள். இந்திரனைப் பற்றிய பல கதைகள் பௌத்த நூல்களிலே கூறப்படுகின்றன. இந்தச் சக்கரனாகிய இந்திரன் வேறு; வைதீக மதத்தில் கூறப்படுகிற இந்திரன் வேறு.

6. அவலோகிதர்

பௌத்தரால் வணங்கப்படும் தெய்வங்களில் அவலோகிதரும் ஒருவர். இவர் மேலே கூறப்பட்ட தெய்வங்களுக்கு மேற்பட்டவர். ஆனால், புத்தருக்குக் கீழ்ப்பட்டவர். இவருக்கு உலகநாதர் என்றும் போதிசத்துவர் என்றும் பெயர் உண்டு. துஷிதலோகத்திலே இவர் இருக்கிறார். அறநெறியைப் பூவுலகத்தில் போதிப்பதற்காகப் புத்தராகப் பிறக்கிறவர் இவரே.

> “அறிவு வறிதா யுயிர்நிறை காலத்து
> முடிதயங் கமரர் முறைமுறை யிரப்பத்
> துடித லோக மொழியத் தோன்றித்
> போதி மூலம் பொருந்தி யிருந்து
> மாரனை வென்று வீர னாகிக்
> குற்றம் மூன்றும் முற்ற வறுக்கும்
> வாமன் வாய்மை யேமக் கட்டுரை
> யிறந்த காலத் தெண்ணில் புத்தர்களும்” *(30ஆம் காதை. 7-14)*

என்று மணிமேகலை கூறுவது காண்க.

இந்த அவலோகிதர் இடத்திலே அகத்திய முனிவர் தமிழ் மொழியைக் கற்றார் என்பது தமிழ்நாட்டுப் பௌத்தர்களின் நம்பிக்கை. வீரசோழிய நூலாசிரியராகிய புத்தமித்திரர் இதனைக் கூறுகிறார்.

> "ஆயுங் குணத்தவ லோகிதன்
> பக்கல் அகத்தியன்கேட்
> டேயும் புவனிக் கியம்பிய
> தண்டமிழ்..."

என்று அவர் கூறுகிறார்.

அவலோகிதரைப் பௌத்தர்கள் வணங்குகிறார்கள். தமிழ்நாட்டிலும் பௌத்தமதம் பரவியிருந்த காலத்தில் அவலோகிதர் உருவ வழிபாடு நடந்து வந்தது. நாகைப்பட்டினத்தில் இருந்து கிடைத்த அவலோகிதரின் செம்பு உருவங்களைச் சென்னைக் காட்சிச் சாலையில் இன்றும் காணலாம்.

❀

4. ஆசீவக மதம்

அழிந்தொழிந்துபோன இந்த மதம் இப்போது முழுவதும் மறக்கப்பட்டிருப்பதால், இதைப்பற்றிக் கூறுவது அமைவுடைத்து.

பௌத்த, ஜைன, வைதீக மதங்களைப் போலவே, இந்த ஆசீவக மதமும் வடஇந்தியாவில் தோன்றியது. இந்த மதத்தை உண்டாக்கினவர் மஸ்கரி புத்திரர் என்பவர்; பாலி மொழியில் இப்பெயர் மக்கலி புத்த என்று வழங்கப்படுகின்றது. மாட்டுத் தொழுவம் என்று பொருள்படும் 'கோசால' என்னும் அடைமொழி கொடுத்துக் கோசால மக்கலி புத்த என்றும் இவர் வழங்கப்படுவர். ஏனென்றால், இவர் மாட்டுத் தொழுவத்தில் பிறந்தார் என்று சொல்லப்படுகின்றது. தமிழ் நூல்கள் இவரை மற்கலி என்று கூறும்.

'மக்கலி' என்பது வடநாட்டில் பண்டைக்காலத்தில் இருந்த இரந்துண்டு வாழும் ஒருவகைக் கூட்டத்தாருக்குப் பெயர் என்றும், அந்தக் கூட்டத்தைச் சேர்ந்தவர் ஆகையால் இவருக்கு 'மக்கலி புத்திரர்' என்னும் பெயர் வந்ததென்றும் சிலர் கூறுவர். 'மக்கலி' என்பது இவருடைய தந்தையின் பெயர். ஆகையால் இவருக்கு 'மக்கலி புத்திரர்' என்னும் பெயர் வழங்கியதென்று வேறு சிலர் உரைப்பர்.

மக்கலி அல்லது மற்கலி என்பவர், ஆருகத மதத்தை யுண்டாக்கிய மகாவீரரும், பௌத்த மதத்தையுண்டாக்கிய கௌதம புத்தரும் உயிர் வாழ்ந்திருந்த அதே காலத்தில் இருந்தவர். மகாவீரர் ஆருகத மதக்கொள்கையை உலகத்தாருக்குப் போதித்து வந்த காலத்தில், அவரது புகழையும் செல்வாக்கையும் கேள்வியுற்ற மற்கலி அவரிடம் சென்று அவரைச் சார்ந்திருக்க விரும்பினார். ஆனால், மற்கலியின் மாறுபட்ட ஒழுக்கங்களையும் குணங்களையும் அறிந்த மகாவீரர், அவர் தம்மைச் சார்ந்திருக்க உடன்படவில்லை. ஆயினும், மற்கலி எவ்வாறோ மகாவீரரின் உடன்பாடு பெற்று, அவருடன் சில ஆண்டு தங்கியிருந்தார். பின்னர், அவருடன் மாறுபட்டுத்

தனியே பிரிந்துபோய், ஒரு புதிய மதத்தை உண்டாக்கினார். அதுதான் 'அசீவக மதம்' அல்லது 'ஆஜீவக மதம்' என்பது. ஆருகத மதக்கொள்கைகள் சிலவற்றையும், தாம் உண்மை என்று கண்ட கொள்கைகளையும் திரட்டி, மற்கலி இந்த மதத்தை உண்டாக்கினாரென்று சொல்லப்படுகின்றது.

சற்றேறத்தாழ, கி.மு. 500-இல் மற்கலி காலமானார் என்று கருதப்படுகின்றது. இவர் காலஞ்சென்ற பதினாறு ஆண்டுகளுக்குப் பின்னர், மகாவீரர் வீடுபெற்றார் என்பர். மகாவீரர் வீடு பெற்ற சில ஆண்டுகளுக்குப் பின்னர், கௌதமபுத்தர் நிர்வாணம் அடைந்தார்.

ஆசீவகர், பௌத்தர், ஜைனர், வைதீகர் ஆகிய மதத்தவர்களுக்குள் எப்போதும் சமயப்பகை இருந்து கொண்டிருந்தது.

ஆசீவக மதக்கொள்கைகளைக் கூறும் நூலுக்கு 'நவகதிர்' என்பது பெயர். இந்த நூலில் நில அணு, நீர் அணு, தீ அணு, வளி அணு, உயிர் அணு என்னும் ஐம்பொருளைப் பற்றிக் கூறியுள்ளதென்பர். கருமை, நீலம், செம்மை, பொன்மை, வெண்மை, தூயவெண்மை என்னும் ஆறுவகைப் பிறப்பு உண்டென்பதும், தூய வெண்மைப் பிறப்புத்தான் மிக உயர்நிலைப் பிறப்பென்பதும், இப்பிறப்பினை அடைந்தவர் தாம் வீட்டுலகம் சேர்வர் என்பதும் இந்த மதக்கொள்கை. எண்பத்து நான்கு இலட்சம் மகா கல்ப காலம் வரையில் உயிர்கள் மீண்டும் மீண்டும் பிறந்திருந்து உழலுமென்றும், அந்தக் காலம் கடந்ததும் அவை வீடுபேறு அடையுமென்றும், இந்த நியதிமாறி உயிர்கள் வீடு பேறடையாவென்றும் கொண்டது இந்த மதம் என்பர். இந்த நியதிக்கு நூல் உருண்டை உதாரணமாகக் கூறப்படும். ஒரு நூலுருண்டையைப் பிரித்தால், நூல் எவ்வளவு இருக்கிறதோ, அவ்வளவு வரையில் தான் அது நீளுமே தவிர, அதற்குக் குறைவாகவோ அதிகமாகவோ நீளாததுபோல, உயிர்கள் யாவும் மேற்சொன்ன நியதிக்குக் கட்டுப்பட்டே நடக்கும். நல்லறிவு பெற்று நல்ல செயல்களைச் செய்பவன் விரைவில் வீடு பெறான்; அவனுக்கு நியமிக்கப்பட்ட காலம் வரையில் அவன் பிறந்து இறந்து உழன்றே ஆக வேண்டும். மோட்சமடையும் நிலையிலிருக்கும் ஒருவன் கால நியதியைக் கடந்து, தீயகருமங்கள் செய்து மீண்டும் பிறந்திறந்து உழவ முயன்றாலும், அவன் அவ்வாறு செய்ய இயலாது என்பதும், அவனுக்கு ஏற்பட்ட நியதிப்படி அவன் வீடுபேறடைந்தாக வேண்டும் என்பதும் இம்மதக் கொள்கைகளில் சிலவாம்.

நவகதிரையன்றி, 'ஆதித்தியம்' என்னும் நூலும் இந்த மதத்தாருக்குண்டென்று தெரிகின்றது. இது, "ஆசீவக சங்க

சமயத்தவருக்கு ஆதித்தியமென்பதொரு நூலுண்டு. மற்றது ஆதித்தனைப் பற்றியிருக்கும்; அது சோதிசாத்திரமென உணர்க. அன்றியேயும், ஆதித்தனைப் போல மீண்டும் அவர் வானமண்டல வரவுடையாரெனப்படுவர்" என்று கூறும் தக்கயாகப்பரணி (183-ஆம் தாழிசை) உரைப்பகுதியினால் இது அறியப்படும்.

மற்கலிக்குப் 'பூரணர்' என்னும் பெயரும் உண்டு. களங்கமற்ற ஞானமுடையவராகலின், அவருக்கு இப்பெயர் உண்டாயிற்றென்பர். இந்தப் பூரணருடைய இயல்பு கீழ்க்கண்டவாறு 'நீலகேசி' என்னும் நூலில் கூறப்பட்டிருக்கின்றது.

'உரையா னிறைவ னுணலு மிலனாய்த்
திரையா னரையான் றெரிவில் லுருவம்
வரையா வகைவா னிடுவில் லனையன்
புரையா வறிவிற் புகழ்பூ ரணனே',
(ஆஜீவக வாதச் சருக்கம் 15-ஆம் செய்யுள்)

"வாக்கியப் பிரதிவிருத்தியும், புத்தியும், நரை திரை முதலாயினவுமுடையனல்லனாகி ஆகாசதலத்து இந்திர தனுசு போலத் தோன்றும் தோற்றத்தையுடையனாகிக் குற்றப்படாத அறிவையுடையவன் பூரணனென்னும் எம்முடைய ஆப்தன் என்றவாறு". (மேற்படி உரை)

ஆசீவக மதத்துறவிகள் முதுமக்கட் சாடியில் அமர்ந்து தவம் செய்தனர் என்பது தக்கயாகப்பரணியுரையினால் அறியப்படுகின்றது. இதனை,

'தாழியிற் பிணங்களுந் தலைப்படா வெறுந்தவப்
பாழியிற் பிணங்களுந் துளப்பெழப் படுத்தியே'

என்னும் 376-ஆம் தாழிசைக்கு உரையாசிரியர் 'தாழி - முதுமக்கட்சாடி... தாழியிற் பிணமென்றது. ஆருகதரிலே ஆசீவகர் பெருமிடாக்களிற் புக்குத் தவம் செய்வராதலின், அவரைச் சுட்டி நின்றது' என்று எழுதியிருப்பதினின்றும் துணியலாம்.

மேலே காட்டிய உரைப்பகுதியில், ஆரகதரிலே ஆசீவகர் என்று காணப்படுகிறது. அஃதாவது, ஆசீவகமதம் ஆருகதமதமாகிய ஜைன மதத்தின் ஒருபிரிவு என்று கூறப்பட்டிருக்கின்றது. ஆனால் 'மணிமேகலை', 'நீலகேசி' என்னும் நூல்களில், ஆருகதமதம் (ஜைனம்) வேறு, ஆசீவகமதம் வேறு என்று தெளிவாகக் கூறப் பட்டிருக்கின்றது. ஆனால், பிற்காலத்தில் இந்த மதம் ஜைன மதத்தின் ஒரு பிரிவு எனத் தவறாகக் கருதப்பட்டது. இத்தவற்றினைத்

தான் மேலே காட்டியபடி தக்கயாகப்பரணி உரையாசிரியர் எழுதியிருக்கிறார். நிகண்டுகளும் ஆசீவக மதம், ஆருகதமதத்தின் பிரிவு என்றே கூறுகின்றன.

'சாவகர் அருகர் சமணர் ஆகும்:
ஆசீவகரும் அத்தவத் தோரே'   (சேந்தன் திவாகரம்)

'சாவகர் அருகர் சமணர் அமணர்
ஆசீவகர் தாபதர் அத்தவத் தோரே'   (பிங்கலநிகண்டு)

'சிவஞான சித்தியார்' என்னும் சைவ சமய நூலிலே, இந்த மதம் ஜைன மதத்தின் பிரிவுகளில் ஒன்றாகக் கூறியிருக்கின்றது. இந்தத் தவற்றினை ஞானப்பிரகாசர் என்னும் உரையாசிரியர் எடுத்துக் காட்டியிருக்கின்றார். 'திகம்பரமொப்பினும் அநேகாந்தவாதிகளாகிய நிர்க்கந்த ஆசீவகனென்க' என்று எழுதியிருக்கிறார். அஃதாவது, ஆசீவகர் ஜைனரில் திகம்பரரை (நிர்க்கந்தரை)ப் போன்ற கொள்கையுடையவரெனினும், அவரின் வேறானவர் என்று விளக்கியுள்ளார். 'மணிமேகலை', 'நீலகேசி' என்னும் இரண்டு நூல்களைத் தவிரப் பிற்காலத்து நூல்களாகிய 'சிவஞான சித்தியார்', 'தக்கயாகப்பரணி', 'திவாகரம்', 'பிங்கலநிகண்டு' முதலானவை ஆசீவகமதத்தை (திகம்பர) ஜைன மதம் என்றே கூறுகின்றன. இவ்வாறு கருதப்பட்டதற்குக் காரணம் ஆசீவக மதத்தவரும் திகம்பர ஜைன மதத்தவரும் மேற்கொண்டு வந்த பொதுவான சில கொள்கைகளாகும். உடையின்றியிருத்தலும், குளியாமல் அழுக்குடம்புடன் இருத்தலும் இவை போன்ற சில வெளிப்பார்வைக்குப் பொதுவாகத் தோன்றிய கொள்கைகளைக் கண்டு, இவ்விரு சமயத்தவரும் ஒரே சமயத்தவரென்று தவறாகக் கருதப்பட்டிருக்கலாம். வெளியொழுக்கத்தில் ஒன்றாகத் தோன்றினாலும், இவ்விருவருடைய தத்துவக் கொள்கைகள் வெவ்வேறானவை. இவ்வாறு ஆசீவகமதத்தினர் திகம்பர ஜைன மதத்தினராகப் பிற்காலத்தில் தவறாகக் கருதப்பட்டது. தமிழ்நாட்டில் மட்டுமன்று, வடநாட்டிலும் அவர் இவ்வாறே கருதப்பட்டு வந்தனர்.

இந்த மதத்தைப் பற்றிய உண்மை வரலாறுகளும் கொள்கைகளும் இப்போது முழுவதும் கிடைக்கவில்லை. இப்போது கிடைப்பன எல்லாம் இந்த மதத்தின் பகைவர்களால் எழுதப்பட்டவை. ஆகவே, நடுநின்று கூறாமல் சார்பு பற்றிக் கூறியுள்ளன என்று கருதப்படுகின்றது. 'மணிமேகலை' என்னும் பௌத்த நூலிலும் (சமயக்கணக்கர் தந்திறங்கேட்ட காதை), 'நீலகேசி' என்னும் ஜைன நூலிலும் (ஆசீவகவாதச் சருக்கம்), 'சிவஞான சித்தியார்' என்னும்

சைவ நூலிலும் (பரபக்கம் ஆசீவக மதம்) இந்த மதக்கொள்கைகள் எடுத்துக் கூறி மறுக்கப்பட்டுள்ளன. இந்த மதத்தைப் பற்றி அறிய விரும்புவோர்க்கு மேற்சொன்ன தமிழ் நூல்களும் Encyclopaedia of Religion and Ethics by James Hashings என்னும் நூலும் உதவி புரியும்.

இந்த மதம் தமிழ்நாட்டிலும் ஒரு காலத்தில் பரவியிருந்தது. தமிழ்நாட்டிலே சமதண்டம் என்னும் ஊரிலே இந்த மதத் தலைவர்கள் இருந்ததாக 'நீலகேசி' என்னும் நூல் கூறுகின்றது. கி.பி. இரண்டாம் நூற்றாண்டில் வாழ்ந்திருந்த கோவலனுடைய மாமனும், கண்ணகியின் தந்தையுமாகிய மாநாய்கன் என்னும் செல்வத்தில் மேம்பட்ட வணிகன், கோவலனும், கண்ணகியும் உயிர்நீத்த செய்தி கேட்டு உலகத்தை வெறுத்துத் தனது பெருஞ் செல்வமெல்லாவற்றையும் தானம் செய்துவிட்டு, ஆசீவக மதத்திற் சேர்ந்து துறவு பூண்டதாகச் சிலப்பதிகாரம் கூறுகின்றது.

"கண்ணகி தாதை கடவுளர் கோலத்
தண்ணலம் பெருந்தவத் தாசீ வகர்முன்
புண்ணிய தானம் புரிந்தறங் கொள்ளவும்"   (நீர்ப்படைக்காதை)

என வரும் அடிகளால் இதனை அறியலாம்.

இராசராச சோழன் காலத்தில் பொறிக்கப்பட்ட சிலாசாசனங்களில் 'ஆசுவ கடமை' என்னும் ஆயம் (வரி) குறிக்கப்பட்டிருப்பதைக் கொண்டு, ஆசீவக மதத்தாருக்கு அக்காலத்தில் ஆயம் விதிக்கப்பட்டிருந்ததாகக் கூறுவர் சிலர். இதை மறுத்து, சாசனங்களில் கூறப்பட்டுள்ள 'ஆசுவ கடமை' என்பது செம்பு அல்லது பித்தளைப் பாத்திரங்களைச் செய்யும் கன்னாருக்கு விதிக்கப்பட்ட வரியைக் குறிக்குமே தவிர, ஆசீவக மதத்தாருக்கு விதிக்கப்பட்ட வரியைக் குறிக்காது என்றும், அவ்வாறு கூறுவது தவறு என்றும் பேராசிரியர் திரு. சக்கரவர்த்தி நயினார் அவர்கள் தாம் பதிப்பித்துள்ள 'நீலகேசி'யின் ஆங்கில முன்னுரையில் விளக்கமாக எழுதியிருக்கின்றார்கள். ஆகவே, ஆசீவக மதத்தாருக்கு இறை விதிக்கப்பட்டிருந்ததாகக் கருதுவது தவறாகும்.

5. மணிமேகலை நூலின் காலம்

மணிமேகலையின் காலத்தை ஆதாரத்துடன் ஆராய்ந்து எழுதுவதென்றால், அது பெரியதொரு தனி நூலாக முடியும். ஆதலின், மிகச் சுருக்கமாக எழுதுவோம். மணிமேகலையும் சிலப்பதிகாரமும் கி.பி. இரண்டாம் நூற்றாண்டில் இயற்றப்பட்டவை என்பதே பலரின் கொள்கை. ஆயினும் சிலர் மட்டும் ஐயப்பாட்டிற்கிடமான சில ஆதாரங்களைக் காட்டி, இதனைப் பிற்காலத்து நூல் என்று கூறுவர். ஈண்டு, கி.பி. இரண்டாம் நூற்றாண்டின் இறுதியில் மணிமேகலை எழுதப்பட்டதென்பதற்கான ஆதாரங்களை முதலில் எடுத்துக்காட்டிப் பின்னர், இதனைப் பிற்காலத்து நூல் என்று கூறுவோரின் கூற்று ஆதாரமற்றதென்பதை விளக்குவோம்.

'மணிமேகலை'யை இயற்றிய ஆசிரியர் சீத்தலைச் சாத்தனாரும், 'சிலப்பதிகாரத்தை' இயற்றிய இளங்கோ அடிகளும் நண்பர்களென்பதும், சிலப்பதிகாரக் காவியத்தின் தொடர்ச்சியே மணிமேகலைக் காவியம் என்பதும் யாவரும் ஒப்புக்கொண்ட உண்மை. அன்றியும் இளங்கோ அடிகளின் தமையனான சேரன் செங்குட்டுவனுக்கும் சீத்தலைச் சாத்தனார் உற்ற நண்பர். கண்ணகியின் வரலாற்றினைச் சீத்தலைச்சாத்தனார் சொல்லக் கேட்டுக் கண்ணகியின் கற்பினைப் பாராட்டி அவளுக்குக் கோயில் அமைத்த செங்குட்டுவ மன்னன், இலங்கைத் தீவை அரசாண்டிருந்த கஜபாகு (கயவாகு) என்னும் அரசனைப் பத்தினிக் கடவுளான கண்ணகியின் விழாவுக்கு அழைத்திருந்தான். கஜபாகு மன்னனும் இவ்விழாவுக்கு வந்திருந்ததோடு, இலங்கைக்குச் சென்று அங்கும் கண்ணகி வணக்கத்தை ஏற்படுத்தினான். இன்றைக்கும் சிங்களவர் 'பத்தினித் தெய்யோ' (பத்தினித் தெய்வம்) என்று கண்ணகியைக் கொண்டாடி வருகின்றனர். பத்தினித் தெய்வ வணக்கத்தை இலங்கையில் ஏற்படுத்திய கஜபாகு வேந்தன், கி.பி. 171 முதல் 193 வரையில் இலங்கையை அரசாண்டான். இவனுக்குக் 'கஜபாகு காமினி' என்னும் பெயரும் உண்டு. எனவே, கஜபாகு நண்பனான சேரன் செங்குட்டுவனும், இளங்கோவடிகளும், சீத்தலைச்சாத்தனாரும் ஒரே

காலத்தவர் என்பது பெறப்பட்டது. ஆகவே, மணிமேகலையைச் சீத்தலைச் சாத்தனார் கி.பி. இரண்டாம் நூற்றாண்டின் இறுதியில் இயற்றியிருக்க வேண்டும்.

மணிமேகலை நூலில் இருபத்தேழாவது காதையில்,

“வேத வியாதனுங் கிருத கோடியும்
ஏதமில் சைமினி யெனமிவ் வாசிரியர்
பத்து மெட்டு மாறும் பண்புறத்
தத்தம் வகையாற் றாம்பகர்ந் திட்டனர்”

என வரும் அடிகளிற், ‘கிருதகோடி’ என்னும் ஆசிரியரைப் பற்றிக் கூறப்பட்டுள்ளது. கிருத கோடி என்பது மீமாம்சை சாத்திரமாகிய வேதாந்த சூத்திரத்திற்குப் ‘போதாயனர்’ என்பவர் இயற்றிய உரை. ‘பிரபஞ்ச ஹிருதயம்’ என்னும் சமஸ்கிருத நூலில், மீமாம்சை சாஸ்திரம் முழுவதற்கும் போதாயனர் என்பவர் ஒரு பாஷ்யம் (விரிவுரை) எழுதினார் என்றும், அந்த உரைக்கு ‘கிருதகோடி’ என்பது பெயர் என்றும், இந்த உரை மிக விரிவாக இருந்தது பற்றி ‘உபவர்ஷர்’ என்பவர், அதனைச் சுருக்கி அமைத்தனர் என்றும் கூறப்பட்டிருக்கின்றது. வேதாந்த சூத்திரத்திற்கு இராமானுஜர் எழுதிய ‘ஸ்ரீபாஷ்யம்’ என்னும் உரையிலும், போதாயனர் வேதாந்த சூத்திரத்திற்குப் ‘பிரம்மசூத்திரம்’ என்னும் விருத்தியுரை எழுதினார் என்றும், அந்த விரிவுரையைப் ‘பூர்வாசாரியர்’ சுருக்கமாக அமைத்தார் என்றும் கூறியிருக்கின்றார். இங்கு இவர் ‘பூர்வா சாரியர்’ என்று கூறுவது உபவர்ஷரை. இந்த உபவர்ஷர் என்பவர், கி.பி. மூன்றாம் நூற்றாண்டிற்குப் பிற்பட்டவர் அல்லர் என்பது ஆராய்ச்சி வல்லோர் முடிவு. கி.பி. மூன்றாம் நூற்றாண்டில் இருந்த உபவர்ஷருக்கு, முன் மீமாம்சை சாத்திரத்துக்கு ஒரே ஓர் உரை இருந்ததென்றும், அது போதாயனர் எழுதிய ‘கிருதகோடி’ என்னும் உரை என்றும், இந்தக் ‘கிருதகோடி’ உரை எழுதிய போதாயனர் கி.பி. முதல் நூற்றாண்டுக்கும் இரண்டாம் நூற்றாண்டுக்கும் இடைப்பட்ட காலத்தில் வாழ்ந்திருந்தவர் என்றும் ஆராய்ச்சி வல்ல அறிஞர் முடிவுகட்டியுள்ளனர். எனவே கிருதகோடி ஆசிரியரைக் குறிப்பிடுகின்ற ‘மணிமேகலை’ அவ்வுரை பெரிதும் வழக்காற்றிலிருந்த, கி.பி. முதலாவது, அல்லது இரண்டாவது நூற்றாண்டுகளில் எழுதப்பட்டிருக்க வேண்டும். இதனைப் பற்றி முற்றும் விளக்கி எழுதினால் இடங்கொள்ளும் என்றஞ்சிச் சுருக்கமாகக் குறிக்கப்பட்டது. இதனை நன்குணர வேண்டுவோர் கீழ்க்கண்ட ஆங்கில நூல்களினால் ஐயமறத் தெளியலாம்’ [4].

மணிமேகலையில் கூறப்பட்டுள்ளது ஈனயான பௌத்த மதம்; மகாயான பௌத்த மதத்தைப் பற்றி அதில் கூறப்படவில்லை. எனவே, மணிமேகலை மகாயான பௌத்தக் கொள்கைகள் பரவுவதற்கு முன்பு எழுதப்பட்ட நூல் என்று விளங்குகின்றது.

மகாயான பௌத்தமதத்தை உண்டாக்கியவர் நாகார்ஜுனர். இவரும் இவர் மாணவராகிய ஆரியதேவரும் மகாயான மத நூல்களை இயற்றி அந்த மதத்தைப் பரவச் செய்தனர். நாகார்ஜுனர், கி.பி. மூன்றாம் நூற்றாண்டின் முற்பகுதியில் இருந்தவர். எப்படி எனில், கூறுவோம்: 'குமாரஜீவர்' என்னும் ஆசிரியர் கி.பி. 399 முதல் 417 வரையில் பௌத்த நூல்களை எழுதினார் என்று, சீன தேசத்து நூல்களினின்றும் தெரிகின்றது. இந்தக் குமாரஜீவர், கி.பி. 400-இல் நாகார்ஜுனர் சரிதத்தையும், அவர் மாணவராகிய ஆரியதேவரது சரிதத்தையும் எழுதியிருக்கின்றார். எனவே இவரது காலத்துக்கு ஒன்றிரண்டு நூற்றாண்டுக்கு முன்பு நாகார்ஜுனர் வாழ்ந்திருந்தவராதல் வேண்டும். நாகார்ஜுனர் 'சாதவாகன' அரசர்களின் காலத்தில் இருந்தவர் என்று தெரிகின்றபடியாலும், சாதவாகன அரசர்களின் காலத்தில் இருந்தவர் என்று தெரிகின்ற படியாலும், சாதவாகன அரசாட்சி கி.பி. மூன்றாம் நூற்றாண்டின் முற்பகுதியில் மங்கிவிட்டபடியாலும், நாகார்ஜுனர் அந்த நூற்றாண்டின் முற்பகுதியில், அஃதாவது கி.பி. 250-இல் வாழ்ந்திருந்தவராதல் வேண்டும். ஆசிரியர் கீத் (Prof. Ketth) என்பவர், நாகார்ஜுனர் ஏறக்குறையக் கி.பி. 200-இல் வாழ்ந்திருந்தவர் என்று கூறுவதும் இதனை ஆதரிக்கின்றது. எனவே, நாகார்ஜுனர் கி.பி. 200-250 ஆண்டுகளுக்கு இடைப்பட்ட காலத்தில் வாழ்ந்திருந்தவர் என்பது தெளிவாகின்றது. மணிமேகலையில் 'சமயக் கணக்கர் தந்திறங்கேட்ட காதை'யில் தமிழ்நாட்டிலிருந்த பலவகைச் சமயங்களைப் பற்றிக் கூறுகின்ற சீத்தலைச் சாத்தனார். ஈனயான மதத்துக்கு மாறுபட்ட கொள்கைகளையும் தத்துவங்களையும் உடைய மகாயான மதத்தைப் பற்றிக் கூறாதிருப்பது, நாகார்ஜுனரது கொள்கைகள் பரவுவதற்கு முன்னே மணிமேகலை இயற்றப்பட்டிருக்க வேண்டுமென்பதைக் காட்டுகின்றது. எனவே, மணிமேகலை நாகார்ஜுனருக்கு முன், அஃதாவது கி.பி. இரண்டாம் நூற்றாண்டின் இறுதியில், இயற்றப்பட்டதாதல் வேண்டும். இதனைக் கீழ்க்கண்ட ஆங்கில நூல்களில் விளக்கமாகக் காணலாம்.[5]

சங்கச் செய்யுள்களில் பல்லவர்களைப் பற்றிக் கூறப்படவில்லை. அதிலும் சிறப்பாகத் தமிழ்நாட்டு வேந்தர்களை ஆங்காங்குக் குறிப்பிட்டுச் செல்கின்ற சிலப்பதிகாரமும் மணிமேகலையும்

பல்லவ அரசர்களைக் கூறவில்லை. பல்லவர்கள் காஞ்சிபுரத்தைத் தலைநகரமாகக் கொண்டு தமிழ்நாட்டின் வடபகுதியை அரசாண்ட பேர் பெற்ற மன்னர்கள். இவர்களைப் பற்றிக் கூறப்படாதது பற்றி, பல்லவர் தமிழ்நாட்டிற்கு வருவதற்கு முன்னர் ‘மணிமேகலை’ இயற்றப்பட்டிருக்க வேண்டும். காஞ்சிபுரத்தை அரசாண்டவன் சோழமன்னன் என்றும், அவன் ‘நலங்கிள்ளி’ என்பவன் தம்பி ‘இளங்கிள்ளி’ என்பவன் என்றும் மணிமேகலை கூறுகின்றது. பல்லவர் முதல் முதல் காஞ்சீபுரத்தைக் கைப்பற்றியது கி.பி. நாலாம் நூற்றாண்டிலென்றும், கி.பி. மூன்றாம் நூற்றாண்டு வரையிலும் சோழர்கள் சோழநாட்டிலும் தொண்டை நாட்டிலும் வலிமை பெற்றிருந்தார்களென்றும் ‘குமார விஷ்ணு’ அல்லது ‘ஸ்கந்தவர்மன்’ என்னும் பெயருள்ள பல்லவ அரசன் தமிழ்நாட்டின் வடக்கிலிருந்து வந்த காஞ்சீபுரத்தை முதல் முதல் கைப்பற்றினானென்றும், அவன் காஞ்சியைக் கைப்பற்றியது ஏறத்தாழக் கி.பி. 325 ஆம் ஆண்டென்றும் கூறுவர் ஹீராஸ் பாதிரியார்[6].

பல்லவர் காஞ்சியைச் சோழரிடமிருந்து முதல் முதல் கைப்பற்றியது கி.பி. 325ஆம் ஆண்டில் ஆகையாலும், மணிமேகலையில் கூறப்பட்டுள்ள காஞ்சியை அரசாண்ட மன்னன் சோழர் குடும்பத்தைச் சேர்ந்தவனாகையாலும், மணிமேகலை இந்த ஆண்டுக்கு முன் இயற்றப்பட்டதாதல் வேண்டும், ஆனால், மேலே கூறப்பட்ட கஜபாகுவின் காலத்தையும் செங்குட்டுவன் காலத்தையும், நாகார்ஜுனர் காலத்தையும், கிருதகோடி உரை இயற்றிய ‘போதாயனர்’ என்பவரின் காலத்தையும் ஒப்பிட்டு நோக்கும்போது, மணிமேகலை கி.பி. இரண்டாம் நூற்றாண்டின் கடைசியில் இயற்றப்பட்டதாதல் வேண்டும் என்பது ஐயமற விளங்குகின்றது.

மணிமேகலை கி.பி. இரண்டாம் நூற்றாண்டின் இறுதியில் இயற்றப்பட்டிருக்க வேண்டும் என்பதை விளக்க இன்னும் வேறு சான்றுகள் வேண்டுவதில்லை. இனி, இந்த நூல் இரண்டாம் நூற்றாண்டுக்குப் பின் இயற்றப்பட்டதென்று கூறுவோர் காட்டும் சான்றுகளை எடுத்துக்காட்டி, அவை தக்க சான்றுகளல்ல என்பதை விளக்குவோம்.

1. மணிமேகலையில் ‘குச்சரக்குடிகை’ என வரும் சொற்றொடருக்கு உரையெழுதிய டாக்டர் உ.வே. சாமிநாத அய்யர் அவர்கள், ‘கூர்ச்சர தேசத்துப் பணி அமைந்த சிறிய கோயில்’ என்று எழுதியிருக்கிறார்கள். இதனை உடும்புப் பிடியாகப் பிடித்துக் கொண்டு ஒரு சிலர், ஏனைய ஆதாரங்களையெல்லாம் மறந்துவிட்டு, மணிமேகலை கி.பி. ஐந்தாம் நூற்றாண்டிற்குப்

பின்னர் இயற்றப்பட்டதென்பர். அஃதாவது, கூர்ச்சரர் கி.பி. ஐந்தாம் நூற்றாண்டுக்கு முன் இந்தியாவுக்கு வரவில்லை என்றும், கூர்ச்சரைக் குறிப்பிடுகிறபடியால், மணிமேகலை கி.பி. ஐந்தாம் நூற்றாண்டுக்குப் பிறகு இயற்றப்பட்டதென்றும் கூறுவர். இந்த ஆராய்ச்சி முடிவை எதிர்த்தும், ஆதரித்தும் 'குச்சரக்குடிகை'க்கு வேறு பொருள் கற்பித்தும் அறிஞர் பலர் ஆங்கிலத்திலும் தமிழிலும் பல கட்டுரைகள் எழுதியிருக்கிறார்கள். அவற்றையெல்லாம் ஈண்டுக் காட்டப்புகின் விரியும். ஆனால், இந்த ஆராய்ச்சி ஐயப்பாட்டுக்கு இடமான முடிவை அடிப்படையாகக் கொண்டுள்ளது என்பதை எடுத்துக்காட்ட விரும்புகின்றோம். 'குச்சரக்குடிகை தன்னகம் புக்கு' என வரும் மணிமேகலை அடிகளுக்குக் 'குஞ்சக்குண்டிகை தன்னகம் புக்கு' என்னும் பாடபேதமும் காட்டப்பட்டுள்ளது. (18ஆம் காதை. 145) இந்தப் பாடபேதம் முதற் பதிப்பில் காட்டப்படவில்லை. எதிர்வாதங்கள் எழுந்த பின்னர், பிற்பதிப்புக்களில் இந்தப் பாடபேதம் காட்டப்பட்டுள்ளது. இந்தப் பாடபேதம் முதற் பதிப்பிலேயே காட்டப்பட்டிருக்குமானால், பல ஆராய்ச்சியாளரின் காலமும் உழைப்பும் வீணாக்கப்பட்டிரா. ஆனால், முதல் பதிப்பின் பாடத்தை மட்டும் வைத்துக்கொண்டு, அதன் உரையையும் தெய்வ வாக்காகக் கொண்டு, ஆராய்ச்சியாளரிற் சிலர் மணிமேகலை கி.பி. ஐந்தாம் நூற்றாண்டுக்குப் பிற்பட்டது என வாதித்தனர். இந்த வாதத்தை V.A. Smith போன்ற சில மேல்நாட்டு அறிஞரும் நம்பி இடர்பட்டனர். நேர்மையான பாடம் 'குச்சரக் குடிகை'யா, அல்லது 'குஞ்சக் குண்டிகை'யா என்பதை முடிவு கட்டிய பின்னரே இந்த ஆராய்ச்சியில் இறங்க வேண்டும். இந்த ஐயப்பாட்டைத் தீர்க்காமல், 'கூர்ச்சரத் தேசத்துப் பணியமைந்த சிறிய கோயில்' என்னும் உரையை ஒப்புக்கொண்டு முடிவு கட்டுவது, வழுக்கு நிலத்தில் ஊன்று கோலின்றி நடப்பது போலாகும்.

இனி, 'குச்சரக்குடிகை' என்னும் பாடந்தான் சரியானதென்று ஒப்புக்கொள்வதாயிருந்தாலும், இச்சொற்றொடர்க்கு உரையாசிரியர் காட்டிய பொருள் தவறு என்றும், இதற்கு வேறு பொருள் இருக்கவேண்டும் என்றும் தோன்றுகின்றது. கூர்ச்சரர் கட்டிடத் தொழிலில் பேர்பெற்றவர் அல்லர் என்பதை நிலைநாட்டி, இந்த உரையை மறுத்து, டாக்டர். S. கிருஷ்ணசாமி அய்யங்கார் அவர்கள் தாம் எழுதிய Manimekhalai in its Historical Setting என்னும் நூலில் விரிவாக எழுதியிருக்கிறார்கள். விரிவஞ்சி அதனை ஈண்டுக் குறிக்காமல் விடுகின்றோம்.

'குடிகை' என்பதற்குச் 'சிறிய கோயில்' என்று எழுதப்பட்டுள்ள உரையும் சரியானதாகத் தோன்றவில்லை. 'குடிகை' என்பதற்கு ஓலையால் வேய்ந்த குடிசை என்பதே பொருள் எனத் தோன்றுகின்றது. இந்தப் பொருளிலேயே இந்தக் 'குடிகை' என்னும் சொல் மணிமேகலையில் வேறு இடத்திலும் வந்துள்ளது.

"தண்டு மண்டையும் பிடித்துக் காவலர்
உண்டுகண் படிக்கும் உறையுட் குடிகையும்"

(6-ஆம் காதை, 62-63)

நகரத்தை இரவு முழுதும் காவல் காத்த காவலாளர் காலையில் ஊண் உண்டு படுத்து உறங்கும் குடிசையை (ஓலையால் வேய்ந்த குடிசையை) இது குறிப்பிடுகின்றது. இதற்குக் குறிப்புரை எழுதியவர், "குடிகை - பர்ணசாலை. 'குடிகா' என்னும் வடமொழிச் சிதைவென்பர். இஃது இக்காலத்து 'குடிசை' என்று வழங்குகின்றது" என்று எழுதியிருக்கின்றார். இந்த உரை மிகவும் பொருத்தமானதே. ஆனால், 'குச்சரக் குடிகை' என்பதற்குப் பொருள் எழுதியபோது, சிறிய கோயில், அஃதாவது, கட்டிடத்தால் அமைந்த சிறிய கோயில் என்னும் பொருள்பட எழுதியுள்ளார். ஓரிடத்தில் 'குடிசை' என்றும், இன்னோரிடத்தில் 'கட்டிடம்' என்றும் எழுதியிருக்கின்றார். இஃது எவ்வாறு பொருந்தும்?

"உறையுட் குடிகை யுள்வரிக் கொண்ட
மறுவில் செய்கை மணிமே கலைதான்" *(19ஆம் காதை)*

"உலக வறவியும் முதியாள் குடிகையும்" *(24ஆம் காதை)*

என வரும் அடிகளில், 'குடிகை' என்பதற்குக் குடிசை, ஓலையால் வேய்ந்த பர்ணசாலை என்றே பொருள்கொள்ளத் தக்கதாயிருக்கின்றது. சம்பாபதி கோயில் சுடுகாட்டை அடுத்திருந்த ஒரு கோயில். 'உலகவறவி' என்னும் மன்றத்தில் ஒரு புறத்தில் அஃது அமைந்திருந்தது. இந்தக் கோயிலின் கூரை ஓலையால் வேயப்பட்டிருந்தது. இப்பொழுதும் சில கிராமதேவதை கோயில்கள் ஓலைக் கொட்டகையால் அமைந்திருப்பதைக் காணலாம். ஓலையால் கொட்டகை அமைக்கக் கூர்ச்சர தேசத்திலிருந்து தொழிலாளர் வரவேண்டுவதில்லை. எனவே, 'குச்சரக் குடிகை' என்பதே சரியான பாடமாயிருந்தாலுங்கூட, அதற்கு வேறு பொருள் இருக்க வேண்டுமே தவிர 'கூர்ச்சர தேசத்துப் பணியமைந்த சிறிய கோயில்' என்னும் பொருள் சிறிதும் பொருந்தாது. ஆகவே, இதை ஆதாரமாகக் கொண்டு கி.பி. ஐந்தாம் நூற்றாண்டுக்குப் பின்னர் மணிமேகலை எழுதப்பட்டதென்பது அறிவுக்குச் சிறிதும் பொருத்தமானதன்று.

இதனை மேலும் விளக்கப்புகின் விரியும் என்றஞ்சி இதோடு நிறுத்துகின்றோம்.

சாவகத்தீவில் பௌத்தமதம் பெரிதும் பரவியிருந்ததென்பது மணிமேகலையினால் அறியப்படுகின்றது. 'சாவகம்' என்பது இப்போதுள்ள கிழக்கிந்தியத் தீவுகளில் ஒன்றான சுமத்ரா தீவு என்று ஆராய்ச்சியாளர் கருதுகின்றார்கள். இந்தச் சுமத்ரா தீவுக்குக் கி.பி. 400இல் சென்ற 'பாஹியன்' (Fa-Hien) என்னும் சீனர், அங்குப் பிராமண மதம் செல்வாக்குப் பெற்றிருக்கிறதென்றும், பௌத்த மதம் தாழ்மையான நிலையில் இருக்கிறதென்றும் எழுதியிருக்கிறார். ஆனால், கி.பி. 600இல் இந்தத் தீவுக்குச் சென்ற 'இத்-ஸிங்' (It Sing) என்னும் சீனர் இங்குப் பௌத்தமதம் செழித்தோங்கியிருக்கிறதென்று எழுதியிருக்கின்றார். இதனை ஆதாரமாகச் சுட்டிக்காட்டி மணிமேகலையில் சாவகத் தீவில் பௌத்தம் செல்வாக்குப் பெற்றிருந்ததாகக் கூறியிருப்பதனாலும், இத்-ஸிங் என்பவரும் அவ்வாறே கூறியிருப்பதனாலும், பாஹியன் காலத்தில் அஃது இங்குச் செல்வாக்குப் பெறாதிருந்தபடியாலும், கி.பி. 400 - 600 இடைப்பட்ட காலத்தில் சுமத்ரா தீவில் பௌத்தம் செல்வாக்குற்றிருக்க வேண்டும் என்றும், ஆகவே அதனைக் குறிப்பிடுகின்ற மணிமேகலை இந்தக் காலத்தில் இயற்றப்பட்டிருக்க வேண்டும் என்றும் சில ஆராய்ச்சியாளர் கூறுவர்.

இஃது ஐயப்பாட்டுக்கிடமான போலிக் காரணம் என்று திரு.V.R. இராமச்சந்திர தீக்ஷிதர் அவர்கள் எழுதியுள்ளதைக் காட்டி விளக்குவோம். இந்தக் கூற்றை இவர் கீழ்வருமாறு மறுக்கிறார்.

முதலாவது, பாஹியன் இந்த விஷயத்தைப் பற்றிச் சரியான செய்தியைத் தரவில்லை. ஒருவேளை, சுமத்ரா தீவில் இவர் சென்ற பகுதியில் பிராமண மதம் செல்வாக்குப் பெற்றிருந்திருக்கலாம்.

இரண்டாவது, ஆபுத்திரன் சுமத்ரா தீவை அரசாண்டபோது, அஃதாவது கிறிஸ்தவ சகாப்தத்தின் தொடக்கத்தில், செல்வாக்குற்றிருந்த பௌத்தமதம் கி.பி. 400இல் சீன யாத்திரிகர் சென்றபோது, செல்வாக்குக் குன்றியிருக்கக் கூடும். பின்னர், மீண்டும் அதன் செல்வாக்கு நிலைபெற்று, கி.பி. 620இல் சென்ற சீன யாத்திரிகர் காலத்தில் சிறப்படைந்திருக்கக் கூடும்.

மூன்றாவது, மணிமேகலையின் காலத்தைக் கி.பி. ஐந்தாம் அல்லது ஆறாம் நூற்றாண்டில் அமைக்க வேண்டும். மூன்றாவது சொல்லிய முடிபு எமக்குப் பொருத்தமாகத் தோன்றவில்லை. மற்ற ஆதாரங்களுக்கும் சான்றுகளுக்கும் இது பொருத்தமாக

இருக்கவில்லை. ஆகவே, முதலாவது, அல்லது இரண்டாவது சொன்ன முடிவுகளில் ஒன்றையே நாம் மேற்கொள்ள வேண்டும்.

இவர் கருத்து என்னவென்றால், கி.பி. 400-க்கும், 600-க்கும் இடைப்பட்ட காலத்தில் மணிமேகலை இயற்றப்பட்டதென்பது ஒப்புக்கொள்ளத் தக்கதல்ல; அது கிறிஸ்து சகாப்தத்தின்[7] தொடக்கத்தில் எழுதப்பட்டிருக்க வேண்டும் என்பது.

பாஹியன் என்னும் சீன யாத்திரிகர், இந்தியாவிலிருந்து சீனாவுக்குக் கப்பல் வழியாகக் கி.பி. 413இல் சென்றபோது, இடையிலே யவதீபத்தில் தங்கினார் என்றும், அப்போது அந்தத் தீவில் பௌத்தமதம் நன்கு பரவியிருக்கவில்லை என்றும் கூறியிருக்கிறார். இவர் கூறுகிற யவதீவம் என்பது ஜாவாதீவு என்பர் சிலர். சிலர் சுமாத்ரா தீவு என்பர். யவதீவம் என்பது சுமத்ரா தீவும் அன்று ஜாவா தீவும் அன்று; மற்றொரு தீவாகிய போர்னியோ தீவு என்பர் ஆராய்ச்சி வல்லார்.[8] ஆகவே சாவகத் தீவில் கி.பி.2ஆம் நூற்றாண்டில் பௌத்த மதம் இருந்ததில்லை என்று இவர்கள் கூறுகிற வாதம் சிறிதும் பொருத்தமற்றது.

மணிமேகலை சற்று எளிய நடையில் அமைந்திருப்பதும், அதில் வரும் 'மாதவி', 'சுதமதி', 'மணிமேகலை', 'சித்திராபதி', 'சங்கதருமன்' முதலான பெயர்கள் சங்க நூல்களில் காணப்படாத வடநாட்டுப் பெயர்களாகவிருப்பதும் பற்றி இந்த நூல் பிற்காலத்தில் இயற்றப்பட்டிருக்க வேண்டும் என்று கூறுவர் சிலர்.

மணிமேகலையை இயற்றிய சாத்தனார் இந்நூலைப் பண்டிதர்களுக்கு மட்டும் இயற்றினாரில்லை; புலமை நிரம்பாத மற்றவர்களுக்கும் விளங்க வேண்டும் என்பதே அவரது கருத்து. ஏனென்றால், பௌத்தமதத்தையும் அதன் கொள்கைகளையும் பல்லோருக்கும் அறிவிக்க வேண்டும் என்னும் நோக்கத்தோடு இஃது இயற்றப்பட்டதாகத் தெரிகின்றது. பௌத்தரும் ஜைனரும் தங்கள் மதக் கொள்கைகளைப் பல்லோருக்கும் விளங்கும்படி எழுதவும் பேசவும் வேண்டும் என்பது அம்மதங்களின் கொள்கை. 'பௌத்தரும் தமிழும்' என்னும் 9ஆம் அதிகாரம் காண்க.

மணிமேகலையில் குறிப்பிடுள்ள மக்கட் பெயர்கள் பெரும்பான்மையும் வடமொழிப் பெயர்களாக இருக்கின்றன வென்பது உண்மையே. வடமொழிப் பெயராக இருப்பது கொண்டு பிற்காலத்து நூலென்று சொல்வதற்கில்லை. பௌத்தம், ஜைனம் முதலான மதங்கள் வடநாட்டினின்று வந்த மதங்கள். ஆகையால், அம்மதங்களை மேற்கொண்ட தமிழர்களுக்கு அம்மதச் சார்பான

வடமொழிப் பெயர்கள் அமைப்பது இயல்பு. இப்பொழுதும் தமிழன் கிறித்தவனாகவோ முகம்மதியனாகவோ மதம் மாறினால் 'அந்தோனி' 'ஜான்' 'ஜோசப்' முதலிய பெயர்களையாவது, 'அப்துல்லா' 'ரஹ்மான்' 'யூசூப்' முதலிய பெயர்களையாவது அம்மதச் சார்பு பற்றிச் சூட்டிக்கொள்கிறான். அதுபோல, பௌத்த வடமொழிப் பெயர்களைத் தமிழ்ப் பௌத்தர் சூட்டிக்கொண்டதில் வியப்பு இல்லை. இனி, சங்க நூல்களில் வடமொழிப் பெயர்கள் காணப்படவில்லை என்பதும் தவறு. சங்கச் செய்யுள்களை இயற்றியவர்களில் இருபது பேருக்கு மேற்பட்டவர் 'சாத்தனார்' என்னும் பெயர் கொண்டிருக்கிறார். இப்பெயர் 'சாஸ்தா' என்னும் வடமொழிப் பெயரின் தமிழ்த் திரிபு '(இளம்) போதியார்' என்னும் பெயர் வடமொழி. நிகண்டனார் (கலைக்காட்டுத் தண்டனார்) என்பது வடமொழிச் சிதைவு. 'கோவலன்' என்பது 'கோபாலன்' என்பதன் திரிபு. 'கோதமனார் பிரமனார்', 'தாமோதரனார்', '(சோழன்) நல்லுருத்திரன்' (ஆவூர்க் காவிதிகள்) 'சாதேவனார்', 'பிரமசாரி' 'பெருங் கௌசிகனார்', 'பெரும்பதுமனார்' முதலிய பெயர்கள் வடமொழிப் பெயர்களே. இப்பெயருள்ளவர்கள் இயற்றிய செய்யுள்கள் நற்றிணை, புறநானூறு முதலிய நூல்களில் தொகுக்கப்பட்டுள்ளன. எனவே, சங்ககாலத்தில் வடமொழிப் பெயர்கள் இருந்ததில்லை என்று கூறுவது தவறு. கி.மு. மூன்றாம் நூற்றாண்டிலேயே, வடநாட்டவரான ஜைன மதத்தவரும், பௌத்த மதத்தவரும், வைதீக மதத்தவரும் தென்னாட்டிற்கு வந்தனர் என்பதற்குச் சான்றுகள் உள. அங்ஙனமிருக்க, கடைச்சங்க நூல்களில் சில வடமொழிப் பெயர்களும் காணப்படுவதில் வியப்பில்லை. ஆகவே, வடமொழிப் பெயர்கள் காணப்படுவது கொண்டு, 'மணிமேகலை' காலத்தால் பிற்பட்ட நூலென்று கருதுவது தவறு.

மணிமேகலை சிலப்பதிகார வரலாற்று நிகழ்ச்சிகள் சேர சோழ பாண்டியர் ஆட்சிக்காலத்தில் (கடைச்சங்க காலத்தில்) நிகழ்ந்தவை. அந்நிகழ்ச்சிகள் நடந்த அண்மைக் காலத்திலேயே இந்நூல்கள் இயற்றப்பட்டவை. ஆகவே இந்நூல்கள் கி.பி. 200-க்குள் எழுதப்பட்டவை. கி.பி. 200-க்குப் பிறகு தமிழ்நாட்டைக் கப்பிரர் பிடித்துக் கொண்டு ஏறத்தாழக் கி.பி. 575 வரையில் அரசாண்டார்கள். ஆகவே கி.பி. 200-க்குப் பின்னர் மணிமேகலையும் சிலப்பதிகாரமும் எழுதப்பட்டிருக்க முடியாது. கி.பி. 200-க்குள்ளேயே எழுதப்பட்டிருக்க வேண்டும்.

❀

6. ஆனைமங்கலச் செப்பேட்டுச் சாசனங்கள்

(லீடன் செப்பேடுகள்)

'பெரிய செப்பேடு" இராஜராஜசோழன் I வழங்கியது.

இச்செப்பேட்டில் வடமொழிப் பகுதி, தமிழ்ப் பகுதி எனும் இரண்டு பகுதிகள் உள்ளன. வடமொழிப் பகுதியின் தமிழாக்கம் இது:

1. ஸ்வஸ்திஸ்ரீ, திருமகளின் காஸ்மீரத் தைலம் பூசப்பெற்ற கொங்கைச் சுவடுகள் பொருந்திய மார்பையும், சுழலுகின்ற உயர்ந்த மந்தரமலையுடன் உராயும்போது மின்னுகிற பொன்னாலான தோள்வளைகளையும், ஒளியினால் மின்னுகின்ற சார்ங்கம் முதலிய படைகளை ஏந்திய திருக்கைகளையும் நீலமேனியையும் உடைய மூன்று உலகங்களையும் காத்தருளுகிற திருமால், மேன்மேலும் செல்வத்தை அருள்வானாக.

2. இளம்பிறை சூடிய சிவபெருமான் பெருமாட்டியுடன் கயிலாய மலையில் விளையாடிக் கொண்டிருக்கிற காலம் வரையிலும், திருமால் பாற்கடலிலே அரவணையிலே அறிதுயில் கொண்டிருக்கிற காலம் வரையிலும், உலகங்களுக்கெல்லாம் ஒரே ஒளியாக உள்ள பகலவன் உலகத்தில் இருளை ஓட்டிக் கொண்டிருக்கிற காலம் வரையிலும் சோழர் பரம்பரை துன்பங்களை நீக்கி உலகத்தைக் காத்தருள்வதாக.

3. உலகத்தின் ஒரே கண்ணாக விளங்கும் சூரியனிடமிருந்து, அரசர்களில் முதல்வனாகிய மனு பிறந்தான். அதன் பிறகு அவன் மகன், அரசர்களின் மணிமுடிகள் தீண்டப்பட்ட கால்களையுடைய இக்ஷ்வாகு பிறந்தான். அவன் குடியில், நற்குணங்களுக்கு உறைவிடமானவனும், பிரமனுக்கு நிகரானவனும் லோகா லோகமலை வரையில் உலகத்தை நீதியோடு அரசாண்ட மாந்தாத்ரி பிறந்தான்.

4. அவன் மகன் வீரனான முசுகுந்தனாவான். அவனுக்கு அரசகுலத்தின் சூடாமணி போன்ற வளபன் பிறந்தான். அவன் குலத்திலே, உலக முழுவதும் சிபி என்று புகழ்பெற்றவனும், மன்னர்களால் வணங்கப்பட்ட பாதங்களையுடையவனும் ஆன புகழ்வாய்ந்த அரசன் பிறந்தான்.

5. தனக்கென வாழாப் பிறர்க்குரியாளனாக வாழ்ந்த நிறைந்த அறிவுள்ள அந்த அரசனுடைய குணங்களை, கவிகளில் சிறந்த வியாசன் அல்லாமல் வேறு யார்தாம் கூறமுடியும்?

6. இந்தக் குலமாகிய கடலுக்கு முழுநிலா போன்றவனும், பதினாறு கலைகளோடு கூடிய முழு நிலாவைப்போல எல்லாக் கலைகளுக்கும் உறைவிடமானவனும் ஆன சோழன் என்பவன் பிறந்தான். இவனுக்குப் பின், இவன் குலத்திலே பிறந்தவர்கள் எல்லோரும் இவனுடைய சோழன் என்னும் பெயரையே சூட்டிக் கொண்டார்கள்.

7. அதன்பிறகு எல்லாப் பகைவரையும் வென்ற ராஜகேசரி என்பவனும், அவனுக்குப் பிறகு பகைமன்னரின் நகரங்களை அழிப்பதில் ஊக்கமுள்ள பரகேசரி என்பவனும் பிறந்தார்கள்.

8. ராஜகேசரி, பரகேசரி என்னும் பெயர்கள் இந்த அரச குலத்தில் பிறந்தவர்களுக்கு மாறி மாறிச் சூட்டப்பட்டன.

9. இந்தக் குலத்திலே, அரசர்க்கரசனும் பகைவர்கள் எல்லோரையும் வென்றவனும் சூரியகுலத்தின் கொடி போன்றவனும் வெல்லமுடியாத காலனையும் பொரிலே வென்று பெற முடியாத காலகாலன் (மிருத்யுஜித்) என்னும் பெயரைப் பெற்றவனுமாகிய சுரகுரு பிறந்தான்.

10. இவனுடைய குலத்திலே, பகை மன்னராகிய யானைகளுக்குச் சிங்கம் போன்றவனாகிய புலிக்கொடியோன் (வியாக்கிரகேது) பிறந்தான். இக்குலத்தில், வல்லமையுடைய மன்னன் இரவலர்க்குக் கற்பகமரம் போன்ற பஞ்சபன் பிறந்தான்.

11. பகை மன்னருக்குக் காலனைப்போன்ற கரிகாலன் என்னும் அரசன் இக்குலத்திலே பிறந்தான். இவன் காவேரி ஆற்றிற்குக் கரைகளைக் கட்டினான்.

12. இந்தக் குலத்திலே, நிலைபெற்ற புகழ் படைத்த கோச் செங்கணான் என்னும் அரசன் பிறந்தான். இவன், சிவபெருமானுடைய பாத தாமரையின் (தேனையுண்ணும்) வண்டு போன்றவன். இவன்

குலத்திலே கோக்கிள்ளி என்னும் அரசன் - நல்லறிவுள்ளவன், திருவின் செல்வன், மணிமுடி தரித்த மன்னர்களால் வணங்கப்பெற்ற பாதங்களையுடையவன் பிறந்தான்.

13. இந்தக் குலத்திலே, மிக்க ஆற்றல்வாய்ந்த வெற்றியுள்ள விஜயாலயன் தோன்றினான். இவன் நிலவுலகம் முழுவதையும் வென்றான். இவனுடைய தாமரை போன்ற பாதங்கள் இவனை வணங்கும் மன்னர்களின் முடியில் உள்ள மணிகளின் ஒளியினால் விளக்கம் அடைந்தன.

14. இந்த மலைபோன்ற அரசனிடமிருந்து சூரியன் போன்ற ஒளிமிக்க ஆதித்யன் தோன்றினான். இவன் வெயில் போன்ற பேராற்றலினால் பகைவராகிய இருட்கூட்டத்தை அழித்தான்.

15. கணக்கற்ற மணிக்குவியல்களையும் ஏராளமான ஆற்றலையும் உடைய இவனிடமிருந்து பராந்தகன் என்னும் அரசன் பிறந்தான். இவன், கணக்கற்ற மணிகளையும் மீன்களையும் கொண்ட பாற்கடலிலே வெண்ணிலாத் தோன்றியதுபோல, முழுச் சிறப்புடன் உலகத்திற்கு நன்மை செய்யத் தோன்றினான்.

16. இவன் சக்கரவாளமலை வரையில் உள்ள உலகத்தை வென்று, கலி என்னும் இருளை ஓட்டி, எல்லா உலகத்தையும் அமைதி நிலவ அரசாண்டு அநேக நகரங்களை அமைத்து, வெண் மேகம் போன்ற தன் புகழைத் திசை எங்கும் பரப்பினான்.

17. சூரியகுலத்தின் கொடிபோன்ற இவன் (பராந்தகன்), தன்னுடைய ஆற்றலினாலே எல்லா இடங்களையும் வென்று அவ்விடங்களிலிருந்து கொண்டு வந்த தூய பொன்னினாலே புலியூரில் (சிதம்பரத்தில்) சிவபெருமானுடைய விமானத்தை வேய்ந்தான்.

18. அரசர்கள் முடிதாழ்த்தி வணங்கப்பட்ட அடிகளையுடைய இந்த அரசனுக்கு, இந்திரன் போன்ற செல்வமும் முத்தீ போன்ற ஒளியும் படைத்த மூன்று மக்கள் தோன்றினர். அவர்கள், ராஜாதித்தியனும் பேர்போன கண்டராதித்தியனும் ஆற்றல் வாய்ந்த அரிஞ்சயனும் ஆவர், இவர்களின் பெயர மூவுலகத்திலும் புகழ்பெற்றவை.

19. பராந்தகன், தன் பகைவரின் சேனைகளை வென்று புகழ்கொண்டு, அறநெறியில் நடந்து, நீர்சூழ்ந்த நிலவுலகத்தைக் காத்து விண்ணுலகஞ் சென்ற பின்னர், அவன் மகன் இராஜாதித்தியன்

- ஆற்றல் வாய்ந்தவன், அரசர்களின் முடிகளால் தேயப்பெற்ற பாதங்களையுடையவன் அரசாண்டான்.

20. சூரியகுலத்தின் அணியாக விளங்கிய சுத்த வீரனான இராஜாதித்தியன் சிறந்ததோர் யானையின்மேல் அமர்ந்து தன் கூரிய அம்புகளைத் திசை எங்கும் எய்து, அஞ்சாத கிருஷ்ண ராஜனையும் போர்க்களத்திலே அவன் சேனைகளுடன் கலங்கச் செய்து, (கிருஷ்ணராஜனுடைய) அம்புகளால் மார்பு பிளக்கப்பட்டு வானவூர்தி ஏறி மூவுலகும் புகழ வீரசுவர்க்கம் சென்றான்.

21. வீரம் மிக்க இராஜாதித்தியன் தாமரை போன்ற முகமுள்ள தெய்வ மகளிர்க்கு இன்பந்தரச் சென்ற பிறகு, அவனுடைய ஆற்றலும் புகழும் வாய்ந்த தம்பி கண்டராதித்தியன் பகை என்னும் காரிருளை ஓட்டி உலகத்தை அரசாண்டான்.

22. மதுராந்தகன் என்னும் மகனைப் பெற்றுக் காவேரி ஆற்றின் கரைமேல் தன் பெயரினால் ஓர் ஊரை உண்டாக்கி கண்டராதித்தியன் விண்ணுலகம் சென்றான்.

23. அவன் விண்ணுலகம் சென்ற பிறகு, பகை மன்னராகிய காட்டுக்குப் பெருந்தீ போன்ற வீரனாகிய அரிஞ்சயன் உலகத்தை அரசாண்டான்.

24. அரிஞ்சயனுக்குப் பராந்தகன் பிறந்தான். இவன் வீரத்தில் முப்புரமெரித்தவனுக்கு நிகரானவன். பகைக்கூட்டங்களை அழித்தவன். தன் நல்ல குணங்களினாலே குடிமக்களை மகிழ்வித்து நிலவுலகத்தை அமைதி நிலவ அரசாண்டான்.

25. இவன், சேவூரில் கூர்மையான அம்புகளைத் தன் அழகான வில்லிலிருந்து திசை எங்கும் எய்தும் கூர்மையான வாளை வீசியும் பகைமன்னருடைய மலை போன்ற யானைகளிலிருந்து இரத்த ஆறுகளைப் பாயச் செய்தான்.

26. இந்த அரசன் ஆதித்தியன் என்றும் கரிகாலன் என்றும் பெயருள்ள மகனையும் சூரியகுலத்தின் சூடாமணி போன்ற ராஜ ராஜன் என்னும் பெயருள்ள மகனையும் பெற்றான்.

27. பராந்தகன் தேவலோகத்தை ஆளச்சென்ற பிறகு (இறந்த பிறகு) ஆதித்தியன் உலகத்தை அரசாண்டான்.

28. இளைஞனான ஆதித்தியன், மனுகுலத்தின் ஒளி போன்றவன், மதங்கொண்ட யானையோடு சிங்கக்குட்டி விளையாடுவது போன்று, வீரபாண்டியனுடன் இவன் போர் செய்தான்.

29. இவ்வரசர் தலைவன் விண்ணுலகஞ் சென்ற பிறகு, கண்டராதித்தியனின் மகன், மகேந்திரன் போன்ற வல்லமைமிக்க மதுராந்தகன் உலகத்தை அரசாண்டான்.

30. இந்த அரசன் தேவர்கள் உலகத்தை அரசாளச் சென்ற பிறகு, வீரம்மிக்க சோழர் குலத்தின் விளக்குப் போன்றவன், தன்னை வணங்கும் அரசர்களின் மணிமுடிகளால் தேயப்பெற்ற கால்களையுடைய ராஜராஜன், ஆதிசேஷனைவிட ஒளியுள்ள தோளின்மேல் ஆட்சிப் பொறுப்பைத் தாங்கி உலகத்தை அரசாண்டான்.

31. இவ்வரசன், பாண்டிய துளுவ கேரள நாடுகளையும் சிம்மளேந்திரன் சத்தியாஸ்ரன் முதலியவர்களையும் தன் ஆற்றலினால் வென்று, அவர்களுடைய யானைகளையும் குதிரைகளையும், மணிகளையும் அரசுகளையும் கைக்கொண்டு தன் புகழினால் பத்துத் திசைகளையும் விளங்கச் செய்தான்.

32. நாடுகளையெல்லாம் வென்று அரசர்களைத் தனக்குக் கீழடக்கிய பிறகு, மன்னர் மன்னனாகிய இராஜராஜன், விண்ணுலகத்தில் இந்திரன் போன்று, தன் நகரத்தில் எல்லோரும் வணங்க வீற்றிருந்தான்.

33. சூரியன் தோன்றுகிற உதயகிரி வரையிலும், தென்கடல் வரையிலும், அஷ்டமலை வரையிலும், சிவபெருமான் இருக்கிற இமயமலை வரையிலும் உள்ள, தமது குடும்பத்தைக் காப்பாற்ற விரும்புகிற அரசர்கள், எல்லா இன்பங்களையும் துய்ப்பதற்காக நித்திய வினோதனுடைய தாமரைமலர் போன்ற பாதங்களை அடைக்கலம் புகுந்தனர்.

34. ஆற்றலுடையவனாயும் புகலிடமாயும் இருப்பதனாலே அவன் பாதங்களையடைந்த அரசர்களும் உலகத்திலுள்ள நல்லவர்களும் அவ்வரசனை வரம்பெற்ற கொடைவள்ளல் ராஜாஸரயன் என்று கூறுகிறார்கள்.

(73 முதல் 86 வரிகள்) பல நூல்களாகிய கடலின் கரை கண்டவனும் அரசர்களின் மணிமுடிகளிலிருந்து வீசும் ஒளியினாலே பொன்போல் விளங்கும் கால்மணையுடையவனும் ஆன இந்த

அரசன் இராஜகேசரிவர்மன் இராஜராஜன் தனது 21ஆவது ஆண்டில் இதனை வழங்கினான்.

தன்னுடைய அறிவின் மேன்மையினாலே தேவகுருவை வென்றாலும், கற்றறிந்தவர் என்னும் தாமரைக் காட்டிற்கு ஓர் சூரியன் போன்றவனும், இரவலர்களுக்குக் கர்ப்பகமரம் போன்றவனும், சைலேந்திர குலத்தில் பிறந்தவனும், ஸ்ரீவிஜய நாட்டின் தலைவனும் கடாஹா தேசத்தை ஆட்சி செய்பவனும், மகர முத்திரையுடையவனும், அரச தந்திரம் எல்லாம் அறிந்த சூளாமணி வர்மனின் குமாரனும் ஆன புகழ்பெற்ற மாறவிஜயயோத்துங்க வர்மன் என்னும் அரசன், கோயில்களாலும் சத்திரங்களாலும், தண்ணீர்ப் பந்தல்களாலும், பூங்காவனங்களினாலும், மாளிகைகளினாலும் மகிழ்ச்சிக்குரியதாக விளங்கும் க்ஷத்திரிய சிகாமணி வளநாட்டில் பட்டினக் கூற்றத்தில் உள்ள உலகத்துக்குத் திலகம் போன்ற நாகப்பட்டினத்திலே, தன் உயரத்தினாலே கனககிரியையும் சிறியதாகச் செய்து தன் அழகினால் வியப்படையச் செய்கிற சூளாமணிவிகாரை என்று தன் தகப்பனார் பெயரால் அமைத்த புத்தர் பெருமான் கோவிலுக்கு (இராஜராஜன்) வழங்கினான்.

மேற்கூறிய நாட்டில் பட்டினக் கூற்றத்தில் பிடிசூழ்ந்து பிடாகை நடத்தி எல்லையமைத்து யானைமங்கலம் என்னும் ஊரைத் தானமாக (இராஜராஜன்) வழங்கினான்.

செய்யுள்: 35-36 ஆற்றல் வாய்ந்த அந்த அரசன் (இராஜ ராஜன்) தெய்வமான பிறகு (இறந்த பிறகு), அவனுடைய அறிவு வாய்ந்த மகன் மதுராந்தகன் சிம்மாசனம் ஏறித் தன் தந்தையாகிய சக்கரவர்த்தியினால் தானமாக வழங்கப்பட்ட ஊரைச் சாசனம் செய்து கொடுத்தான்.

37. ஆதிசேஷன் இந்த உலகத்தைத் தாங்குகிற வரையிலும் இந்த விகாரைக்குக் கொடுக்கப்பட்ட இந்தத் தானம் நிலைபெறுவதாக.

38. நல்லொழுக்கத்துக்கு உறைவிடமான, மிக்க ஆற்றல் வாய்ந்த இந்தக் கடாக தேசத்து அரசன் எதிர்காலத்து அரசர்களை இவ்வாறு வேண்டிக் கொள்கிறான்; "இந்த என்னுடைய அறச்செயலை எக்காலத்திலும் காத்தருளுங்கள்".

39. உலகத்தில் புகழ்பெற்ற கொட்டையூரில் உள்ள, நல்லொழுக்கமுடைய குற்றமற்ற வசிஷ்ட குலத்தில் பிறந்த அறிஞர்களைப் பின்பற்றுகிற அனந்தநாராயணன் என்னும் பிராமணன் இந்தப் பிரகஸ்பதியைப் பாடினான்.

40-42. நீதியோடு அரசாண்ட பகையரசர்களை வென்று ஆற்றல் வாய்ந்த அரசனுடைய உத்தியோகஸ்தனான, காஞ்சி வாயில் என்னும் ஊரில் பிறந்தவன் இராஜராஜ மூவேந்த வேளான் என்னும் பெயர் படைத்த தில்லையாளி என்பவன், அரசன் ஆணைப்படி இந்தச் சாசனத்தை நன்றாக எழுதினான்.

43-44. கடாக தேசத்து அரசன் ஆணைப்படி ஸ்ரீமான் அடிகள் மகனான அடக்கமும் அறிவும் உள்ள துவவூரவான் அணுக்கன் என்பவன் இந்தச் சாசனத்தை எழுதச் செய்தான்.

45-48. ஹோவ்ய மரபின் திலகம் போன்று, காஞ்சிபுரத்திலே பிறந்து எழுதுவதில் சித்திரகுப்தனுடன் போட்டியிடுகிறவர்களான, மிக்க அறிவுவாய்ந்த கிருஷ்ணனுக்குப் பிறந்தும் கிருஷ்ண (கரிய) ஒழுக்கம் இல்லாத ராஜராஜ மகாசார்யன் என்னும் வாசுதேவனும், கிருஷ்ணனுடைய இரண்டு மக்களான கிருஷ்ணனுடைய திருவடித் தாமரையை மொய்க்கின்ற வண்டுகள் போன்ற ஸ்ரீரங்கனும் தாமோதரனும், வாசுதேவனின் மகனான தாமரை போன்ற கண்களையுடைய கிருஷ்ணனும், ஆராவமுதன் மகனான பேச்சு வன்மையுள்ள புருஷோத்தமனும் ஆகிய இவ்வைவரும் இந்தச் செப்பேட்டை எழுதினார்கள்.

108. "இச் சாசனம் வெட்டினோம் ஐயங்கொண்டசோ

109. ழமண்டலத்து ஸ்ரீகாஞ்சீபுரத்து ஓவியச் சித்திரகாரி கிருஷ்ணன் வாசுதேவனான ராஜராஜப்பே

110. ராசார்யனேம் கிருஷ்ணன் திருவரங்கனும் கிருஷ்ணன் தாமோதரனும் வாசுதேவன் கிருஷ்ணனும்

111. ஆராவமிர்து புருஷோத்தமன்னும்."

அடிக்குறிப்புகள்

1. சங்கடம் - ஊர்க்குருவி.
2. Manimekhala a divinity of the Sea. Sylvain Levi - The Indian Historical Quarterly, Vol. VII, Page 371.
3. P.8 Arch. Rep. 1910 - 11
4. Vedanta Commentators before Sankaracharya by P.V. Kane, Proceedings, Fifth Indian Oriental Conference, Vol. II Manimekhalai in its Historical Setting by Dr. S. Krishnaswami Aiyengar.

5. The Buddhism of Manimekhalai by Dr. S. Krishnaswami Aiyengar in Buddhistic Studies, Edited by B.C. Law; Manimekhalai in its Historical Setting by Dr. S. Krishnaswami Aiyengar.
6. Studies in Pallava History by Rev. H. Hearas.
7. Buddhism in Tamil Literature. Chapter XXVII. Buddhistic Studies; Edited by B.C. Law.
8. Page. 110. History of Sri Vijaya. by K.A. Nilakanta Sastri.
9. Ep. Ind. Vol. XXII. P. 213 - 266

தமிழ்ப் பகுதியின் வாசகம் இது:

(முதல் ஏடு, முதல் பக்கம்)

1. ஸ்வஸ்தி ஸ்ரீ கோநேரின்மை கொண்டான் க்ஷத்ரியஸிஹா மணி வளநாட்டு
2. ப்பட்டனக் கூற்றத்து நாட்டார்க்கும் பிரமதேயக் கிழவர்க்கும் தேவதானப்பள்ளி
3. ச்சந்தக்கணி முற்றூட்டு வெட்டப் பெற்றூர்களிலார்க்கும் நகரங்களிலார்க்கும்
4. நமக்கு யாண்டு இருபத்தொன்றாவது நாள் தொண்ணூற்றிரண்டினால்
5. தஞ்சாவூர்ப் புரம்படி மாளிகை ராஜாஸ்ரயனில் தெற்கில் மண்டபத்
6. து நாம் இருக்கக் கிடாரத்தரையன் சூளாமணிமன்னன் க்ஷத்ரியசிஹா
7. மணி வளநாட்டுப் பட்டநக் கூற்றத்து நாகப்பட்டனத்து எடுப்பிக்கின்ற சூளா
8. மணிபன்ம விஹாரத்துப் பள்ளிக்கு வேண்டும் நிவந்தத்துக்கு க்ஷத்ரிய சிஹாமணிவ
9. ளநாட்டுப் பட்டநக் கூற்றத்து ஆனைமங்கலம் பள்ளிச்சந்தம் இறங்கலுள்பட அள
10. ந்தபடி நீங்கல் நீக்கி நிலன் தொண்ணுற்றேழே யிரண்டுமா முக்காணி யரைக்கா

(முதல் ஏடு, இரண்டாம் பக்கம்)

11. ணி முந்திரிகைக்கீழ் மூன்றுமா முக்காணி முந்திரிகைக்கீழ் அரையேயிரண்
12. டுமாவினால் இறைகட்டின காணிக்கடன் நெல்லு எண்ணாயிரத்துத் தொள்ளாயி
13. ரத்து நாற்பத்து முக்கலனே இரு தூணிக்குறுணி ஒருநாழியும் கடாரத்தரையன்
14. க்ஷத்திரியசிகாமணி வளநாட்டுப் பட்டனக் கூற்றத்து நாகப்பட்டனத்தெடுப்பி
15. க்கின்ற சூளாமணிபன்மா விஹாரத்துப் பள்ளிக்கு இருப்பதாக யாண்டு இருபத்

16. தொன்றாவது முதல் பள்ளிச்சந்த இறையிலியாக வரியிலிட்டுக் குடக்க
17. வென்று நாம் சொல்ல நம் ஓலை எழுதும் நித்தவிநோத வளநாட்டு ஆ
18. வூர்க்கூற்றத்து விளத்தூர் கிழவன் அமுதன் தீர்த்தகாரன் எழுத்தினாலும் நம்ஓ
19. லை நாயகன் உய்யக்கொண்டார் வளநாட்டு வெண்ணாட்டுக் கேரளாந்தச் சதுர்வே
20. திமங்கலத்து கிருஷ்ணன் இராமனான மும்மடி சோழ பிரஹ்ம மஹாராயனும் நித்த

(இரண்டாம் ஏடு, முதல் பக்கம்)

21. விநோத வளநாட்டுப் பாம்புணிக் கூற்றத்து அரைசூருடையான் ஈராயிரவன் பல்ல
22. வயனான மும்மடி சோழ போசனும் அருமொழி தேவவளநாட்டு நென்மலி நாட்டுப் பரு
23. த்திக்குடையான் வேளான் உத்தமசோழனான மதுராந்தக மூவேந்த வேளானும்
24. ஒப்பினாலும் புக்க நந்தீட்டின் படியே வரியிலிட்டுக் கொள்கவென்று
25. நம் கருமமாராயும் ஆரூரன் அரவணையானான பராக்கிரம சோழமூவே
26. ந்த வேளானும் தத்தன் சேந்தனான செம்பியன் மூவேந்த வேளானு
27. ம் அருங்குன்ற முடையான் மாப்பேறன் பொற்காரியும் நடுவிருக்கும் புள்ள
28. மங்கலத்துப் பரமேஸ்வரபட்ட சர்வ்வகிரது யாஜியும் கடலங்குடித் தாமோதர பட்டனு
29. ம் நம் கருமமாராயும் க்ஷத்ரிய சிகாமணி வளநாட்டுத் திருநரையூர் நாட்டுக்கற்குடை
30. யான் பிசங்கன் பாளூரான மீனவன் மூவேந்த வேளானும் அருமொழிதேவ வளநாட்டு

(இரண்டாம் ஏடு, இரண்டாம் பக்கம்)

31. ப் புறங்கரம்பைநாட்டு வங்கநகருடையான் சங்கரநாராயண அரங்கனும் நடுவி
32. ருக்கும் வெண்ணைநல்லூர்த் தம்மடிபட்டனும் பசலைத் தியம்பகபட்டனம் சொ

33. ல்லப் புரவுவரிக் கிளிநல்லூர் கிழவன் கொற்றன் பொற்காரியும் கழுமலமுடை
34. யான் சூற்றியன் தேவடியும் பழுவூருடையான் தேவன் சாத்தனும்
35. கள்ளிக்குடையான் அணையன் தளிக்குளவனும் வரிப்பொத்தகம் சா
36. த்தனூருடையான் குமரன் அரங்கனும் பருத்தியூர் கிழவன் சிஃகன் வெ
37. ண்காடனும் இருந்து யாண்டு இருபத்தொன்றாவது நாள் தொண்ணூற்றா
38. றினால் பள்ளிச்சந்தம் இறையிலியாக வரியிலிட்டுக் குடுத்த தங்கனாட்டுப்பட்டன
39. க் கூற்றத்து ஆனைமங்கலம் அளந்தபடி நீங்கல் நீக்கி நிலன்தொண்ணூற்றே
40. ழேயிரண்டு மாக்காணி யரைக்காணி முந்திரிகைக் கீழ்மூன்றுமா முக்காணி
41. முந்திரிகை கீழரையே யிரண்டுமாவும் பிடிசூழ்ந்து பிடாகை நடப்பிப்பதாகக் கண்காணிநடு

(மூன்றாம் ஏடு, முதல் பக்கம்)

42. விருக்கும் வெண்ணைநல்லூர்த் தம்மடிபட்டனையும் பட்டன் க்ஷத்திரிய சிஹாமணிவ
43. ளநாட்டுத் திருநறை யூர்நாட்டு ஸ்ரீ துங்கமங்கலமான அபிமானபூஷணச் சதுர்வே
44. திமங்கலத்துத் தூற்பில் ஸ்ரீதர பட்டனையும் இந்நாட்டு வேளநாட்டுத் திருநல்லூ
45. ர் பார்க்குளத்துப் பற்பநாப பட்டனையும் இவ்வூர் பேரேமபுறத்து வெண்ணைய
46. பட்டனையும் ராஜேந்திர சிம்மவளநாட்டு காரநாட்டுத்தனியூர் ஸ்ரீவீரநாராய
47. ணச் சதுர்வேதிமங்கலத்து துவேதை கோமபுரத்து நந்தீஸ்வர பட்டனையும் புரவுவ
48. ரி கள்ளிக்குடையான் அணையன் தளிக்குளவனையும் பேர்த்தந்தோன் தா
49. ங்களும் இவர்களோடு நின்று எல்லை தெரித்துப் பிடிசூழ்ந்து பிடாகை நடந்து கல்லு
50. ங் கள்ளியும் நாட்டி அறவோலை செய்து போத்தகலென்னும் வாசத்தால் மந்திர
51. வோலை விளத்தூர் கிழவன் அமுதன்தீர்த்தகரன் எழுத்தினாலும் மந்திரவோலைநா

(மூன்றாம் ஏடு, இரண்டாம் பக்கம்)

52. யகன் கிருஷ்ணன் இராமனான மும்மடி சோழ பிரஹ்மஹாராயனும் அரைசூருடையான் ஈ
53. ராயிரவன் பல்லவயனான மும்மடிசோழபோசனும் பருத்திக்குடையான்
54. வேளான் உத்தமசோழனான மதுராந்தக மூவேந்தவேளா
55. னும் ஒப்பினாலும் திருமகள் போலப் பெருநிலச் செல்வியு
56. ந் தனக்கேயுரிமை பூண்டமை மனக்கொளக் காந்தளூர்
57. ச்சாலை கலமறுத்தருளி வேங்கைநாடுங் கங்கபாடியும் நு
58. ளம்ப பாடியுந் தடிகை பாடியுங் குடமலைநாடுங் கொல்ல முங்கிலி
59. ங்கமும் எண்டிசை புகழ் தர ஈழமண்டலமுந் திண்திறல் வென்றித்தண்
60. டாற்கொண்டு தன்னெழில் வளர் ஊழியுளெல்லா யாண்டுந்தொ
61. ழுதக விளங்கும் யாண்டேய் செழியரைத்தேசு கொள் ஸ்ரீகோவி

(நாலாம் ஏடு, முதல் பக்கம்)

62. ராஜராஜகேசரிவர்ம்மரான ஸ்ரீ ராஜராஜதேவற்கு யாண்டு இருபத்தொன்றாவது நாட்டோ
63. முக்குத்திருமுகம் வர நாட்டோமுந் திருமுகங்கொண்டு எதிரெழுந்து சென்று தொழுதுவா
64. ங்கித் தலைமேல் வைத்துப்பிடி சூழ்ந்துபிடாகை நடந்து எல்லை தீர்த்து கல்லு
65. ங் கள்ளியு நாட்டி அறவோலை செய்த நிலத்துக்குக் கீழ்பாற்கெல்லை க்ஷத்ரி
66. ய சிஹாமணி வளநாட்டுப் பட்டனக் கூற்றத்துக் கோவூர் மேலெல்லை
67. கோவூர்த்தச்ச னிலத்துக்கும் கோவூர்க் காவிதியோடைக்கும் மேற்குந்
68. தெற்கின்னும் இவ்வூர்ப் புகையுண்ணியென்னும் நிலத்துக்கு மே
69. ற்கும் தெற்கின்னும் இவ்வெல்லையே கிழக்கு நோக்கிப்போய் இன்னிலத்

மயிலை சீனி. வேங்கடசாமி 215

70. துக்கு தெற்கின்னும் புகையுண்ணியென்னும் நிலத்துக்கு மேற்கும் தெ
71. ற்கின்னும் மேற்கின்னும் புகையுண்ணிக்குப் பாயும் வாய்க்காலின் மேலைய

(நாலாம் ஏடு, இரண்டாம் பக்கம்)

72. ரைக்காலில் நாற்றுக்காலாக அட்டிக் கிடந்த சிறுவரம்புக்கு வடக்கு இன்னும் இவ்வரை
73. க்காலிலேய் மேற்கு நாற்றுக்காலாக அட்டிக்கிடந்த சிறுவரம்புக்கு மேற்கும் இன்னும்
74. இந்நாற்றுக்காலுக்கேய் தெற்கு வரம்பாக அட்டிக்கிடந்த வரம்புக்கு வடக்கும் இன்னு
75. ம் இவ்வரைக்காலின் மேல்வரம்புக்கு மேற்கும் இன்னும் இவ்வரைக்கா
76. லின் தெற்கில்ப் புகையுண்ணியரைக்காலுக்கு மேற்கும் இன்னும் இத
77. ன் தெற்கில் கோவூர்க்குசவ நிலன் ஒருமாவரைக்கு மேற்கும் இதன் தெற்கில்
78. ஒருமாவரைக்கு மேற்கும் இதன் தெற்கில் ஓடையில் நடுவுக்குத்தெற்கும் இன்
79. னும் இக் கோவூர் எல்லைக்கு மேற்கும் தெற்கின்னும் கோவூர் வெள்ளாளன் அ
80. ரைசூர் மறியாடி ஒருமாவுக்கு மேற்கும் இதன் தெற்கில் ஓடை நடுவுக்குத்தெற்கும் இ
81. வ்வோடையே தென்கிழக்கு நோக்கிப் போய் மேற்பள்ளவாய்க்கால் இவ்வோ

(ஐந்தாம் ஏடு, முதல் பக்கம்)

82. டைக்கேய் விழுந்த இடத்துக்கு மேற்கும் இன்னும் மேற்பள்ளவாய்க்காலின்தென்
83. கரைக்குத தெற்கும் கோவூர் மேல்பள்ளத்து மேல்வரம்புக்கு மேற்கும் இவ்வூர் மே
84. ல்பள்ளத்து வெள்ளாளன் உறாப்பழி பாக்கரன் அரைக்காலில் வடவரம்புக்குவ
85. டக்கும் இவ்வரைக்காலின் மேலை ஓடையின் நடுவுக்கும் வெள்ளாளன் ப
86. ரமேஸ்வரன் நறையூர் அரைக்காலுக்கு மேற்கும் இவ்வோடையின் நடு

87. வுக்கு மேற்கும் கோவூர் வெள்ளாளனையாறன் சேந்தன் அரைக்காலின்
88. கொத்தத்து இவ்வோடைக்கே - மேற்கும் இவ்வரைக்காலுக்குத் தெற்கு
89. ம் மேல்பள்ள நிலத்தின் கொத்தத்து இவ்வோடைக்கேய் மேற்கும் இவ்வோ
90. டைஇறிவட்டி வாய்க்காலுக்கேய் விழுந்த இடத்துக்கு மேற்கும் இவ்வேரிவட்டிவாய்க்கா
91. லுக்கே மேற்கும் இன்னும் இவ்வேரிவட்டி வாய்க்காலுக்கேய் தெற்கும் இவ்வே

(ஐந்தாம் ஏடு, இரண்டாம் பக்கம்)

92. றிவட்டி வாய்க்காலுக்கே மேற்கும் தென்பாற்கெல்லை இவ்வேறி வட்டிவா
93. ய்க்காலுக்கு வடக்கும் இவ்வேரிவட்டி வாய்க்காலே மேற்கு நோக்கிச்செ
94. ன்று இவ்வாய்க்காலை யூடறுத்துத் தென்கரைக்கேயரி தெற்கின்னு
95. ம் இவ்வானை மங்கலத்து பிரமதேயத்துப் படுகை வேலிநில
96. த்தின் மேலெல்லையே சென்று தென்வடலாய்க்கிடந்த ஓடைக்
97. கு மேற்கும் இவ்வெல்லையே தெற்கு நோக்கிச் சென்று மேற்கி
98. ன்னும் இவ்வோடைக்கேய் வடக்கும் இன்னும் இவ்வோடைக்கு
99. வடக்கு நோக்கியேரிவட்டி வாய்க்காலுக் கேயுற்றதற்கு கிழக்கு இவ்வேரிவட்டி
100. வாய்க்காலை யூடறுத்து வடகரையே யேறி இவ்வாய்க்காலின் வடகரையே
101. மேற்கு நோக்கிச் சென்று இவ்வாய்க்காலுக்கு வடக்கும் இவ்வெல்லையேய்

(ஆறாம் ஏடு, முதல் பக்கம்)

102. மேற்கு நோக்கிச் சென்று இவ்வாய்க்கால்தான் கிடந்தவாறே மேற்கு நோக்கிஇந்நாட்டுப்
103. பட்டனக் கூற்றத்து பிரமதேயம் சீவளைக்குடியில் நிலன் நான்மாவில் வடவரம்பேயுற்

104. று இவ்வரம்பே மேற்கு நோக்கிச்சென்று இவ்வழிக்கு வடக்கும் இவ்வெல்லை
105. யே மேற்குநோக்கிச் சென்று பழவிளப்பான ஓடையேயுற்று இவ்வெல்லை
106. க்குவடக்கும் மேல்பாற்கெல்லை வடக்கு நோக்கி நாட்டுப் போக்குத்தலை
107. வாயரு வெட்டப் பேற்றுக் கிழக்கும் வடக்கின்னும் இன்னாட்டுப்பட்ட
108. னக்கூற்றத்து முஞ்சி குடி நிலத்தின் கீழெல்லையான ஓடையேற்றுஇவ்
109. வோடையின் நடுவேய் வடக்கு நோக்கிச் சென்று இவ்வோடையுள்ப்பட இவ்வோ
110. டைக்குக் கிழக்கும் இவ்வோடைதான் கிடந்தவாறேய் வடக்கு நோக்கி இம்மூஞ்சிக்கு
111. டி நிலமேயுற்று இம்முஞ்சிகுடிக்குக் கீழெல்லையான ஓடையேயுற்று வடக்கின்

(ஆறாம் ஏடு, இரண்டாம் பக்கம்)

112. னும் இவ்வெல்லைக்குக் கிழக்கும் இவ்வோடை தான் கிடந்தவாறேய் பலமுடொக்குமு
113. டொங்கி வடக்கு நோக்கி இம்முஞ்சிகுடி நிலமேயுற்று இம்முஞ்சிகுடிகீழெல்லையானகுக்
114. ஓடையே வடக்கின்னும் இவ்வெல்லைக்குக் கிழக்கின்னும் இவ்வோடைதான் கி
115. டந்தவாறேய் வடக்குநோக்கிச் சென்று இதனை விட்டு இம்முஞ்சிகுடி வெள்ளாள
116. ன் இராமன் கோவிந்தன் நான்மாவின் தென்வரம்பேயுற்று இவ்வெல்லையே வ
117. டக்கு நோக்கிச்சென்று இம்முஞ்சிகுடி பிரமதேயமான நிலத்தின்தென் வரம்பே
118. யுற்று இதனுக்குத்தெற்கும் இதனுக்கேய் கிழக்கும் இன்னும் இம்முஞ்சிகுடி
119. பிரமதேபம் நிலத்துக்கேய் வடக்கும் இவ்வெல்லையே வடக்கு நோக்கிச் சென்று இ
120. ம்முஞ்சிகுடி வெள்ளாளன் வகைக் கீழெல்லையான நிலத்துக்குக் கிழக்கும் இவ்
121. வெல்லையே வடக்குநோக்கிச் சென்று வடமேற்கு நோக்கி முஞ்சிகுடி ஊதாரிமய

(ஏழாம் ஏடு, முதல் பக்கம்)

122. க்கலென்னும் நிலமேயுற்று இன்னிலத்தின் கீழ்வரம்புக்குக் கிழக்கும் இதன் வட
123. வரம்பேய் மேற்கு நோக்கிச் சென்று வடவரம்புக்கு வடக்கு இச்செயின் மேலைப்ப
124. றையோடை வடக்கும் நோக்கிச் சென்று இவ்வோடைக்குக் கிழக்கும் இவ்வோடையேவட
125. க்கு நோக்கிச் சென்று இவ்வானை மங்கலத்துக்குப் பாயக்கல்லின ராஜ
126. ராஜன் வாய்க்காலேயுற்று இவ்வாய்க்காலை யூடறுத்து வட கரைக்கேயேறி
127. இவ்வானை மங்கலத்து பிரமதேயத்துக் காலவாயென்னும் நிலத்தி
128. ன் கீழ்வரம்புக்குக் கிழக்கும் வடக்கு நோக்கிச் சென்றும் கிழக்கு நோக்கிச்செ
129. ன்றும் இவ்வானை மங்கலத்து பிரமதேயத்துக் கிளான் கிளான் காற்செயின்தென் வ
130. ரம்பேயுற்றுத் தென்கிழக்கு நோக்கிச் சென்று இதினின்று வடகிழக்கு நோக்கியும்
131. கிழக்கு நோக்கியும் சென்ற எல்லைக்குத் தெற்கும் கிழக்கும் இதன் வடவரம்பேய்

(ஏழாம் ஏடு, இரண்டாம் பக்கம்)

132. வடமேற்கு நோக்கிச் சென்று இதனுக்கு வடக்கும் இன்னும் இவ்வானை மங்கலத்து
133. பிரமதேயத்து ஆரிதன்சிறியான் கடம்பன் மூன்றுமாவின் கீழ்வரம்புக்குக் கிழக்கும் வ
134. டபாற்கெல்லை இச்செயின் தென்வரம்பே கிழக்கு நோக்கிச் சென்று இதனுக்குத்தெற்கு
135. ம் இந்நாட்டுப் பட்டனக்கூற்றத்து பிரமதேயம் பிரம்பில் கொட்டிடலான நிலத்
136. தின் எல்லையே கிழக்கு நோக்கிச் சென்று இவ்வானைமங்கலத்து பிரமதேய
137. த்து வாச்சியன் பரமேற்வரன் பூவன் நிலத்தின் மேல்வரம்பே யுற்றதற்குத்
138. தெற்கும் இந்நிலத்துக்கேய் மேற்குந் தெற்கும் கிழக்கும் இந்நிலத்து பிரமதேயம்
139. பிரம்பில் கொட்டிடலான நிலத்தின் கீழ்வரம்புக்குக் கிழக்கும் இவ்வரம்பேய் வடக்கு நோக்கிச்

140. சென்று விளப்பென்னும் ஆற்றின் தென்கரையேயுற்றுத் தென்கரைக்குத் தெற்கும் இக்கரை
141. யே கிழக்கு நோக்கிச் சென்று இவ்வானை மங்கலத்து மகாதேவர் தேவதானமாக ஒ

(எட்டாம் ஏடு, முதல் பக்கம்)

142. ருமாவரையின் மேல்வரம்பேயுற்று இவ்வரம்புக்கு மேற்கும் இவ்வரம்பேய் தெற்கு
143. நோக்கி இத்தேவர் தேவதானமான முள்ளி வரவையின் மேல்வரம்பேயுற்று இ
144. வ்வரம்புக்கு மேற்கும் இவ்வரம்பே தெற்கு நோக்கியுங் கிழக்கு நோக்கியுஞ் செ
145. ன்று இத்தேவர் குளமேயுற்று இத்தேவர் குளத்துக்குப்பாயும் வாய்க்கா
146. லின் மேல்வரம்பே தெற்கு நோக்கிச் சென்று இத்தேவர் தேவதானங்க
147. ணவதிகாலான நிலத்தின் மேல்வரம்புக்கு மேற்கும் இக்கணவதிகாலான
148. தென்வரம்பேய் கிழக்கு நோக்கிச் சென்று இவ்வரம்புக்குத் தெற்கும் இத்
149. தேவர் தேவதானமான மெழுக்குப்புறம் ஒருமாவின் மேல்வரம்புக்கு மேற்கும் இவ்வொரு
150. மாவின் தென்வரம்பேய் கிழக்கு நோக்கிச் சென்று இவ்வரம்புக்குத் தெற்கும் இத்தே
151. வர் தேவதானம் முக்காணியின் தென்வரம்பேய் கிழக்கு நோக்கிச்சென்று பத்

(எட்டாம் ஏடு, இரண்டாம் பக்கம்)

152. தல் வாய்க்காலே யுற்றதற்குத்தெற்கும் இப்பத்தல் வாய்க்காலின் மேல் கரையேவ
153. டக்கு நோக்கிச் சென்று விளப்பேயுற்றதற்குக் கிழக்கும் இவ்விளப்பையூடறு
154. த்து வடகரைக்கேயேறி இந்நாட்டுப் பட்டனக் கூற்றத்து பிரமதேய மூங்கிற்
155. குடியெல்லையேயுற்று இவ்வெல்லையே வடக்கு நோக்கியுங்
156. கிழக்கு நோக்கியுஞ் சென்று இதனுக்குக் கிழக்குந்தெற்கும் இன்

157. னும் இம்மூங்கிற்குடி நிலத்துக்கேய் மேற்கும் இவ்வெல்லையே
158. தெற்கு நோக்கி விளப்புக்கேயுற்று விளப்பையூடறுத்துத் தென்
159. கரைக்கே யேறித் தென்கரையே கிழக்கு நோக்கிச்சென்று இந்நாட்டுக்கோவூ
160. ர்க் கணவதிமயக்கலான நலத்தின் மேல்வரம்பேயுற்றதற்குத் தெற்கும் இக்க
161. ணவதி மயக்கலான நிலத்தின் மேல்வரம்புக்கு மேற்கும் இக்கணவதிமயக்க
162. லின் தென்வரம்பேய் கிழக்கு நோக்கிச்சென்று இந்நாட்டுப் பட்டனக்கூற்றத்து

(ஒன்பதாம் ஏடு, முதல் பக்கம்)

163. பிரமதேயம் நல்லூர்ச்சேரிக்குப் பாயும் வாய்க்காலையுற்றதற்குத் தெற்கும்இவ்
164. வாய்க்காலின் தென்கரையேய் கிழக்கு நோக்கிச் சென்று இந்நாட்டுக்கோவூர்
165. வெள்ளாளன் உருப்பழி பாக்கர னொருமாவின் தென்வரம்பேயுற்று இத்தென்
166. வரம்பேய் கிழக்கு நோக்கிச்சென்று கோவூர் முன்றுடங்கின தச்சன்னிலத்துக்கேயு
167. ற்றதற்குத் தெற்கும் ஆக இவ்விசைத்த பெருநான்கெல்லையு மகப்பட்ட நீர்நிலனு
168. ம் புன்செயும் ஊரும் ஊரிருக்கையுங் குளமும் ஸ்ரீ கோயில்களும் பறைச்சேரி
169. யுங் கம்மாண் சேரியுங் சுடுகாடும் பெறுவதாகவும் இவ்வூர் மனையும் ம
170. னைப் படைப்பையுங் கடையுங் கடைத்தெருவும் மன்றுங் கன்றுமேய் பாழுங்கு
171. ளமுங் கொட்டகாரமுங் கிடக்குங் கேணியும் புற்றுந்தெற்றியுங் காடும் பீடிலிகையுங் க
172. ளரும்உவரும் ஆறும் ஆறிடுபடுகையும் ஓடையும் உடைப்பும் மீன்பயில் பள்ளமுந்தேன்ப
173. யில் பொதும்பும் மேல்நோக்கிய மரமும் கீழ்நோக்கிய கிணறும் உள்ளிட்டுநீர்பூசி நெ

(ஒன்பதாம் ஏடு, இரண்டாம் பக்கம்)

174. டுப் பரம்பெறிந்து உடும்போடியாமை தவழ்ந்த தெவ்வகைப்பட்டதும் உண்ணிலமொ
175. ழிவின்றிக் காராண்மை மீயாட்சியும் மிகுதிக்குறையுமுள்ளடங்க இப்படிபெற்றத
176. ற்குப் பெற்ற வியவஸ்தை இன்னிலத்துக்கு நீர்க்கீந்தவாறு வாய்க்கால் குத்திப்
177. பாய்த்தவும் வாரவும் விடவும் பெறுவதாகவும் இன்னிலத்துக்கு
178. ப் பாயும் வாய்க்கால்கள் மேனடைநீர் பாயவும் வாரவும் பெறுவ
179. தாகவும் இவ்வாய்க்கால்கள் அன்னியர் குறங்கறுத்துக் குத்தவும்
180. விலங்கடைக்கவுங் குற்றேத்தம் பண்ணவுங் கூடைநீ ரிறைக்கவும்
181. பெறாததாகவுஞ் சென்னீர்ப்பொதுவினை செய்யாததாகவும் அன்னீ ரடைத்துப்பா
182. ச்சப் பெறுவதாகவுஞ் சுட்டோட்டால் மாடமாளிகை யெடுக்கப்பெறுவதாகவுந்
183. துரவு கிணறு இழிச்சப்பெறுவதாகவுங் காவு தெங்கிடப்பெறுவதாகவுந் தமநக
184. மும் மருவுமிருவேலியுஞ் செண்பகமுஞ் செங்கழுநீரும் மாவும் பலாவுங் கழுகும் பனை

(பத்தாம் ஏடு, முதல் பக்கம்)

185. யுங் கொடியுமுள்ளிட்ட பல்லுருவில் பயன்மரமிடவுந் நடவும் பெறுவதாகவும் பெரு
186. ஞ் செக்கிடப் பெறுவதாகவும் இவ்வூர் நிலத்தையூ டறுத்துப் புறவூர்களுக்குப்போய்
187. நீர்பாயும் வாய்க்கால்கள் மேனடைநீர் பாயவும் வாரவும் பெறுவதாகவும் புறவூர் நி
188. லத்தூடு போந்து இவ்வூர் நிலத்துக்குப் பாயும் வாய்க்கால்கள் மேன
189. டை நீர் பாயவும் வாரவும் பெறுவதாகவும் இவ்வூரிட்ட தெங்கும் பனையும்ஈ
190. ழவரேறப் பெறாததாகவுந்தன் குடிக்கேற்ற வண்ணம் முரைசும் முப்படித் தோ
191. ரணமும் நாட்டப்பெறுவதாகவும் இப்படி பெற்றதற்குப்பெற்ற பரிஹாரந்நாடாட்சி

192. யும் ஊராட்சியும் வட்டிநாழியும் பிடாநாழியுங் கண்ணாலக் காணமும் வண்ணாரப்பாறை
193. யுங் காசுக் காணமுந் நீர்க்கூலியும் இலைக்கூலியுந் தறிப்புடவையுந் தரகுந் தட்டார்ப்பாட்ட
194. மும் இடைப்பாட்டமு மாட்டுக்கிறையும் நல்லாவுந் நல்லெருதுந் நாடுகாவலும் ஊடுபோ

(பத்தாம் ஏடு, இரண்டாம் பக்கம்)

195. க்கும் விற்பிடியும் வாலமஞ்சாடியும் உல்கும் ஓடக்கூலியும் மன்றுபாடும் மா
196. விரைஅந் தீயெரியும் ஈழம்பூட்சியும் கூத்திக்காலும் உள்ளிட்டுக் கோத்தொட்டுண்
197. ணப் பாலதெவ்வகைப் பட்டதுங் கோக்கொள்ளாதேய் பள்ளிச்சந்ததீதுக்கே
198. ய் பெறுவதாகவும் இப்படி பெற்ற வியவஸ்தையும் பரிஹாரமும்
199. பெற்ற இந்நிலங் காராண்மை மீயாட்சியும் மிகுதிக்குறைமையு முள்ள
200. டங்கப் பட்டனக் கூற்றத்து நாகப்பட்டனத்துக் கடாரத்தரையன் எடுப்பி
201. க்கின்ற சூளாமணிப் பன்மவிஹாரத்துப் பள்ளிக்குப் பள்ளிச்சந்தமி
202. றையிலியாகக்குடுத்த இன்னாட்டு ஆனை மங்கலம் பள்ளிச்சந்த இறங்கலு
203. ள்பட யாண்டு இருபத்தொன்றாவது முதல் பிடி சூழ்ந்து பிடாகை நடந்து கல்லு
204. ங்கள்ளியும் நாட்டி அறவோலை செய்து குடுத்தோம். க்ஷத்ரியசிகாமணி வ

(பதினோராம் ஏடு, முதல் பக்கம்)

205. ளநாட்டுப்பட்டனக் கூற்றத்து நாட்டோம் நாட்டாரோடும் உடனின்று பிடிசூழ்ந்து பிடாகைநடந்துகல்
206. லுங்கள்ளியும் நாட்டி அறவோலை செய்துகுடுத்தேன் புரவுவரி கள்ளிக்குடையான் அணயன்
207. தளிக்குளவனேனிவை யென்னெழுத் தென்றும் இவ்வானை மங்கலம் பிடி சூழ்ந்
208. துபிடாகை நடக்கிறபோது ஆனையேறி இன்னாட்டாரோடும் உடனின்றெல்லை

209. தெரித்துக் காட்டினேன் இவ்வானை மங்கலத் திருக்கும் வெள்ளாளன் கோன்புத்
210. தனேனிவையென் னெழுத்தென்றும் இப்படி பிடிசூழ்ந்து பிடாகை நடந்து
211. அறவோலை செய்து குடுத்தோம் க்ஷத்ரியசிகாமணி வளநாட்டுப் பட்டனக் கூ
212. ற்றத்து பிரமதேயங் கடம்பனூர் சபையோம் இவர்கள் சொல்ல இவ்வூர் மத்யஸ்தன் முப்பத்திரு
213. வன் பஜ்ஞனான கற்பகா தித்தனேனிவை யென்னெழுத்தென்றும் இக்கடம்ப னூரார்சொ
214. ல்ல இவ்வூர் வைகாநசன் நாராயணன் தாமோதரனேனிவை யென்னெழுத் தென்

(பதினோராம் ஏடு, இரண்டாம் பக்கம்)

215. றும் இப்படி பிடாகை நடந்து பிடி சூழ்ந்து அறவோலை செய்து குடுத்தோம்
216. க்ஷத்ரியசிகாமணி வளநாட்டுப் பட்டனக் கூற்றத்து பிரமதேயம் நாரணம
217. ங்கலத்து சபையோம் இவ்வூர் மத்யஸ்தன் இருநூற்றுவன் உத்தமனான பிர
218. ஹ்ம மங்கல்யனேனிவை யென்னெழுத் தென்றும் இப்படி பிடி சூழ்ந்து அறவோ
219. லை செய்து குடுத்தோம் க்ஷத்திரியசிகா மணி வளநாட்டுப் பட்டனக்கூ
220. ற்றத்து வேலங்குடி வேலங்குடியான் நாராயணன் ஒற்றியேன்
221. இவையென் னெழுத்தென்றும் இப்படி பிடி சூழ்ந்து பிடாகை நடந்து அ
222. றவோலை செய்து குடுத்தோம் க்ஷத்ரிய சிகாமணி வளநாட்டுப் பட்டனக் கூற்ற
223. த்து பிரமதேயம் மூங்கிற்குடி சபையோம் இவ்வூர் மத்யஸ்தன் குணவன் ந
224. ந்தியான அலங்காரப் பிரியனேனிவை யென்னெழுத் தென்றும் இப்

(பன்னிரெண்டாம் ஏடு, முதல் பக்கம்)

225. படி பிடி சூழ்ந்து பிடாகை நடந்து அறவோலை செய்து குடுத்தோம் க்ஷத்ரியசிகா
226. மணி வளநாட்டுப் பட்டனக் கூற்றத்து நரிமன்றத்து ஊரோம் ஊரார்சொல்ல எழு
227. தினேன் இவ்வூர் மத்யஸ்தன் ஐம்பத்திருவன் விடேல்விடுகனேன் இவை என்
228. னெழுத்தென்றும் இப்படி பிடி சூழ்ந்து பிடாகை நடந்து அறவோலை
229. செய்து குடுத்தோம் க்ஷத்ரியசிகாமணி வளநாட்டுப் பட்டனக் கூற்றத்துச்
230. சாத்தமங்கலத் தூரோம் ஊரார் சொல்ல எழுதினேன் இவ்வூர் வே
231. ட்கோவன் நெதிரன் சாத்தனான நானூற்றுவப் பெருங்கோவேளா
232. னேனிவை யென்னெழுத்தென்றும் இப்படி பிடி சூழ்ந்து பிடாகை நடந்து அற
233. வோலை செய்து குடுத்தோம் க்ஷத்ரியசிகாமணி வளாநட்டுப் பட்டனக் கூற்றத்
234. து பிரமதேயம் சந்நமங்கலத்து சபையோம் சபையார் சொல்ல எழுதினேன்

(பன்னிரெண்டாம் ஏடு, இரண்டாம் பக்கம்)

235. இவ்வூர்க் கரணத்தான் மத்யஸ்தன் துருக்கன் கமுதனேனிவை யென்னெழு
236. த்தென்றும் இப்படி பிடிசூழ்ந்து பிடாகை நடந்து அறவோலை செய்து குடுத்தோ
237. ம் க்ஷத்ரிய சிகாமணி வளநாட்டுப் பட்டனக் கூற்றத்து பிரமதேயம் கொட்டாரக்குடி ச
238. பையோம் இவ்வூர்க் கரணத்தான் மத்யஸ்தன்ஊரன் சந்திரசேகர னான
239. பிரம மங்கல்யனேன் இவையென்னெழுத்தென்றும் இப்படி பிடி சூழ்ந்து
240. பிடாகை நடந்து அறவோலை செய்து குடுத்தோம் க்ஷத்ரியசிகாமணிவள
241. நாட்டுப் பட்டனக் கூற்றத்துக் கோவூர்ஊரோம் ஊரார் சொல்ல எழுதினேன்
242. இவ்வூர்க் கரணத்தான் மத்யஸ்தன் ஐயனைய னேனிவை யென்னெழுத்தெ

243. ன்றும் இப்படி பிடிசூழ்ந்து பிடாகைநடந்து அறவோலை செய்து குடுத்தோம் க்ஷத்ரி
244. யசிகாமணி வளநாட்டுப் பட்டனக் கூற்றத்து உத்தூர் ஊரோம் ஊரார் சொல்லவெ

(பதின்மூன்றாம் ஏடு, முதல் பக்கம்)

245. ழுதினேன் இவ்வூர்க் கரணத்தான் மத்யஸ்தன் நக்கன் முள்ளியேனிவை யென்
246. னெழுத்தென்றும் இப்படி பிடி சூழ்ந்து பிடாகை நடந்து அறவோலை செய்து குடுத்
247. தோம் க்ஷத்ரிய சிகாமணி வளநாட்டுப் பட்டனக் கூற்றத்து பிரமதேயம் நன்னிமங்க
248. லத்து சபையோம் சபையார் சொல்ல இவ்வூர்க்கரணத்தான் மத்யஸ்தன்
249. கண்ணன் அலங்காரப் பிரியனேனிவை யென் னெழுத்தென்றும் இ
250. ப்படி பிடிசூழ்ந்து பிடாகை நடந்து அறவோலை செய்து குடுத்தோம் க்ஷத்ரிய
251. சிகாமணி வளநாட்டுப் பட்டனக்கூற்றத்து பிரமதேயம் போருவனூர் சபை
252. யோம் சபையார் சொல்ல எழுதினேன் இவ்வூர்க்கரணத்தான் வேட்கோவ
253. ன் மாதேவன் ஊரனேனிவை யென்னெழுத்தென்றும் இப்படி பிடி சூழ்ந்து பிடா
254. கை நடந்து அறவோலை செய்து குடுத்தோம் க்ஷத்ரிய சிகாமணி வளநாட்டுப் பட்டன

(பதின்மூன்றாம் ஏடு, இரண்டாம் பக்கம்)

255. க்கூற்றத்து ஆளாங்குடி ஊரோம் ஊரார் சொல்ல எழுதினேனிவ்வூர்க் கரணத்தான் கா
256. ஸ்யபன் சூர்யனரங்கனேன் இவை என்னெழுத்தென்றும் இப்படி பிடிசூழ்ந்து பி
257. டாகை நடந்து அறவோலை செய்து குடுத்தோம் க்ஷத்ரியசிகாமணி வளநாட்டுப் பட்டனக்கூ
258. ற்றத்துத் துறையூர் ஊரோம் ஊரார் சொல்ல எழுதினேன் இவ்வூர்க்கரணத்தா
259. ன் பாரத்வாஜி திரித்தி வைகுண்டன் எழுத்தென்றும் இப்படிபிடி சூழ்ந்து பிடா

260. கை நடந்து அறவோலை செய்து குடுத்தோம் க்ஷத்ரியசிகாமணி வளநாட்டுப் பட்
261. டனக் கூற்றத்து பிரமதேயம் பிரம்பில் சபையோம் இவ்வூர்க்கரணத் தான்மத்ய
262. ஸ்தன் குணவன் நந்தியான அலங்காரப் பிரியனேன் இவையென்னெழுத்தென்று
263. ம்இப்படி பிடி சூழ்ந்து பிடாகை நடந்து அறவோலை செய்துகுடுத்தோம் கடம்பங்குடியூரோ
264. ம் ஊரார் சொல்ல எழுதினேன் இவ்வூர்க்கரணத்தான் மத்யஸ்தன் குணவன் நந்தியான அல

(பதினான்காம் ஏடு, முதல் பக்கம்)

265. ங்காரப் பிரியனேன் இவையென்னெழுத்தென்றும் இப்படி பிடிசூழ்ந்து பிடாகைநடந்துஅற
266. வோலை செய்து குடுத்தோம் க்ஷத்ரியசிகாமணி வளநாட்டுப் பட்டனக் கூற்றத்து சேந்தமங்
267. கலத்து ஊரோம் ஊரார் சொல்ல எழுதினேன் இவ்வூர் மத்யஸ்தன் ஊரான் ஐயனே
268. னிவை என்னெழுத்தென்றும் இப்படி பிடி சூழ்ந்து பிடாகை நடந்து அறவோலை செ
269. ய்து குடுத்தோம் க்ஷத்ரியசிகாமணி வளநாட்டுப் பட்டனக் கூற்றத்துச் சிறுச்சேந்தமங்க
270. லத்து எட்டி வலஞ்சுழியன் சங்கனேன் இவையென்னெழுத் தென்றும் இப்படி பிடிசூழ்
271. ந்து பிடாகை நடந்து அறவோலை செய்து குடுத்தோம் க்ஷத்ரியசிகாமணி வளநாட்டு
272. ப் பட்டனக் கூற்றத்துக் குற்றாலத்தூரோம் ஊரார் சொல்ல எழுதினேன் இவ்வூர்க்கரணத்தான்
273. வேட்கோவன் தேவன்ஊரனேனிவை என்னெழுத்தென்றும் இப்படி பிடி சூழ்ந்து பிடா
274. கை நடந்து அறவோலை செய்து குடுத்தோம் க்ஷத்ரியசிகாமணி வளநாட்டுப் பட்டி

(பதினான்காம் ஏடு, இரண்டாம் பக்கம்)

275. னக்கூற்றத்துத் திருநாவூர் ஊரோம் ஊரார் சொல்ல எழுதினேன் இவ்வூர் மத்யஸ்த
276. ன் சதுர்முகன ரங்கத்தேனிவை என்னெழுத்தென்றும் இப்படி பிடி சூழ்ந்து

277. பிடாகை நடந்து அறவோலை செய்து குடுத்தோம் க்ஷத்ரியசிகாமணி வளநாட்
278. டுப் பட்டனக் கூற்றத்து பிரமதேயம் உவர்க்குடி சபையோம் சபையார் சொ
279. ல்ல எழுதினேன் இவ்வூர்க் கரணத்தான் வேட்கோவன் மாநாகன் நா
280. ராயணனேனிவை என்னெழுத்தென்றும் இப்படி பிடி சூழ்ந்து பி
281. டாகை நடந்து அறவோலை செய்து குடுத்தோம் க்ஷத்ரியசிகாம
282. ணி வளநாட்டுப் பட்டனக்கூற்றத்து முஞ்சிகுடி ஊரோம் ஊரார் சொ
283. ல்ல எழுதினேன் இவ்வூர்க்கரணத்தான் வேட்கோவன் மாநாகன் கண்ண
284. னேனிவை என்னெழுத்தென்றும் இப்படி பிடிசூழ்ந்து பிடாகை நடந்து அ
285. றவோலை செய்து குடுத்தோம் க்ஷத்ரியசிகாமணி வளநாட்டுப் பட்டனக் கூற்றத்து தி

(பதினைந்தாம் ஏடு, முதல் பக்கம்)

286. ருக்கண்ணங்குடி சபையோம் சபையார் சொல்ல வெழுதினேன் இவ்வூர்க் கரணத்
287. தான் வேட்கோவன் அதிராமன் இருபத்து நால்வ னாகியமுன்னூற்றுவனே
288. னிவை என்னெழுத்தென்றும் இப்படி பிடிசூழ்ந்து பிடாகை நடந்து அறவோலை
289. செய்து குடுத்தோம் க்ஷத்ரியசிகாமணி வளநாட்டுப் பட்டனக்
290. கூற்றத்து கடம்பவல வாட்கை ஊரோம் ஊரார் சொல்ல எழுதினேன் இ
291. வ்வூர்க் கரணத்தான் மத்யஸ்தன் ஊரானூரானேனிவை என்னெழு
292. த்தென்றும் இப்படி பிடி சூழ்ந்து பிடாகை நடந்து அறவோலை செய்து
293. குடுத்தோம் க்ஷத்ரியசிகாமணி வளநாட்டுப் பட்டனக் கூற்றத்து
294. ப் பாளங்கொற்றங்குடி ஊரோம் ஊரார் சொல்ல எழுதினேன் இவ்வூர்க் கரணத்தா
295. ன் மத்யலதன் ஊரானூரனேனிவை என்னெழுத்தென்றும் இப்படி பிடி சூழ்ந்
296. து பிடாகை நடந்து அறவோலை செய்து குடுத்தோம் க்ஷத்ரிய சிகாமணி வளநாட்டு

(பதினைந்தாம் ஏடு, இரண்டாம் பக்கம்)

297. ப்பட்டனக் கூற்றத்து வெண்கிடங்கில் ஊரோம் ஊரார் சொல்ல எழுதினேன் இவ்வூர்க்கர
298. ணத்தான் மத்யஸ்தன் ஊரான் நக்கனேனிவை என்னெழுத்தென்றும் இப்படி பிடிசூழ்ந்து
299. பிடாகை நடந்து அறவோலை செய்து குடுத்தோம் இவ்வானை மங்கலத்து பிரமதே
300. யத்து ஆரிதன் சிறியான் கடம்ப னேனிவை என்னெழுத்தென்றும் இப்பரிசுப் பட்டா
301. ய் நின்று பிடி நடப்பித்து அறவோலை செய்வித்தேன் க்ஷத்ரிய சிகாம
302. ணி வளநாட்டுத் திருநறையூர் நாட்டு பிரமதேயம் ஸ்ரீ துங்க மங்கலத்து
303. த் தூற்பில் ஸ்ரீதரபட்டனே னிவையென் னெழுத்தென்றும் இப்படி பட்டாய்
304. நின்று பிடி நடப்பித்து அறவோலை செய்வித்தேன் க்ஷத்ரியசிகாமணி வள
305. நாட்டு வேளா நாட்டுத் திருநல்லூர்ப் பார்க்குளத்துப் பற்பநாப பட்டனேனிவை என்
306. னெழுத்தென்றும் இப்பரிசு பட்டாய் நின்றுபிடி நடப்பித்து அறவோலை செய்வித்தேன்க்ஷ
307. த்ரியசிகாமணி வளநாட்டு வேளாநாட்டுத் திருநல்லூர் பேரேமபுரத்து வெண்
308. ணைய பட்டனேனிவை யென்னெழுத்தென்றும் இப்பரிசு பட்டாய் நின்றுபி
309. டி நடப்பித்து அறவோலை செய்வித்தேன் ராஜேந்த்ர சிம்ம வளநாட்டு ஸ்ரீவீரநா

(பதினாறாம் ஏடு, முதல் பக்கம்)

310. ராயணச் சதுர்வேதிமங்கலத்து துவேதைகோமபுரத்து நந்தீஸ்வரபட்டனேனிவை
311. என்னெழுத்தென்றும் புகுந்து அறவோலைப்படியே வரியிலிட்டுக்கொள்கவென்று நங்கருமமாரா
312. யும் மீனவன் மூவேந்தவேளானும் கொற்றமங்கல முடையானும் தேவன் குடையானும்ந
313. டுவிருக்குங் கடலங்குடித்தாமோதரபட்டனும் கொட்டையூர்ப் பூவத்தபட்டனும் நங்கரும
314. மாராயும் பராக்ரம சோழ மூவேந்த வேளானும் செம்பியன் மூவேந்த வேளானும் சோழவே

315. ளானும் அரைசூரருடையானும் நடுவிருக்கும் புள்ளமங்கலத்து பரமேஸ்வரபட்ட சர்வ்வ
316. கிரது யாஜியுஞ் சொல்லப் புரவுவரி ஆலங்குடியான் கோதண்டன் சேனனும் பூ
317. தமங்கல முடையான் இளவடிகள் நள்ளாறனும் ஆலத்தூருடையான் கற்பகஞ்
318. சோலையும் வரிப்பொத்தகம் பருத்தியூர் கிழவன் சிங்கன் வெண்காடனும்
319. முகவெட்டி கீழ்வாய் கணவதியும் முண்டனரங்கனுஞ் சையதனமலனும் தத்தன்
320. சீகிட்டனும் வரிப்பொத்தகக்கணக்கு மாதேவன் பூமியும் வரியிலிடு உருவூருடையா
321. ன் தாழி வீரசோழனும் பட்டோலை பெருமானம்பலத்தாடியும் சீகண்டன் தேவனும்
322. மாகாளனரிஞ்சியும் நக்கன் மண்டகவனும் இருந்து யாண்டு இருபத்துமூன்றாவ

(பதினாறாம் ஏடு, இரண்டாம் பக்கம்)

323. துநாள் நூற்றறுபத்துமூன்றினால் வரியிலிட்டுக் குடுத்தது ஊவை உய்யக்கொண்டார்
324. வளநாட்டுத் திரைமூர்நாட்டு நாடார்கிழான் அரையான் அருமொழியான ராஜே
325. ந்த்ரசோழப் பல்லவரையன் எழுத்து உய்யக்கொண்டார் வளநாட்டு வெண்ணாட்டு
326. க்கேரளாந்தகச் சதுர்வேதிம ங்கலத்து கிருஷ்ணன் ராமனான ராஜேந்த்ரசோழ
327. பிரம மாராயனுக்கும் ஒக்கும் நித்தவிநோத வளநாட்டுப் பாம்புணிக் கூற்றத்
328. து அரைசூருடையான் ஈராயிரவன் பல்லவயனான உத்தமசோழப் பல்லவ
329. ரையனுக்கும் ஒக்கும் ராஜேந்திர சிம்ம வளநாட்டுக் குறுக்கை நாட்டுக்க
330. டலங்குடி துவேதைகோமபுரத்து தாமோ தரபட்டனுக்கும் ஒக்கும் உய்யக்கொண்டா
331. ர்வளநாட்டு அம்பர் நாட்டு குறும்பில்கிழான் அரையன் சீகண்டனான மீனவன் மூவே
332. ந்த வேளானுக்கும் ஒக்கும்.

சிறிய செப்பேடு*

குலோத்துங்கசோழன் I வழங்கியது

முதல் ஏடு

1. புகழ்மாது விளங்க ஜயமாது விரும்ப நிலமகள் நிலவ மலர்மகள் புணர
உரிமையாற் சிறந்த மணிமுடி சூ
2. டிவில்லவர் குலைதர மீனவர் நிலைகெட விக்களர் சிங்களர் மேல்கடல் பாயத்
தக்கனைத் துந்தன் சக்கரநடாத்
3. திவீரசிங்காசனத்துப் புவனமுழுதுடையாளொடும் வீற்றிருந் தருளிய கோவி
ராஜகேசரி பன்மரான சக்க
4. ரவர்த்திகள் ஸ்ரீ குலோத்துங்க சோழ தேவர்க்கு யாண்டு இருபதாவது ஆயிரத்
தளியாந ஆஹவமல்ல
5. குலகாலபுரத்து கோயிலினுள்ளால்த் திருமஞ்சன சாலையில் பள்ளிபீடம்
காலிங்கராஜனில் எழுந்தருளி இருக்க கிடராத்
6. தரையன் கேயமாணிக்க வளநாட்டு பட்டனக் கூற்றத்து சோழகுலவல்லி
பட்டனத்து எடுப்பித்த ராஜேந்த்ர சோ
7. முப் பெரும்பள்ளிக்கும் ராஜராஜப் பெரும்பள்ளிக்கும் பள்ளிச் சந்தமான ஊர்கள்
பழம்படியந்தராயமும் வீர

*Ep.Ind. Vol.XXII p. 267-281

8. சேஷையும் பன்மை பண்டை வெட்டியும் குந்தாலியும் சுங்க மேராமும்
உள்ளிட்டன வெல்லாம் தவிர்ந்

9. தமைக்கும் முன்பு பள்ளிச் சந்தங்கள் காணியுடைய காணி ஆளரைத் தவிர
இப்பள்ளிச் சங்கத்தார்க்கே காணி

10. யாகப் பெற்றமைக்கும் தாம்ர சாசனம் பண்ணித்தர வேண்டுமென்று
கிடாரத்தரையர் துதன் ராஜவி

11. த்யாதர ஸ்ரீ சாமந்தனும் அபிமானோத்துங்க ஸ்ரீசாமந்தனும் விண்ணப்பம்
செய்ய இப்படி சந்திவிக்ரஹ

12. ராஜவல்லபப் பல்லவரையனோடுங் கூட இருந்து தாம்ரசாசனம் பண்ணிக்
குடுக்க என்று அதிகாரி

13. கள் ராஜேந்த்ர சிங்கமூவேந்த வேளார்க்குத் திருமுகம் ப்ரசாதஞ் செய்தருளி
வரத் தாம்ர சாசனஞ்செய்தபடி கடாரத்த

14. ரையன் கெய மாணிக்க வளநாட்டு பட்டனக் கூற்றத்து சோழகுலவல்லி
பட்டனத்து எடுப்பித்த ராஜராஜப் பெரும்பள்ளி

15. க்கு பள்ளிச் சந்தம் செயமாணிக்க வளநாட்டுப் பட்டனகூற்றத்து ஆனைமங்
கலம் நிலந்தொண்ணூற்றேழே இரண்

(இரண்டாம் ஏடு, முதல் பக்கம்)

16. டு மாக்காணி அரைக்காணியும் முன்புடைய காணி ஆளரைத் தவிர இப்பள்ளிச்
சங்கத்தார்க்கே காணியாகவும் இது காணிக்கடன் நெல்லு

17. எண்ணாயிரத்து தொள்ளாயிரத்து நாற்பது முக்கலனே இருநூறுக் குறுணி
முன்னாழியினால் நிச்சயித்த நெல்லு நாலாயிரத்

18. தைஞ்ஞூற்றுக் கலமும் ஆனைமங்கலத்து பிரமதேயம் நிலம் பன்னிரண்டே
முக்காலினால் நெல்லு நானூற்றுக்கல

19. ம் நிச்சயித்த நெல்லுஐஞ் ஞூற்று அறுபதின் கலமும் இன்னாட்டு முஞ்சிகுடி
நிலம் இருபத்தேழே முக்காலே முக்காணி அ

20. ரைக் காணியினால் காணிக்கடன் நெல்லு இரண்டாயிரத்தெழு
நூற்றெழுபத்தொன்பதின் கலனே தூணி

21. நாநாழி நிச்சயித்த நெல்லு ஆயிரத்தெண்ணூற்றுக் கலமும் திருவாரூர்
கூற்றத்து ஆமூர் நிலம்

22. நூற்றாறே மாகாணியில் காணிக்கடன் நெல்லுப் பதினாயிரத்தறு நூ
ற்றுக்கலனே இருதூணிக்

23. குறுணி அறுநாழி நிச்சயித்த நெல்லு ஐயாயிரத்தெண் ணூற்றைம்பதின்
கலமும் அளநாட்

24. டு கடகுடியான நாண லூர் நிலம் எழுபதே முக்காலே நான்மாவரை
யினால் காணிக்கடன் நெ

25. ல்லு ஆறாயிரத்தைஞ் ஞூற்றொருபத்து நாற்கலனே ஐங்குறுணி ஒருநாழி
நிச்சயித்த நெல்லு இரண்டா

26. யிரத்தெண்ணூற்று நாற்பதின் கலமும் இன்னாட்டுக்கீழ்ச் சந்திரப்பாடி
நிலம் பத்தே இரண்டு மாகாணி

27. அரைக்காணி முந்திரிகை கீழ்முக்காலினால் காணிக்கடன் நெல்லு ஆயிரத்
தொருபத்திருகலனே ஐங்குறுணியும் இன்னா

28. ட்டுப் பாலையூர் பிரமதேயம் நிலம் அறுபதே முக்காலினால் நெல்லு ஆயிரக்
கலம் நிச்சயித்த நெல்லு ஆயிரத்தை

29. ஞ்ஞூற்று கலமும் ஜயங்கொண்ட சோழ வளநாட்டுக் குறும்பூர் நாட்டுப் புத்தக்குடி நிலம் எண்பத்தேழே

30. காலினால் காணிக்கடன் நெல்லு எண்ணாயிரத்தெழு நூற்றிருபதின் கலனே தூணி நாநாழி நிச்சயித்த நெல்லு ஆ

(இரண்டாம் ஏடு, இரண்டாம் பக்கம்)

31. றாயிரத்தொருநூற்றேழு கலமும் விஜயராஜேந்திர சோழ வளநாட்டு இடைக் கழிநாட்

32. டு உதையமார்த்தாண்ட நல்லூர் நிலம் மூன்றே மூன்று மாவினால் நெல்லு நூற்று

33. முப்பதைங்கலனே முக்குறுணி முன்னாழி இது வரிசைப்படி இறை

34. க் கட்டுத் திருவாய்மொழிந்தருளினபடி நெல்லு எழுபத்தென கலனேய் ஐங்குறுணி

35. இதில் இப்பள்ளிக்குப் பாதியும் இவ்வூர்களில் பல பாட்டங்கள் உள்ளிட்ட அந்தராய

36. மும் பன்மை பண்டவெட்டியும் உட்படக்கடவ காசும் நெல்லும் இப்பள்ளிக்

(மூன்றாம் ஏடு, முதல் பக்கம்)

37. கு வேண்டும் நிவந்தங்களுக்கு இறுப்பதாக இறையிலி இட்டமைக்கும் இப் பள்ளிச் சந்தங்கள் முன்

38. புடை காணி ஆளரைத் தவிரக்குடி நீக்கி இப்பள்ளிச் சங்கத்தார்க்கே காணியாக குடுத்தோமென்றும்

39. செயமாணிக்க வளநாட்டுப் பட்டனக் கூற்றத்துச் சோழகுல வல்லிப்பட்டன த்து ஸ்ரீ சைலேந்த்ர சூடாமணிவ

40. ர்ம்ம விஹாரமான ராஜராஜப்பெரும்பள்ளிக்குப் பள்ளிநிலையும் பள்ளி விளாக
மும் உட்பட்ட எல்லைகீழ்

41. பாற்கெல்லை கடற்கரையில் மணற்குன் றுட்பட மேற்கும் தென்பாற்கெல்லை புகை

42. உணிக்கிணற்றுக்கு வடக்கும் இதன் மேற்கு திருவீரட்டான முடைய மஹா
தேவர் நிலத்து

43. க்கு வடக்கும் இதன் மேற்குப் பரவைக்குளத்து மாராயன் கல்லுவித்த
குளத்தில் வடகரை மேற்குநோ

44. க்கி காரைக்காற்ப் பெருவழியுற வடக்கும் மேல்பாற்கெல்லை காரைக்காற்ப்
பெருவழிக்குக் கிழக்கும்

45. வடபாற்கெல்லை சோழகுல வல்லிப்பட்டனத்து நிலம் வடகாடன்பாடி
எல்லைக்குத் தெற்கும் ஆகஇன்

(மூன்றாம் ஏடு, இரண்டாம் பக்கம்)

46. நான்கெல்லைக்குட்படப்பட்ட நிலம் முப்பத்தொன்றே முக்காலே இரண்டுமா
முந்திரிகை இது அந்

47. தராயமும் பன்மை பண்டவெட்டியும் மற்றும் எப்பேர்ப்பட்டதும் உட்பட
இப்பள்ளிக்கே இறையி

48. லி குடுத்தோம் இப்படி செய்து குடுக்கவென்று திருவாய் மொழிந்தருளித்த
திருமுகம் பிராசாதஞ்செய்தரு

49. ளி வந்தது. தாம்ர சாசனம் பண்ணிக் குடுக்கவென்று சந்துவிக்ரிஹரன்
ராஜவல்லவப் பல்லவரையரும் அ

50. திகாரிகள் ராஜேந்திரசிங்க மூவேந்த வேளாரும் சொல்ல இத்தாம்ர சாசனம் எழுதி

51. னேன் உடக்கோடி விக்கிரமா பரணத் தெரிந்த வல வலங்கை வேளைக்காறரில் நிலையுடைய பணை

52. யான் நிகரிலி சோழன் மதுராந்தகனேன் இவை என் எழுத்து.

குறிப்பு : இந்தச் சாசனங்களில் குறிக்கப்பட்ட கடாஹ, கடாரம், கிடராம் என்பன மலைய தீபகற்பத்தில் உள்ள கடார தேசம் ஆகும். இப்போது இத்தேசம் கெடா (Keddah) என்று வழங்கப்படுகிறது. ஸ்ரீவிஷய என்றும் ஸ்ரீ விஜய என்றும் கூறப்படுகிற தேசம் சுமாத்திரா ஜாவா தீவுகள். இந்தத் தேசங்கள் சைலேந்திர அரசர்களால் ஆளப்பட்டன. சோழர்கள் கடல் கடந்து சென்று சைலேந்திர அரசர்களின் கடார தேசத்தையும் ஏனைய நாடுகளையும் வென்று அரசாண்டார்கள். இந்த வரலாற்றைச் சோழர் சரித்திரத்திலே காண்க.

(நாகப்பட்டினத்தில் எடுத்த சூடாமணி விகாரை என்னும் பௌத்த விகாரைக்குச் சோழ அரசர் ஆனைமங்கலம் என்னும் ஊரைப் பள்ளிச் சந்தமாகக் கொடுத்தபோது இந்தச் செப்பேடுகள் எழுதிக் கொடுக்கப்பட்டன.)

❁

இவ்வாராய்ச்சிக்கு உதவிய தமிழ் நூல்கள்

அகநானூறு	-	திரு. ராசகோபாலார்யர் பதிப்பு
காமாட்சி லீலாப் பிரபாவம்	-	சித்தாந்த போதரத்தினாகரம் கா. ஆலாலசுந்தரம் பிள்ளை அவர்கள் மொழிபெயர்ப்பு
குறுந்தொகை	-	டாக்டர் சாமிநாத அய்யர் பதிப்பு
சிலப்பதிகாரம்	-	டாக்டர் சாமிநாத அய்யர் பதிப்பு
சிவஞான சித்தியார்	-	(பரபக்கம்) ஞானப் பிரகாசர் உரை
தஞ்சைவாணன் கோவை	-	சொக்கப்ப நாவலர் உரை
தக்கயாகப் பரணி	-	ஒட்டக்கூத்தர்
திராவிடப் பிரகாசிகை	-	மகாவித்வான் சபாபதி நாவலர்
தேவாரம்	-	அப்பர், சம்பந்தர், சுந்தரர்
நற்றிணை	-	அ. நாராயணசாமி அய்யர் பதிப்பு
நாலாயிரதிவ்வியப் பிரபந்தம்	-	ஆழ்வார்கள் அருளியது
நீலகேசி, சமயதிவாகரவாமன முனிவர் உரை	-	திரு. சக்கரவர்த்தி நயினார் அவர்கள் பதிப்பு
பத்துப்பாட்டு (மதுரைக் காஞ்சி)	-	டாக்டர் சாமிநாத அய்யர் பதிப்பு
புறநானூறு	-	டாக்டர் சாமிநாத அய்யர் பதிப்பு
புறத்திரட்டு	-	ராவ்சாகிப் வையாபுரி பிள்ளை அவர்கள் பதிப்பு
பெரியபுராணம்	-	சேக்கிழார்
மணிமேகலை	-	மகாவித்வான் மயிலை சண்முகம் பிள்ளை அவர்கள் பதிப்பு
மணிமேகலை	-	டாக்டர் சாமிநாத அய்யர் அவர்கள் பதிப்பு
வீரசோழியம், பெருந்தேவனார் உரை	-	ராவ்சாகிப் தாமோதரம்பிள்ளை அவர்கள் பதிப்பு
யாப்பருங்கல விருத்தி	-	ராவ்பகதூர் பவானந்தம் பிள்ளை அவர்கள் பதிப்பு
'செந்தமிழ்', 'கலைமகள்'	-	முதலிய மாத வெளியீடுகள் முதலியன.

BIBLIOGRAPHY

Asoka - Radhakumud Mookerji

Buddhist India - T.W. Rhys Davids

Buddhistic Studies - Edited by Bimala Churn Law

Geographical Essays - Edited by Bimala Churn Law

Geography of Early Buddhism - Edited by Bimala Churn Law

The Jatakas or Stories of the Buddha's Former Birth - Edited by E.B. Cowell

South India as a Centre of Pali Buddhism by B.C. Law - Dr. S. Krishnaswami Aiyengar's Commemoration Volume.

Origin and Decline of Buddhism and Jainism in Southern India by K.V. Subramaniya Aiyar - Indian Antiquary, Vol. XL.

Manimekhalai in its Historical Setting - Dr. S.K. Aiyengar.

A note on Uragapuram - T.N. Subramaniam

Historical Sketches of Ancient Dekhan - K.V. Subramaniya Aiyar

Tamils 1800 Years Ago - V. Kanakasabai.

The University of Nalanda - Hasmukh D. Sankalia

Mahavamsa - William Geiger's Translation.

Studies in South Indian Jainism. M.S. Ramaswami Aiyengar and B. Seshagiri Rao

Indian Literatures in China and Far East - Probhat K. Mukherji

Psalms of the Sisters (Therigatha) - Mrs. Rhys David's Translation.

Indian Teachers of Buddhist Universities - Phanindranath Bose.

The Cambridge History of India - Vol. I, Ancient India.

The Cholas K.A. Nilakanta Sastri.

Manual of Indian Buddhism - H. Kern

A Forest Pilgrimage in Travancore by T.K. Joseph - Journal of Indian History, Vol. XVIII.

The Edifice formerly known as the Chinese or Jaina Pagoda at Negapatam by Sir Walter Elliot - Indian Antiquary. Vol. VII.

Bauddha Vestiges in Kanchipura, T.A. Gopinatha Rao - Indian Antiquary, Vol. XLIV.

Studies in Tamil Literature and History - V.R. Ramachandra Dikshitar

Yuan - Chwang's Travels in India - Thomas Watter's Translation

Ancient Karnataka, Vol. I - Bhasker Anand Saletore

Ancient Indian Colonies in the Far East: Suvarnadvipa by Dr. K.C. Majumdar

A Pageant of India - Adolf Waley

The Early History of India - V.A. Smith

Studies in Pallava History - Rev. H. Heras

The Indian Historical Quarterly. Vol. VI and VII

Dictionary of Pali Proper Names - Malalasekara

The Journal of the Bihar and Orissa - Research Society

Ancient India - (Number 2, July 1946)

The Journal of Oriental Research, Madras

Indian Culture - Bulletin of the School of Oriental and Africal Studies, University of London.

Leiden grant. - Epigraphia Indica, Vol. XXII.

(S.I.I.) - South Indian Inscription.

(EP. REP.) - Epigraphical Reports.

(ARCH. REP.) - Archaeological Reports.

(ARCH. SURV. REP.) - Archaeological Survey Reports.

(M.A.R.) - Madras Archaeological Reports.

(TOP) (TOP. INS.) (TOP. LIST.) - Topographical List of Inscriptions in Madras Presidency.

Etc. Etc. Etc.

3